बहिणा

'दिलीपराज प्रकाशन प्रा. लि.'च्या नवीन पुस्तकांची यादी व माहिती हवी असल्यास आपला पत्ता, दूरध्वनी क्रमांक किंवा Email आमच्या *diliprajprakashan@yahoo.in* या Email *address* वर पाठवावा किंवा आमच्याशी दूरध्वनी क्रमांक फॅक्ससहित : ०२०-२४४८३९९५/२४४९५३१४ / २४४७१७२३ यावर संपर्क साधावा.
आमच्या वेबसाईटला एकदा अवश्य भेट द्या.
Website: *www.diliprajprakashan.com*

बहिणा

अशोक देशपांडे

दिलीपराज प्रकाशन प्रा. लि.
२५१ क, शनिवार पेठ, पुणे - ४११ ०३०.

बहिणा / Bahina

प्रकाशक
राजीव दत्तात्रय बर्वे,
मॅनेजिंग डायरेक्टर,
दिलीपराज प्रकाशन प्रा. लि.,
२५१ क, शनिवार पेठ,
पुणे - ४११ ०३०

© संदीप अशोक देशपांडे
श्रीपाद सदन, बँक ऑफ बडोदा-
पाठीमागे, पंढरपूर

प्रकाशन दिनांक : १५ जून २०११

प्रकाशन क्रमांक : १८६४

ISBN : 978-81-7294-868-9

मुद्रक
रेप्रो नॉलेज कास्ट लिमिटेड, ठाणे

टाईपसेटिंग
पितृछाया मुद्रणालय,
९०९, रविवार पेठ,
पुणे - ४११ ००२

मुखपृष्ठ
सुहास चांडक

बहेणी म्हणे...!

माझा दीनानाथ दीनबंधु हरि
नांदे भीमातीरी पंढरिये
विटे नीट उभा समचरण साजिरी
पाऊले गोजिरी सुकुमार!
वैजयंती माळा रुळतसे गळां
कांसेसी पिवळा पितांबर
भाळी उर्ध्व पुंड्र कुंडले गोमटी
चंदनाची उटी सर्वांगासी।
शिरी टोप साजे रत्नाचा साजिरा
काढियेला तुरा मोतियांचा
जैशा हिऱ्याच्या शोभती दंतपंक्ति
बहेणी म्हणे ध्याती हृदयामाजी।

संतकृपा झाली
इमारत फळा आली
ज्ञानदेवे रचिला पाया
उभारले देवालया!
नामा तयाचा किंकर
तेणे केला हा विस्तार
एका जनार्दनी खांब
ध्वज दिला भागवत!
तुका जालासे कळस
भजन करा सावकाश!!

- संत बहिणाबाई

तुका आकाशा एवढा!

तुकोबाचा छंद लागला मनासी
ऐकता पदांसी कथेमध्यें
तुकोबाची भेटी होईल तो क्षण
वैकुंठासमान होय मज!
तुकोबाची कानी ऐकेन हरिकथा
होय तैसे चित्ता समाधान
तुकोबाचे ध्यान करुनी अंतरे
भेटता अपार सुख आहे
बहिणी म्हणे तुका सद्गुरु सहोदर
भेटता अपार सुख आहे!!

- संत बहिणाबाई

ही कहाणी जगावेगळी...

'ज्ञानदेवे रचिला पाया...तुका जालासे कळस!'

हा प्रसिद्ध अभंग लिहिणाऱ्या संत तुकारामशिष्या बहिणाबाई यांच्या अलौकिक व असामान्य जीवनाची ही आहे कादंबरी!

बोलणारे वासरू आणि पूर्वीचे बारा जन्म आठविणाऱ्या जगातील एकमेव संत बहिणाबाईंची ही आहे जीवनकहाणी!

पूर्वजन्म व पुनर्जन्म या न सुटलेल्या आजच्या जगातील प्रमुख समस्येचे येथे घडते विस्मयकारक दर्शन! संत बहिणाबाईंचे हे तेरा जन्मांचे आत्मकथन म्हणजे आजही मानवी बुद्धीला अगम्य असे आव्हानच!

आजच्या प्रगत विज्ञानामुळे चंद्रादी ग्रहांची कोडी उलगडत चाललेली आहेत. परंतु जन्म व मरण या बाबतीत निसर्गाचे चक्र आजही दूरच राहिले आहे!

आयुष्याच्या अखेरच्या पर्वकाळात संत बहिणाबाईंना दिव्यदृष्टीने झालेले त्यांच्या पूर्व बारा जन्मांचे दर्शन मुळीच खोटे असणार नाही, असा स्पष्ट निर्वाळा कै. प्रा. शिवराम महादेव परांजपे यांनी त्यांच्या बहिणाबाईंवरील प्रदीर्घ लेखात दिला आहे. संत बहिणाबाईंचा मुलगा -विठोबा. त्यांच्या पूर्वजन्मातून त्यांच्याबरोबर वेगवेगळ्या रूपांत व काही वेळा त्यांच्याच मुलाच्या स्वरूपात आहे. म्हणजे चालू जन्मात निरनिराळ्या ठिकाणांहून आपल्याजवळ येणाऱ्या माणसात पूर्वजन्मीचे संबंध व नाती असू शकतात. या जन्मातील आई-वडील पूर्वजन्मातही आई-वडील असू शकतात!

संतांची अखेर अत्यंत शांत वातावरणात होत असते. संत बहिणाबाईंनाही त्यांच्या मृत्यूची चाहूल स्पष्टपणे लागली. आपल्या पूर्वीच्या बारा जन्मांचे संपूर्ण वर्णन त्यांनी अभंगस्वरूपात सांगितले व त्यांच्या मुलाने ते लिहून घेतले.

सिद्धासनारूढ झाल्यावर बहिणाबाईंना अतिदिव्यदृष्टी प्राप्त झाली. काळाच्या उदरात गडप झालेल्या अनेक गोष्टी त्यांना स्पष्टपणे दिसल्या! हा चमत्कार नाही, हकिकत आहे.

भाऊबंदकीच्या उपद्रवामुळे बहिणाबाईंच्या वडिलांना घरदार व गाव सोडून बऱ्याच ठिकाणी राहावे लागले. त्या वेळी बहिणाबाईंचे पतीही त्यांच्यासमवेत होते. ही मंडळी कोल्हापुरी आली, तेव्हा तेथे समर्थांच्या दासपंचायतनातील प्रसिद्ध जयरामस्वामी वडगावकरांची कीर्तने व प्रवचने चालू होती. ते पंढरीचे वारकरीही होते. कृष्णभक्त होते. संत तुकारामांच्या अभंगांचा प्रसार ते करीत.

त्यामुळे बहिणाबाईंना तुकोबांच्या दर्शनाची ओढ लागली. त्यांनी रात्रंदिवस तुकोबांचा ध्यास घेतला. अखेर त्यांना तुकोबांचे स्वप्नात दर्शन होऊन अनुग्रहही मिळाला. तीही अलौकिक घटना घडली.

बहिणाबाईंचे जगावेगळे वासरू रोज जयरामस्वामींच्या प्रवचनानंतर खाली वाकून त्यांचे दर्शन घेत असे! त्याच्या मुखातून संस्कृत श्लोकही निघाला!

बहिणाबाईंच्या अपार श्रद्धेमुळे तुकोबांनी स्वप्नात त्यांना पुन्हा दृष्टान्त दिला व 'देहूला या' असे निमंत्रण दिले.

त्याप्रमाणे बहिणाबाई देहूला आल्या. तेथे त्यांना तुकारामद्वेष्ट्या दुष्ट मंबाजीचा उपद्रव सुरू झाला. बहिणाबाईंच्या गाईला मंबाजीने काठ्या मारल्या व त्यांचे वळ तुकोबांच्या पाठीवर उमटले! प्राणिमात्रावरही प्रेम करणाऱ्या तुकोबांनी ह्या वेदना सहन केल्या.

बहिणाबाईंचा छळ केल्यामुळे त्यांच्या पतीला जडलेली व्यथा व मंबाजीच्या घराला लागलेली आग या घटना सत्य आहेत. दुष्टांना प्रायश्चित्त भोगावेच लागते!

तुकोबा सदेह वैकुंठाला गेले, त्या वेळी बहिणाबाई तेथे नव्हत्या. कालांतराने त्या देहूला आल्या. संत तुकारामांच्या दर्शनासाठी त्यांनी अठरा दिवस इंद्रायणीकाठी उपोषण केले. नंतर तुकोबांनी त्यांना साक्षात दर्शन दिले! ही घटना घडलेली आहे.

देहूहून परतल्यावर आयुष्याच्या उत्तरार्धात संत बहिणाबाई जयराम स्वामींच्यामुळे समर्थ रामदासांच्या सहवासात आल्या. तो परिचय वाढत गेला. समर्थांनी त्यांना संत तुकारामांच्या अभंगांवर निरूपणे करण्यास सांगितले. त्याप्रमाणे त्या सर्वत्र जाऊ लागल्या.

संत बहिणाबाईंचे चरित्र तसे फारसे उपलब्ध नाही. तरीही त्यांचे असामान्य जीवन मी जास्तीत जास्त प्रभावी करण्याचा प्रयत्न केला आहे. ही अद्भुत कहाणी चारशे वर्षांपूर्वीची आहे. त्या काळाप्रमाणे त्या महान पतिव्रता होत्या.

कोल्हापुरात हिरंभट होऊन गेलेले आहेत. देहूतील सर्व मंडळी तुकोबांच्या

सहवासातीलच आहेत.

संत बहिणाबाई पंढरीच्या विठ्ठलाच्या महान भक्त होत्या. त्यांचे सारे जीवन पांडुरंगमय आहे. त्यांचे रसरशीत अभंग हा त्याचाच परिपाक आहे.

दिलीपराज प्रकाशन प्रा. लि. चे संचालक माननीय श्री. राजीव बर्वे यांनी ही कादंबरी नेहमीप्रमाणे अतिशय देखण्या व आकर्षक स्वरुपात प्रकाशित केली. त्यांचे आभार किती मानावेत?

सर्वसामान्य रसिक वाचकांना व पंढरीभक्तांना बहिणाबाईंची ही असामान्य जीवनकथा समजावी, हा हेतू या कादंबरीमागे आहे.

बहेणी म्हणे भक्ती खरी मोक्षदाती!!

श्रीपाद सदन
पंढरपूर

- अशोक देशपांडे

आऊदेवांना मळ्यातून येण्यास तसा थोडा उशीरच झाला. खरे म्हणजे ते लवकरच निघाले होते. परंतु शेजारचा शिवा माळी धावतच आला. त्याच्या मुलीला ताप आला होता. त्यामुळे आऊदेवांना त्याच्या वस्तीवर जावे लागले.

त्यांनी मुलीची नाडी पाहिली. ताप साधाच होता. त्यांनी आपल्याजवळील चार पुड्या काढून शिवाला दिल्या. त्या कशा व केव्हा द्यावयाच्या, हे समजावून सांगितले. काळजीचे काही कारण नव्हते. ते निघणार तोच शिवाचा भाऊ भिवा आला. भाजी घेऊन. पात्रीच्या ताज्या पेंड्या फार दिवसांनी पाहिल्या. 'नको नको' म्हणत अखेर त्यांनी त्या घेतल्या व निघाले. कधी एकदा घरी जातोय, असे त्यांना झाले. जानकीबाईंनाही पात्रीची भाजी फार आवडायची.

नेहमीपेक्षा तसे ते भरभर चालत आले. तिन्हीसांज होऊन गेली होती. तसा अंधारच पडू लागला होता. घरोघर दिवेलागण झालेली होती. दार उघडून ते घरात आले, तर ओसरीवर अंधारच होता. तुळशीवृंदावनापुढे निरांजन नव्हते! त्यांच्या काळजात एकदम धस्स झाले. त्यांना पाहताच त्यांची लाडकी 'हरणी' गाय एकदम हंबरली! रोज ते लगेच तिच्याजवळ जाऊन हात फिरवीत. पण आज एकदम माजघरात आले. येथेही अंधारच होता. आता मात्र त्यांचा धीर सुटत चालला. जानकीबाई इथेही नव्हत्या. त्यांना काही सुचेना.

असे कधी झाले नव्हते. त्यांना येण्यास जर उशीर लागला तर जानकीबाई ओसरीवर काहीतरी करत बसलेल्या असत. बहुतेक भाजी निवडायचे काम चालू असायचे. पण आज? हे काहीतरी अघटितच घडत होते. त्या दोघांशिवाय घरात तिसरे कोणी नव्हते. मग विचारणार कुणाला?

घाईघाईने ते परसदारी आले. औदुंबराकडे वळले. शेजारच्या विहिरीच्या कठड्याला जानकीबाई टेकून बसल्या होत्या. रडून रडून त्यांचे डोळे सुजले

असावेत. त्या तशा अंधारातही त्यांना हे जाणवले. पण त्यांच्या जिवात जीव आला.

"अहोऽ" आऊदेव म्हणाले.

त्या गप्पच होत्या.

"अहोऽ," ते पुन्हा म्हणाले, "मला मान्य आहे की मला बराच उशीर झालाय. पण हे काय? आपण इथे कशासाठी बसला आहात? काय झाले?"

"काय व्हायचे राहिले आहे!"

"असे का म्हणता?"

"मग कसे म्हणू?"

अन् त्या एकदम रडू लागल्या! आऊदेवांनी पुन्हा पुन्हा विचारल्यावर त्यांनी सारे सांगून टाकले.

पलीकडच्या सुपेकरांच्या घरी आज बारसे होते. वास्तविक त्यांना मूलबाळ नसल्याने असल्या कार्यक्रमांना गावातील बायका त्यांना बोलावीत नसत! एखादे बोलावणे आले व त्या गेल्या तर बायका त्यांना कुजके बोलत. टोमणे मारीत. जानकीबाईंना ते सहन व्हायचे नाही. मेल्याहून मेल्यासारखे होई. लग्नाला बारा वर्षे होऊन गेली होती. त्यांच्या बरोबरीच्या बायकांना जावई व सुना आल्या होत्या. पण अजून यांची कूस उजविली नव्हती.

सुपेकरांचे जवळचे नाते असल्याने त्यांना जावे लागले. तेथे त्यांची चुलतजाऊ कमलाबाई त्यांना वाट्टेल ते बोलली. हा अपमान त्यांना सहन झाला नाही. टवाळ बायका फिदीफिदी हसल्या. त्या तशाच उठल्या व तडक घराकडे आल्या. एकदम विहिरीकडे गेल्या.

जीव द्यावा असे वाटल्याने त्या घाईघाईने विहिरीकडे आल्या होत्या. उडी मारणार तोच त्यांच्या सासूबाईंचे शब्द त्यांच्या कानात घुमू लागले. त्या नुकत्याच गेल्या होत्या. आऊदेवांना येण्यास उशीर लागला की दोघीजणी काहीतरी कामे करीत एकत्र बसायच्या. त्यांना जानकीबाई आईच म्हणायच्या. फार प्रेमळ होत्या त्या.

"पोरीऽ," आई म्हणायच्या, "मी आहे तोपर्यंत तरी नातवाचे मुख मला दिसू देऽगं! तुला नक्की पोर होईल. माझ्या त्या पांडुरंगाने मला सांगितलंय! तू काळजी नको करू. बायकांची जात फार वाईट. त्या तुला वाट्टेल ते कुजके बोलतील, टवाळी करतील; पण तू मनाला लावून घेऊ नकोस. माझा म्हातारीचा तुला पोरी आशीर्वाद आहे गं. तो खरा होईल."

जानकीबाईंना हे सारे आठवले. विहिरीत उडी न मारता त्या पटकन खाली बसल्या. रडण्याशिवाय आता दुसरे त्या काय करू शकणार होत्या? रडरड रडून

अखेर डोळे खरोखरच सुजले त्यांचे. आऊदेवांसाठी तरी त्यांना जिवंत राहावे लागणार होते. त्यांना तरी कोण होते दुसरे?

आऊदेवांनी सारे ऐकून घेतले. पुन्हा पुन्हा त्यांचे सांत्वन केले. समजूत काढली. आईचे बोलणे त्यांनाही आठवले. त्यांनीही ते बोलून दाखविले.

आता उठणे जानकीबाईंना भाग होते. पदरांनी डोळे पुसून त्या उठल्या. अंधार चांगलाच पडला होता.

ते दोघेही प्रथम देवघरात आले. जानकीबाईंनी देव्हाऱ्यासमोर निरांजन लावले. हात जोडले. प्रार्थना केली. देव्हारा उजळून निघाला.

देव्हाऱ्यात पुष्कळ देव होते. पण विठ्ठल-रखुमाईच्या मूर्ती मध्यभागी असायच्या. त्यांच्यासमोर निरांजन असल्याने त्या उजळून निघत.

पण आज त्या वेगळ्याच दिसत होत्या!

- ० - ० - ० -

आऊदेवांचे कुलकर्णीघराणे पुरातन काळापासून देवगावात प्रसिद्ध होते. कुलकर्णीपणाची वृत्ती याच घराण्याकडे असायची. जमीनजुमलाही होता. परंतु वंशविस्ताराने थोडी थोडी जमीन प्रत्येकाच्या वाट्याला येत राहायची. वेरूळच्या लेण्यांच्या परिसरातच देवगाव वसले होते. वेरूळइतकी संपन्न निसर्गसंपत्ती जरी येथे नव्हती तरी निसर्ग रमणीय होता. लहानथोर टेकड्या सर्वत्र होत्या. वनसंपदा चांगलीच होती. एखाद्या टेकडीवर जर चढले, तर ही शोभा खुलून दिसायची. हिरवीगार शेते बहरलेली असायची. मळई उठून दिसायची.

देवगावला पौराणिक महत्त्वही होते. अगस्ती ऋषींचा मुक्काम काही दिवस या देवगावात होता. शिवा नदीच्या काठावरच हे गाव होते. पश्चिमेकडून ती वाहायची. अगस्ती मुनी चातुर्मासात रोज येथे स्नानाला येत. अनुष्ठान करीत. 'येथे लक्षतीर्थे वास करतील व जे भाविक येथे स्नान, दान, जप-अनुष्ठान करतील, त्यांना सिद्धी प्राप्त होईल.' असा आशीर्वाद मुनींनी दिला होता.

''आऊजी,'' त्यांचे वडील कृष्णाजी म्हणायचे, ''आपले सारे पूर्वज येथे पावन झाले आहेत. तुला जर काही समस्या निर्माण झाली, तर तू अवश्य या लक्षतीर्थावर अनुष्ठान कर.''

स्नानसंध्या झाल्यावर आऊजी आज सहज शिवेच्या काठावर जरा दूरवर बसले होते. त्यांना एकान्त हवा होता. त्यांना सहज वडिलांची आठवण झाली व त्यांचे बोल आठवले. ते फार धार्मिक व भाविक होते.

त्यांनी साऱ्या देशाची तीर्थयात्रा केली होती. गावाचे बरेचजण तीर्थयात्रेला निघालेले पाहून तेही त्यात सामील झाले होते. फार वर्षे ते तीर्थयात्रेत होते. अशा

वेळी लहानग्या आऊजींचा सांभाळ त्यांच्या आईने तर केलाच; पण शेतीवाडी गड्याकडून करवून घेऊन प्रपंच चालविला होता.

आता सहज आईची आठवण त्यांना झालीच. अनेक प्रसंग त्यांना आठवले. आईचे प्रेम त्यांना भरपूर लाभले. त्या मानाने कृष्णाजीपंत लवकर गेले. शेतीत त्यांनी कष्ट फार घेतले होते. शिवाय वैद्यकीही सांभाळली होती. आऊजींना साऱ्या वनस्पतींची माहिती तर दिलीच होती; पण त्या कुठे कुठे मिळतात, ते भागही त्यांना दाखविले होते.

काल जानकीबाईंवर ओढवलेला प्रसंग त्यांना विसरता येत नव्हता. रात्री त्यांना झोपही नीट लागली नाही. त्यांचा तो रडवेला चेहरा ते विसरू शकत नव्हते. त्यांना फार काळ हे असले प्रसंग सहन करावे लागत होते. त्या आता सहसा कोठे जात नसत. पण हे दु:ख त्यांना जाळीत होते. आऊदेवांना हे सहन होत नव्हते.

काय दोष होता त्या बिचारीचा? होतो एखादीला उशीर! पण गावच्या स्त्रियांना यांची फार काळजी! त्या संधी सोडीत नसत. त्यांना बेजार करून सोडत. त्यात त्यांच्या चुलतभावाची म्हणजे गुंडोजीची बायको कमलाबाई आघाडीवर होती. काल तिनेच गोंधळ घातला होता. वाट्टेल ते बोलून त्या समारंभाचा विचका करून टाकला होता. तिला गुंडोजीची साथ होती.

गुंडोजी लहानपणापासून असाच होता. त्याची वृत्ती चांगली नव्हती. मत्सरी होती. कुणाचेच चांगले होत असलेले त्याला पाहवत नसायचे. आऊजीला पोरबाळ होऊ नये असेच त्याला वाटायचे. तो तसे बोलूनही दाखवायचा!

आऊजींच्या जमिनीवर त्याचा डोळा होता. काळीभोर पट्टी त्यांच्या वाटणीला आली होती. त्या मानाने त्याची जमीन डावी होती. त्यात फारसे काही पिकायचे नाही. भाऊबंदकीला शोभेल असे गुंडोजीचे वागणे होते. तो नेहमी बोलायचा गोड; पण मनात काळे असायचे. त्याचे सारे डावपेच आऊजींना समजत. पण त्यांची वृत्ती भांडखोर नव्हती. शिवाय त्यांच्या रक्तात भाऊबंदकी नव्हती.

जानकीबाईंच्या सांत्वनासाठी आणखी कुणाला तरी सांगण्याचे त्यांच्या मनात आले. एकदम त्यांच्या डोळ्यांसमोर आल्या प्रयागांच्या आजी वारूबाई. त्या नेहमी घरी यायच्या. आऊजींच्या आईकडे म्हणजे सुंदराकाकूंच्याकडे. दोघींचे चांगले जमायचे. त्या एकमेकींची कामेही करायच्या. शिवाय त्या स्वभावाने सरळ व विचारी होत्या. आई गेल्यानंतर जानकीबाईंसाठी त्या पुष्कळ वेळा घरी आल्या होत्या.

"आऊजी." त्या एकदा म्हणाल्या होत्या. "आता जानकीला व तुला फक्त एकमेकांचाच आधार आहे. सांभाळून रहा. अडीअडचण आली तर मला बोलवा. जानकीला आता घरात कुणी नाही. लवकर घरी येत जा."

हे आठवताच आऊजी एकदम उठले. त्यांना एकान्तात किती वेळ गेला हे समजलेच नाही. अंधार पडू लागला होता. घरी लवकर जाणे आवश्यक होते.

जाता जाता वारूआजींचे घर लागले. आऊजी आत गेले. ओसरीवर त्या बसल्या होत्या. त्यांना कालचा प्रसंग त्यांनी सविस्तर सांगितला.

"तू काळजी नकोस करू आऊ." त्या म्हणाल्या, "तुझ्यासंसारवेलीला फूल नक्की लागेल. कोणत्याही गोष्टीला वेळ यावी लागते. ती लवकर येईल. तुम्ही कुणाचे काय वाकडे केलेय? मी उद्यापरवा केव्हातरी जानकीकडे येईन. त्या कमळीचीही चांगली खरडपट्टी काढते. ती फार बोललेली दिसतेय."

विलक्षण समाधानाने आऊदेव घरी परतले.

जानकीबाई ओसरीवर गोवारीची भाजी निवडीत बसल्या होत्या.

- ० - ० - ० -

"काय मिळाले तुम्हाला ही नवी विहीर खणून?" कमलाबाई गुंडोजीला म्हणाली, "पैसे मात्र पाण्यात गेले! विहिरीला एक थेंबही पाणी लागले नाही."

"मी चांगला पानाड्या आणलेला होता." गुंडोजी म्हणाला, "आऊच्या विहिरीला समांतर रेषा बरोबर काढून त्याच ठिकाणी खूण केली होती. नेमके त्याच ठिकाणी पाणी दाखविले गेले."

"मग पाणी कुठे मुरले?" कमलाबाई म्हणाली, "तरी मी सांगत होते की नाही ते धंदे करू नका. पण माझे ऐकायची सवयच नाही तुम्हाला. विनाकारण गावात चर्चा चालू झाली आहे. जो तो तुम्हालाच नावे ठेवतोय. भावजींना चांगले म्हणत आहेत सारेजण."

"तू तरी माझे कुठे ऐकतेस?" गुंडोजी हसून म्हणाला, "त्या जानकीबाईंचा अपमान करून शेवटी त्या प्रयागांच्या म्हातारीच्या शिव्या खाव्या लागल्या तुला. त्याचे काय? तिच्या वाटेला जाऊ नकोस म्हणून तुला मी बजावले होते. पुन्हा पुन्हा तेच ते कशासाठी बोलायचे?"

"म्हणे, भावजींच्या विहिरीचे पाणीच नष्ट करतो." कमलाबाई चिडून म्हणाली, "पण झाले सारे उलटेच. तुम्हाला तर पाणी लागलेच नाही! उलट त्यांचे पाणी वाढले! आणि तुमचे पाणी साऱ्या गावाने ओळखले. पैशापरी पैसेही गेले व अब्रूही! काय मिळविले तुम्ही?"

कमलाबाई जे बोलली, त्यात खोटे काहीच नव्हते. साऱ्या देवगावात जो तो हेच बोलत होत्या. आऊदेवासारख्या देवमाणसाच्या वाटेला जाऊन गुंडोजीने आपले खरे स्वरूप दाखविले होते. भाऊबंदकीचे इतके विकृत स्वरूप गावाला प्रथमच दिसत होते.

आऊजीच्या विहिरीच्या रेषेत जर विहीर खणली, तर अंतरप्रवाहाचे पाणी आपल्याकडे उलटे वाहत येईल या खोट्या कल्पनेच्या नादाला लागून गुंडोजीने विनाकारण हसू करून घेतले होते. त्याच्या बाजूला जरी उतार असला, तरी अंतरप्रवाहाची दिशा त्या बाजूला नव्हती!

जानकीबाईंची टवाळी करून त्याच्या बायकोने जे प्रदर्शन केले, त्यामुळे या नवरा-बायकोची किंमत गावाने ओळखली. गावात फिरण्यास त्यांना तोंड नव्हते!

गुंडोजी व त्याची बायको काही दिवस घरातच बसून राहिले. मळ्याकडेदेखील त्याला जाता येईना. घरात दोघेच!

''बरं का,'' कमलाबाई एकदा म्हणाली, ''एवढ्यातेवढ्या अपमानाने हार खाणारी मी बाई मुळीच नाही. घडलेल्या घटनेचे मला काहीही वाईट वाटत नाही. आता असे काही करून दाखवीन, की ती जानकी होती का नव्हती अशी परिस्थिती येईल. मला अजून गावाने ओळखले नाही.''

''पण एवढे करणार तरी काय तू?'' काही न समजून गुंडोजी म्हणाला, ''फजिती न होईल याची काळजी मात्र घे!''

''ते तुम्हालाही त्याच वेळी कळेल.''

''केव्हा?''

''मला हवी आहे अशी वेळ येईल, तेव्हा!''

गुंडोजीला काही समजले नाही. तोही दुसरे काहीतरी करण्याच्या नादाला लागला. आऊदेवाची जमीन व घर बळकावणे हाच त्याचा अंतिम हेतू होता!

तोही संधीची वाट पाहू लागला!

- ० - ० - ०

''मृत्युंजयाय रुद्राय नीलकंठाय शंभवे
अमृतेशाय शर्वाय महादेवायते नम: ॥
ॐ नम: शिवाय
ॐ नम: शिवाय
ॐ नम: शिवाय!''

खड्या आवाजातील तालासुराचे हे बोल ऐकताच जानकीबाई पटकन ओसरीवर आल्या. एक तेज:पुंज गोसावी दारात उभा होता. सकाळची वेळ. आऊदेव पूजा आटोपून लवकरच मळ्यात गेले होते.

''माईऽ, तांदूळ घाला. नम: शिवाय.''

''आत यावे, महाराज.'' जानकीबाई म्हणाल्या.

''दूध घ्या, सोमवार आहे.''

"नाही माय, आम्ही घरात येऊ शकत नाही."

"बाहेर आणू का?"

"नको माय, फक्त तांदूळच वाढा."

जानकीबाई पटकन आत गेल्या. एक मोठे फुलपात्र भरून तांदूळ त्यांनी गोसाव्याच्या झोळीत घातले. खाली वाकून नमस्कार केला.

"अष्टपुत्रा सौभाग्यवती भव!"

"महाराज..." जानकीबाई एकदम गप्पच झाल्या.

"माय, बोलाऽ ना.. थांबलात का?"

"आपण आशीर्वाद दिला, पण...

"पण काय?"

जानकीबाईंनी लग्नापासूनची सारी हकिकत सांगितली. त्यांच्या पदरी अजून मूल नव्हते.

"माय, सोळा सोमवाराचे व्रत कर मनोभावे. तुझी इच्छा पूर्ण होईल. निश्चित."

गोसाव्याने झोळीतील डबीतील भस्म काढून ते तिच्या हातावर टाकले. लावण्यास सांगितले. पतिदेवांनाही लावण्यास बजावले.

"महाराज व्रत केव्हा सुरू करावे?"

"श्रावणातील पहिल्या सोमवारापासून चालू करावे. पुरुषोत्तम मासात उद्यापन करावे. पवित्र महिना असतो हा. व्रताची जाणकाराकडून माहिती घेऊन ते मनोभावे पार पाडावे! ॐ नम: शिवाय.. नम: शिवाय.. नम: शिवाय...!

दारातून बाहेर पडत असलेल्या त्या गोसाव्याकडे जानकीबाई पाहतच राहिल्या. रस्त्यावरूनदेखील तो लांब जाईपर्यंत दिसत होता. दुसऱ्या कुठल्या घरात तो गेला नाही! एकदम नाहीसा झाला...!

आज त्या गोसाव्याच्या रूपाने त्यांचे भाग्य दारी आले. उजाडले. इतका तेज:पुंज गोसावी त्या प्रथमच पाहत होत्या. त्याचे ते मंदस्मित त्या विसरू शकत नव्हत्या.

फार वर्षांपूर्वी असाच एक गोसावी दारी आला होता, असे सुंदराबाई सांगत. त्यानंतरच आऊजींचा जन्म झाला होता. त्यांना एकदम त्यांनी सांगितलेले आठवले. तो हाच नसेल ना? त्याच्या त्या मंदस्मितामागे हा पूर्वेतिहास तर नसावा? मग हा कसला संकेत असावा?

जानकीबाई या विचारातच देवघरात गेल्या. नैवेद्याच्या लहानशा चांदीच्या वाटीत ते भस्म त्यांनी ठेवले. देव्हाऱ्यातील सर्व देवावर हळदी-कुंकू वाहून मनोभावे

नमस्कार केला. प्रार्थना केली.

'गोसावीमहाराजांचा आशीर्वाद पूर्ण होवो!' त्यांच्या चेहऱ्यावर अपूर्व आनंद ओसंडत होत

- ० - ० - ० -

आऊदेवांची आज विशेष वाट जानकीबाईंना पाहावी लागली नाही. मक्याच्या पेरणीसाठी ते लवकर मळ्यात गेले होते. ती पूर्ण होताच ते परत निघाले. का कुणास ठाऊक, आज घरी लवकर जावे असे त्यांना वाटून ते लगबगीनेच परतले. ओसरीवर जानकीबाई तांदूळ निवडीत बसल्या होत्या.

"अरे व्वा! आज विशेष आनंदात दिसत आहात." आऊजी प्रसन्नतेने म्हणाले,"काय विशेष घडले की काय?"

"काहीतरी घडून गेले आहे. ओळखा पाहू!"

"ते मला कसे ओळखू येणार?"

आऊजी हसत म्हणाले,"ज्या अर्थी आपण आज विशेष उत्साही दिसत आहात, त्या अर्थी काहीतरी झाले आहे. किंवा चांगली वार्ता समजली असावी."

"अजून विचार करून सांगा!"

"नाही बघा, हरलो आम्ही! माहेरचे कुणी येणार असेल!"

"येणार नाही, आलोच आहोत." जानकीबाईंचे वडील आत येत म्हणाले. त्यांच्या पाठोपाठ आईही होती.

"या! या! या! अलभ्य लाभ!" आऊजी नमस्कार करीत म्हणाले. जानकीबाईंनीही त्यांना नमस्कार केला.

"माहेरचा विषय कसा काय निघाला नेमका?" रुद्राजीरावांनी आश्चर्याने विचारले.

आता मात्र जानकीबाईंनी सारी हकिकत सविस्तर सांगून टाकली. आई-वडील व पतीला पुन्हा मनोभावे नमस्कार केला.

"पोरी," पार्वतीबाई म्हणाल्या. "आम्ही अगदी योग्य वेळीच आलो. आज पहाटे पहाटे यांना तुझी आठवण झाली; पण तुला भेटण्यास जायचे हे सांगून टाकल्याने लगेचच आम्ही निघालो. काल अनायासे बेसनाचे लाडू केले होतेच. ते घेतले. जावईबुवांना आवडतात. हे घ्या. तोंड गोड करा."

"आज हा कपिलाषष्ठीचाच योग म्हणायचा." आऊजी म्हणाले, "गोसावीमहाराजांमुळे चांगली वार्ता समजलीच; पण आई-बाबा आल्याने दुधात साखर पडली."

"आमची कुंडलीच तशी आहे." रुद्राजीराव म्हणाले, "तुमच्याकडे जेव्हा

जेव्हा चांगल्या घटना घडल्या, त्या त्या वेळी आम्ही उपस्थित होतोच! पुढेही असेच होत राहील.''

''तुमचा आशीर्वादच समजायचा हा.'' आऊजी म्हणाले, ''आमचे हे भाग्यच म्हणायचे. आईबाबा गेल्याने आम्हाला तरी मोठे माणूस कुठे आहे घरात? बाबा असताना प्रश्न काहीच नव्हता. ती उणीव नंतर आईने भरून काढली. ह्या गुंडोजीच्या वडिलांनीदेखील कुलकर्णीपणाच्या वृत्तीबाबत त्रास दिला होता. आता गुंडोजीही तेच करीत आहे. बाबांनी ह्या संकटांना आयुष्यभर तोंड दिले.''

''मला हे सारे माहीती आहे.'' रुद्राजीराव म्हणाले.

''समाजामध्ये सगळीकडे गुंडोजी असतातच. ज्ञानेश्वरांनीही त्यांचा उल्लेख केलेला आहे. त्यांनाही उपद्रव दिलाच होता. त्यांचे आईवडीलही त्याला अक्षरश: बळी पडले. त्या वेळी असलेल्या समाजात आजही फारसा फरक पडलेला नाही. यांना तोंड देतच संसार करावा लागतो. संकटे ही येणारच. उलट, ती आली तरच खऱ्या अर्थाने जीवन जगता येते.''

''आज तुम्ही मला नवा प्रकाश दाखविला आहे.'' आऊजी म्हणाले, ''मी सारखा त्या गुंडोजीचाच विचार करतो. किंबहुना तो विचार मनातून जातच नाही!''

''यांच्या झोपेवरही परिणाम झालाय.'' जानकीबाई मध्येच म्हणाल्या, ''पहावे तेव्हा हे जागेच असतात. मी त्यांना सांगून दमले, पण काही उपयोग होत नाही. त्यांच्या तब्येतीवरही परिणाम दिसू लागलाय.''

''मला ते जाणवत आहे.'' रुद्राजीराव म्हणाले,

''मी विचारणार होतोच. या असल्या हजार गुंडोजींना सामोरे जावयास हवे. 'मनुष्य इंगळी अति दारुण' असे नाथांनी सांगितले आहे. हे सारे तमोगुणाचे परिणाम आहेत. समाजात हाच रोग वाढत चाललाय. त्यावर आपण कणखर असायला हवे. जसे आपण आनंदाला उपभोगतो तसे संकटांना न घाबरता तोंड द्यावे. ती प्रेरणा तोच परमेश्वर देतो. तुम्ही त्या गुंडोजींची संकटे विसरून जा. तरच जीवन उजळून निघेल.''

आऊजींना असे सांगणारे कुणीतरी भेटणे आवश्यक होते!

- ०-०-०-

जेवणे झाल्यावर रुद्राजीराव व आऊजी मळ्यात गेले. पार्वतीबाईंनी त्यांच्या जेवणाचे बरोबर आणले होते. बऱ्याच दिवसात रुद्राजीराव मळ्यात गेले नव्हते. गेल्या वर्षी ते हुरड्यासाठी आले होते. त्यानंतर आत्ताच आले. त्यांना शेतीची फार हौस व सवय होती. त्यांचा मळाही मोठा होता. ऊस लावून ते गूळ करायचे. त्यांना दोडक्याच्या चांगल्या बिया मिळाल्या होत्या.

लगेचच वेल फोफावले. सुंदर व चवदार दोडके लखडले. आऊजींसाठीही त्यांनी बिया आणल्या होत्या. आऊजींना जेवताना भाजी फारच आवडली होती.

"व्वा! फार वर्षांनी अशी दोडक्याची भाजी खावयास मिळाली." आऊजी म्हणाले.

"आईने केलीय." जानकीबाई म्हणाल्या.

"वाटलंच मला." आऊदेव विशेष कौतुकाने म्हणाले, "चवीत फरक वाटला. मसालाही वेगळा वाटला. शिकून घ्या आईकडून."

"जावईबुवा." पार्वतीबाई हसून म्हणाल्या,

"तिने खोटे सांगितले तुम्हाला. भाजी व मसाला तिचाच आहे. तिनेच केलेय सारे. काय करायचे आहे कौतुक ते तिचेच करा."

"ते रोज चालूच आहे." आऊजी म्हणाले, "सारे आपणच शिकविले आहे. बाबा, पुन्हा याल तेव्हा हे नवे बी घेऊन या."

"आत्ताच आणले आहे." रुद्राजीराव म्हणाले "आणि मी स्वत: लावून देणार आहे. आपण लगेचच निघूया मळ्याकडे,"

ते खरोखरच बाहेर पडले!

- ० - ० - ० -

"आई," जेवणे व सारे आटोपताच जानकीबाई म्हणाल्या, "तुम्ही अगदी बोलावल्यासारखे आल्यामुळे आजचा दिवस म्हणजे अगदी पर्वणीच समजली पाहिजे."

"हे सारे यांच्यामुळेच घडले. ते दोडके येऊ लागल्यापासून त्यांचे इकडे येण्याचे रोज गाजत होते. केव्हा एकदा जावयांच्या मळ्यात दोडके लावतो असे त्यांना झाले होते. खरे म्हणजे केवळ यासाठीच आलो आम्ही. द्वारकेकडील एक यात्रेकरू रामेश्वरला जाता जाता चुकून आपल्या मळ्यात आला होता. त्याला त्यांनी घरी आणले होते. रात्रीचा तो कोठे जाणार? त्याला वाटेत एका शेतकऱ्याने हे बी दिले. त्यातले थोडे त्याने त्यांना दिले."

"चांगलाच म्हणायचा तो." जानकीबाई म्हणाल्या.

"भाविक असला पाहिजे."

"तो तसा होताच." पार्वतीबाई म्हणाल्या, "पण काशीचा प्रसादही त्याने दिला. तोही आणलाय तुमच्यासाठी. गडबडीत मघाशी विसरला."

"ते परत आल्यावर लगेच देऊन टाक."

जानकीबाई म्हणाल्या, "म्हणजे हा सोमवार एकदम पवित्र उगविला. त्या महाराजांनी महादेवाचे भस्म दिले व आता साक्षात काशीविश्वेश्वराचा प्रसादही

मिळाला. प्रथमच आम्हाला मिळतोय. काशीला न जाता या योगायोगाला काय म्हणायचे?''

''पोरी,'' पार्वतीबाई म्हणाल्या. ''ही महादेवाची कृपा होणार आहे तुमच्या घराण्यावर. हे योगायोग नसतात. हे विधिलिखितच असते. हे सारे आज घडणारच होते.''

''खरोखरच हे सारे अघटित घडले आहे.''

जानकीबाई म्हणाल्या, ''आज सकाळी उठल्यावर यातले काहीच माहिति नव्हते.''

''यालाच दैवयोग म्हणतात.'' पार्वतीबाई म्हणाल्या, ''नातवंडाचे मुख आता आम्हाला निश्चित पाहण्यास मिळणार. महादेव हे तुमच्या गावाचे दैवत. त्याचाच हा प्रसाद. तुमच्या थोर पूर्वजांची पुण्याई! पोरी, तुमच्या भाग्याचे दिवस आता सुरू होत आहेत. त्याचे सोने कर.''

''मी जिवाची पराकाष्ठा करीन.'' जानकीबाई निर्धाराने म्हणाल्या. ''सोळा सोमवारांचे महाव्रत मी अगदी काटेकोरपणे करीन. कसलीही हयगय होऊ देणार नाही. उद्यापनाला मात्र तुम्हा दोघांना लवकर यावे लागेल तयारीला. मी एकटी किती करणार?''

''हे काय बोलणे झाले?'' पार्वतीबाई म्हणाल्या, ''आम्ही येणार नाही असे वाटले तरी तुला कसे? उद्यापनालाच सारे महत्त्व आहे.''

पार्वतीबाईंनी मग जानकीबाईंना सोळा सोमवाराचे व्रत कसे करायचे, हे सांगून व्रतकथाही सांगितली. उद्यापनाची तयारीही समजावून सांगितली. सोळा मेहुणे देवगावात मिळण्याची शक्यता कमी होती. त्यांच्या गावातूनही राहिलेली मेहुणे आणण्याची त्यांची तयारी होती. उद्यापनाचा प्रसाद मिळणे हे अत्यंत भाग्याचे असल्याने कोणी नाही म्हणत नाही. त्यामुळे हा प्रश्न सुटणार होता.

''काय चाललीय मायलेकीची कुजबूज?'' रुद्राजीराव हसत म्हणाले, ''आमच्या विरुद्ध काही कट तर नाही ना? काय आहे नेम तुमचा!''

''तसलाच काहीतरी विचार करीत होतो आम्ही.'' जानकीबाई म्हणाल्या, ''तुम्हाला माझ्या व्रताच्या उद्यापनासाठी काही दिवस अगोदर इकडे यावे लागणार आहे. हा निर्णय तुम्हाला न विचारता आम्ही दोघींनी घेतलाय. तुम्हाला यावे लागणार, बाबा.''

''न येऊन कुणाला सांगणार?'' रुद्राजीराव म्हणाले, ''यावेच लागणार असे काहीतरी ऐकण्यास मिळणार, हे अपेक्षितच होते. आमच्याबरोबर आमचा शिधा आम्ही आणू.''

"मी आमच्या जेवणाचे वेगळे करीत जाईन." पार्वतीबाई म्हणाल्या.

"तुम्हाला मात्र विनाकारण त्रास होणार." आऊजी म्हणाले.

"त्यात कसला त्रास?" रुद्राजीराव म्हणाले.

"मुलीच्या आईवडिलांना हे पथ्य पाळावेच लागते, नातवंड होईपर्यंत त्यात आम्ही वेगळे असे काय करतोय?"

"आता लगेच आम्हाला निघायला हवे." पार्वतीबाई म्हणाल्या. "नाहीतर प्रवासात रात्र होईल."

थोड्याच वेळात ते निघाले. जानकीबाई दरवाजापर्यंत आल्या. आऊजी त्यांच्याबरोबर थोडे दूरवर गेले.

जानकीबाई कितीतरी वेळ त्या दिशेला पाहत होत्या.

डोळ्यांत अश्रू केव्हा आले, हे त्यांना कळलेच नाही

- ० - ० - ० -

"लई दिसांनी गाठ पडतीया तुजी, गुंडोजी." केरबा पाटील म्हणाला, "लई येळा बांदावरनं जात हुतो; पर त्वा दिसला न्हाय! कुटं गेला व्हता की काय?"

"जातोय कुठे, केरबा?" गुंडोजी म्हणाला, "घरीच होतो इकडे. नाही जमले. वेळ नाही मिळाला."

"गावात बी नाय कुटं दिसला." केरबा त्याच्याकडे रोखून म्हणाला, "घरात किती दिस कोंडूनशान घेतलं व्हतं म्हनायचं? लई मानसं बोलू लागल्याती तुज्याबद्दल त्या हिरीपास्नं!"

"तसं झालंय खरं" गुंडोजी ओशाळून म्हणाला, "फार चुकले माझे. निदान तुला तरी विहिरीबाबत विचारायला हवे होते. बांधाला बांध आपला. लहानपणापासूनची मैत्री. पण सारे गुपचूप करायचे असे ठरल्यामुळे सारेच अंगलट आले!"

"आरं मर्दा," केरबा ठसक्यात म्हणाला, "त्वा मला इच्चारलं अस्तं, तर हीर काढू दिली नस्ती म्या तुला. बायास्नी इचारून असली कामे करायची नसत्यात म्हनलं! तू त्येच केले असशील. त्यो औजी काय आन त्वा काय, मला दोगं बी सारकंच. दोगं बी बांदकरी. पर म्या असं करू दिलं नसतं. मला इसरलास आन फसलास की रं!"

"तसे झालेय खरे," गुंडोजी म्हणाला, "कुणीकडून या फंदात पडलो, असं वाटतंय आता. ही विहिरीची भानगड माझ्या डोक्यातच शिरली. एकदम पक्की वाटली. पैशाचा विचार केलाच नाही. माझ्या डोळ्यांसमोर ती गच्च भरलेली आऊजीची विहीर सारखी येत होती. बारा महिन्यांचे पाणी मला पाहवत नव्हते."

"आर, येड्या," केरबा म्हणाला. "लई दिस जालं म्या तुला सांगतुया की बाबा, असलं वैर चांगलं न्हवं. म्या नुस्ता बांदकरी हाय तुजा. पर त्यो औजी तुजा भाव हाय. खोटं खोटं का हुईना, त्वा त्येच्याशी लई ग्वॉडच बोलाय हुवं. जवळ जायला हवं. आन मग गुपचूप काटा काडायचा. कुनाला बी कळलं नस्तं. त्वा समदं इपरीतच केलंया. लई वंगाळ जालं, ए बाबा, लई वंगाळ."

"मग मी करू तरी काय आता?" गुंडोजी हताश होऊन म्हणाला, "मला तरी कुलकर्णीपणाचे काम केव्हा करण्यास मिळणार? त्याच्यासारखी काळीभोर जमीनही नाही मला. त्याला ना पोर ना बाळ. माझे तसे नाही. मला तीन मुलेच आहेत. म्हणून धडपड चालू आहे माझी."

"ही विच्छा नाय चांगली गड्या." केरबा म्हणाला, "कसलं का असलं तरी तुजं तुला. त्येचं कशापाय हवंय तुला? त्याला बी हुईल एकादं प्वॉर. त्यो काय म्हातारा नाय जाला अजूनशान. बाईल बी तरणीताठ हाये. तुजं लई म्हंजे लई चुकतंया. जरा पिरमानं वागून दाव त्येला. जतं ततं भावबंदकी दावू नगस. त्येच्याशी संबंद ठेव. जेवाय खाया बलावं त्यानला."

"पण आता हे इतके वैर झाल्यावर असे कसे वागायचे? त्याला निश्चित शंका येणार. तो काही खुळा नाही. शिवाय चार लोकांना बाळगून आहे. वैद्यकीमुळे त्याचे सगळ्यांकडे जाणेयेणे आहे. रात्रीच्या भजनालादेखील तो जात असतो. माझे फारसे कोठे जाणेयेणे नाही. मग अशा परिस्थितीत हे कसे जमणार?"

"लई अवगाड नाय हे." केरबा म्हणाला.

"त्येच्या घरी जायचं. चुकलं म्हनायचं. आता तसलं नाय होनार असं पुन्ना पुन्ना म्हनायचं. तुज्या बायकूलाबी सांग जरा. ती लई भांडखोर हाये. त्येच्या बायकूशी भांडाण करतीया. दोगं बी त्याच्या घरी जावा. मंग गाव काय म्हनतया त्ये बगा. आरं लेका, म्या आलो व्हतो पान खाया; पर हे येगळंच जालं सुरू. काढ पानाचं...!"

मग पानसुपारी खाऊन व गुंडोजीला पुन्हा पुन्हा बजावून केरबा त्याच्या मळ्यात गेला.

गुंडोजी तसाच बसला. त्या बांधावर. एका सामान्य माणसाने जीवनाचे फार मोठे तत्त्वज्ञान त्याला सांगितले होते. शिकविण्याचा प्रयत्न केला. तो अडाणी असून व्यवहारी होता. हा व्यवहार गुंडोजीला जमला नव्हता. त्याचा विपरीत परिणाम गावात दिसू लागला होता. त्याला गावाने जवळजवळ वाळीतच टाकले होते. जो तो त्याला टाळीत होता. त्याचे वागणे साऱ्या गावाच्या डोळ्यांवर आले होते.

त्याच्या मनात विचारांचे काहूर माजले. काय करावे हे त्याला काही केल्या

सुचेना. कमालीचा गोंधळला. आता खरोखरच काहीतरी वेगळे करणे आवश्यक आहे, हे केरबाचे म्हणणे त्याला पटले होते. आपल्या पत्नीला हे कितपत पटणार, याविषयी तो साशंक होता. ती कमालीची आक्रमक होती. तिच्या हे सारे लवकर लक्षात आले, तरच तो काहीतरी करू शकणार होता.

मळ्यात न जाता तो तसाच एकदम गावाकडे वळला!

- ० - ० - ० -

"हे हो काय?" कमलाबाई आश्चर्याने जवळजवळ ओरडलीच. "आत्ता तर गेला होता आणि लगेचच परतला! माझी भाजीही निवडून झाली नाही अजून..."

"हे पाहण्यासाठीच परत आलो आहे मी." गुंडोजी हसून म्हणाला. "हे तरी मला केव्हा कळणार?"

"आणि कळले तरी काय करणार आहात तुम्ही?" कमलाबाई जरा फणकाऱ्याने म्हणाली, "त्या भावजीकडे पहा अगोदर व्यवस्थित आणि मग माझ्याकडे, समजले!"

"तुला एकदम दुसऱ्या टोकाला जाण्याची सवय लागलीय." गुंडोजी सावधपणे म्हणाला, "ती एकदम जायला हवी. जरा राग आवरणे भाग आहे. तो नाकाच्या शेंड्यावर बसला आहे. हे सारे जमले म्हणजे व्यवस्थित होईल. या बोलण्याचा व त्या भावजीचा काय संबंध! जिथे तिथे तुला तोच दिसतोय! त्याच्याशिवाय विषयच नाही दुसरा तुला! तो नाही तर त्याची बायको! आपल्या प्रपंचाकडे जरा जादा लक्ष देण्यास आरंभ कर म्हणजे सारे सुरळीत होईल."

"का? आता मला शिकवायला आरंभ केला की काय?" कमलाबाई जरा रागानेच म्हणाली, "तुम्हाला कुणीतरी गुरू निश्चित भेटलेला दिसतोय! त्याशिवाय तुम्ही असले बोलण्याचे धाडस मुळीच करणार नाही! बोला, कोण भेटलंय तुम्हाला ही पोपटपंची सांगायला!"

गुंडोजीने केरबाचे सारे बोलणे जसेच्या तसे गंभीरतेने तिला सांगितले. तिनेही ते ऐकून घेतले.

"यात काय चुकीचे आहे हे आता मला सांग" गुंडोजीने रोखून पाहत तिला विचारले, "काय ठरवायचे आता आपण?"

कमलाबाईला लगेच उत्तर देता आले नाही. तिचाही गोंधळ उडाला.

"मला वाटतं," कमलाबाई जरा नरमाईने म्हणाली, "त्याने सांगितलेले इतके वेगळे आहे, की त्यावर पूर्णपणे विचार केल्याशिवाय काहीच सांगता येणार नाही. आपण जे काही ठरविले आहे, त्याच्या पूर्णपणे हे विरुद्ध आहे. एकदम उलटे."

"मला हेच उत्तर हवे होते तुझ्याकडून." गुंडोजी हसून म्हणाला,"आपले

एकच चुकले आहे आत्तापर्यंत!''

"काय?''

"आपण दुसऱ्या कुणालाही या बाबतीत कधीही काहीही विचारलेले नाही.'' गुंडोजी गंभीरतेने म्हणाला, "एखाद्या आपल्या भावकीतील वडीलमाणसाचा सल्लाही कधी घेतला नाही. तो घ्यायला हवा होता. त्यांना विचारायला हवे होते. म्हणजे आपल्याला अगदी योग्य दिशेने जाता आले असते. आपण या नादात समाजाचा, भावकीचा किंवा गावाचा विचारच केला नाही. किंवा आपल्या वागण्याचा परिणाम काय होईल, हेही कधी चुकूनही मनात नाही आले आपल्या.''

"कुणाला विचारावे?'' कमलाबाई म्हणाली,

"विश्वास ठेवण्यासारखे कोण आहे आपले?''

"केशवराव आहेत की आपले.'' एकदम आठवून गुंडोजी म्हणाला,"बाबा असताना ते नेहमी यायचे आपल्या घरी. बाबाही त्यांना काही गोष्टी विचारीत असत. आऊजींशीही त्यांचे चांगले संबंध आहेत. ते त्यालाही चार गोष्टी सांगू शकतात. विचारू शकतात. शिवाय दोघांनाही ते परके नाहीत.''

"हे ठीक आहे.'' कमलाबाई म्हणाली.

"आता पुढील या गोष्टी तुमच्या तुम्ही ठरवा. मात्र एक गोष्ट झालीच पाहिजे. त्यात बदल होता कामा नये.''

"कोणती?''

"आपला मूळ हेतू हा साध्य व्हायलाच हवा. कोणत्याही परिस्थितीत त्यांचे सारे आपल्याला मिळायला हवे.'' कमलाबाई ठामपणे म्हणाली. "मग ते या मार्गाने मिळाले तरी हरकत नाही. पण आपण माघार कधीही घ्यावयाची नाही, हे पूर्णपणे लक्षात ठेवा.''

ती लगेचच स्वयंपाकघरात निघून गेली. स्वयंपाकाला उशीर होत होता.

सुपारी कातरीत गुंडोजी तिथेच बसला.

त्याचा झालेला गोंधळ अजून संपलेला नव्हता!

उलट, वाढला होता!

- ० - ० - ० -

"भजनाहून केव्हा आलात?'' झोपेतून अर्धवट जाग्या झालेल्या जानकीबाईंनी विचारले,

"बराच वेळ झाला.''

"झोप येईना वाटते.''

"असं झालंय खरं.''

"आता विचार करू नका कसला." त्या म्हणाल्या, "काळजीचे काहीएक कारण नाही. शिवाचा जप करीत रहा, म्हणजे झोप येईल." झोप लागल्यामुळे जानकीबाई पुढे काही बोलू शकल्या नाहीत.

आऊजींना मात्र झोप येईना. तसा त्यांना भजनाहून येण्यास आज उशीरच झाला होता. जानकीबाईंची एक झोप झाली होती. ते उशिराने आल्यामुळे त्यांची झोप चाळविली गेली.

सारे विचार जानकीबाईंसंबंधीचेच होते. सोळा सोमवारांच्या व्रताचे आता निश्चित झालेच होते. या काळात आपणही काहीतरी उपासना करावी, असे सारखे त्यांच्या मनात येऊ लागले होते. ते आवश्यकही होते. पण निश्चितपणे काय करावे, हे कोडे सुटत नव्हते. रात्र संपत आली तरी विचार संपेनात. निर्णय होईना.

अंथरुणावर तसेच या कुशीवरून त्या कुशीवर करीत राहण्याचाही त्यांना कंटाळा आला. ते लगेच उठले. ओसरीवर आले. चांदण्यांचे राज्य पसरले होते. थंडगार हवा सुटली होती. वारा हवाहवासा वाटत होता. त्यांना एकदम उत्साह वाटला. पलीकडच्या वाड्यातील प्राजक्ताच्या फुलांचा मंद सुवास चांगलाच दरवळत होता.

अशा वातावरणात बाहेर जावे असे वाटून स्नानाच्या तयारीने ते दार लावून बाहेर पडले. पहाटपूर्व काळात ते अलीकडे कधी उठून बाहेर न आल्याने त्यांना एक वेगळाच आनंद जाणवत होता.

नदीकिनाऱ्याने फिरत फिरत ते चांगलेच दूर आले. लक्षतीर्थाच्याही पुढे गेले. पूर्वा उजळू लागली. अंधारातून प्रकाश मिसळू लागला. त्यांच्याशिवाय तेथे कुणीही दिसत नव्हते. वर्दळ चालू होण्यास अजून बराच वेळ होता.

स्नान उरकून ते शेजारच्या खडकावर बसले. त्यांचा उत्साह आणखी वाढला. पलीकडे कोणीतरी स्नान करीत होते, हे त्यांना आत्ता दिसले. त्यांची उत्सुकता वाढली. कोण असावे या अवेळी येथे?

स्नान आटोपताच ती व्यक्ती काठाकडे येऊ लागली. पूर्वा चांगलीच उजळू लागली होती. त्या धूसर प्रकाशात त्यांना तो साधुपुरुष दिसू लागला. चांगला उंच, गोरापान, पांढरीशुभ्र दाढी. चेहऱ्यावरील पराकोटीचा सात्त्विकपणादेखील स्पष्ट दिसत होता. हळूहळू ते कसलेतरी मंत्र म्हणत होते. त्यांनी आऊजींकडे व आऊजींनी योगायोगाने त्यांच्याकडे पाहिले! पाण्यातून बाहेर येताच आऊजींनी साष्टांग नमस्कार घातला त्यांना.

"स्वामी!" आऊजी अत्यंत समाधानाने म्हणाले,

"मला आशीर्वाद द्या."

"सर्व मनोकामना पूर्ण होओ!" स्वामीजी म्हणाले.

"इतक्या पहाटपूर्व काळात कसे काय स्नानाला आलात?"

"आज प्रथमच आलो." आऊजी म्हणाले, "आपली भेट होण्याचाच योग असावा. स्वामीजी, मला थोडे मार्गदर्शन करावे, अशी इच्छा आहे. आपण कोण आहात?"

"बेटा," स्वामी म्हणाले, "मी एक सामान्य उपासक आहे. मी दत्तभक्त असून पंढरीचा वारकरीदेखील आहे. आता मी पैठणला निघालो आहे. तेथून गाणगापुरी जाणार. तुझी समस्या काय आहे?"

आऊजींनी त्यांना सारी हकीकत अगदी थोडक्यात सांगितली.

"बेटा," आऊजींकडे रोखून पाहत स्वामीजी म्हणाले, "तू फार मोठ्या संकटात सापडलेला नाहीस. तुझी पूर्वपुण्याई फार चांगली आहे. या गावावर साक्षात अगस्तीमुनींनी कृपा केली आहे. शंकराची उपासना पुरातन काळापासून इथे चालू आहे. तूही नित्य लक्षतीर्थावर स्नान करून शिवाचे अनुष्ठान करावेस. तुझी मनोकामना निश्चित पूर्ण होईल. शिवाय तू यंदा पंढरीच्या आषाढी वारीला ये. तेथे मी असतोच. भेट होईल आपली. मागे मी पैठणला गेलो असताना मल्हारशास्त्री पैठणकर भेटले. त्यांच्या घरी पंढरीची वारी आहे. तेव्हापासून ते दरवर्षी मला भेटतात."

"ते माझे मामा आहेत."

"मग सोन्याहून पिवळे झाले. तुझ्या आईवरही पांडुरंगाची कृपा असलीच पाहिजे. तू अवश्य ये. पुढील वर्षी तुला याची सारी फळे मिळतील."

"स्वामीजी!" पुन्हा साष्टांग नमस्कार घालून आऊजी म्हणाले

"आमच्या घराला आपले चरणरज लागल्यास आमचे भाग्यच लवकर उगवेल."

"नाही!" स्वामी म्हणाले.

"आम्हाला घर वर्ज्य आहे. मी आता उजाडण्यापूर्वीच पैठणला निघणार आहे. केवळ योगायोगाने तुझी भेट झाली."

खडावा घालून स्वामी झपाट्याने पैठणच्या दिशेने निघाले.

कितीतरी वेळ आऊजी त्या दूर जाणाऱ्या पाठमोऱ्या स्वामींकडे पाहत होते. हे घडलेले सारे स्वप्नवतच वाटत होते त्यांना. कधी नव्हे ते आज पहाटेपूर्वी इकडे आलो आणि हे सारे घडून गेले! राहून राहून त्यांना विचार करण्यास लावणारे घडले होते!

समोर केशवराव येऊन उभे राहिले, तरी त्यांचे लक्ष गेले नाही!

"अरे ऽ, आऽऊ! ऽएऽ, अरे मी एवढा समोर उभा असलेला तुला दिसत नाहीयेऽ?"

"काऽकाऽ?" एकदम दचकून आऊजी म्हणाले, "नाही...होय..मी... दूरवर पाहत होतो त्या स्वामींच्याकडे. ते नुकतेच माझ्याशी बोलून गेले."

"कोण स्वामी?"

"त्यांचे नाव नाही समजले." आऊजी म्हणाले, "ते थोडेच बोलले. दत्तभक्त असून ते पंढरीचे वारकरी आहेत."

"ते आता पैठणला गेले असतील." केशवराव म्हणाले, "तेथून गाणगापूरला जाणार."

"तुम्हाला काय माहिती?" आश्चर्य वाटून आऊजी म्हणाले.

"पूर्वी मला एकदा ते भेटले होते. मी असाच अंधारात सहज स्नानाला आलो होतो. अत्यंत सात्त्विक आहेत."

"अगदी तेच, तेच आले होते"

"ते अधिक बोलत नाहीत." केशवराव म्हणाले,

"एवढेच सांगतात. मात्र त्यांचा आशीर्वाद खरा ठरतो. मलाही त्यांचा अनुभव आलेला आहे. आता तुझे भाग्य उघडले म्हणून समज. आनंदाने घरी जा. मलाही स्नान करायचे आहे. गर्दी होऊ लागेल."

ते लगेचच पाण्याकडे गेले. हे सारे कधी एकदा जानकीबाईंना सांगतो, असे आऊजींना झाले.

लालसर सूर्यनारायण पूर्वा उजळून टाकू लागले होते. शिवालयात घंटानाद सुरू झाला होता. सूर्याला नमस्कार करून ते लगेच निघाले.

चालण्याचा वेग आपोआप वाढत गेला!

- o - o - o

उशीर झाला म्हणून गुंडोजी घाईघाईने मळ्याकडे निघाला. मूग बडवायचा होता. त्यासाठी बायका लावल्या होत्या.

"एऽ गुंडोजीऽ! एऽ गुंडोजी!" कुणीतरी हाका मारीत होते.

गुंडोजीने इकडेतिकडे पाहिले. कुणी दिसेना त्याला. अखेर केरबा दिसला. तो चांगलाच लंगडत होता.

"काय रे, काय करून घेतले?"

"नवा बैल घेतलाया परवा. इथे दावं तोडतोया सारका. दावन बी नवी आन चारापानी बी नवंच की. पैल्या ठिकानी पळायला बगतंय त्ये. लई बनेल हाय. दावं तोडूनश्यान पळताना मी बी लागलो मागं त्येच्या. तवा खाली पडलो आन ह्ये पाय

मुरगळला!''

'आता बरे आहे का?''

''हाय जरा.'' केरबा म्हणाला. ''आऊजी रोज चोळतुया आन कसला तरी लेप लावतुया. आजच घराभाईर आलुया त्वां दिसला म्हनून. तुला म्या दिसंना म्हनूनशान रस्त्यावर आलुया. पर वाईच दुकतंयाच.''

''विश्रांती घे चांगली.'' गुंडोजी म्हणाला,''बरे वाटल्याशिवाय बाहेर पडू नकोस. घरातच बैस. मळ्याचे कोण पाहतेय?''

''आपला किस्ना पाहतोय पल्याडचा.'' केरबा म्हणाला, ''समदंच बगावं लागतंय त्येला. दूद बी आनतुया घरी. काय करनार?''

''शेजाऱ्याची कामे बांधकऱ्याला करावीच लागतात.'' गुंडोजी म्हणाले, ''भांडून चालत नाही. कुणाची गरज केव्हा लागेल, याचा नेम नसतो.''

''म्या तुला ह्येच सांगितलं की परवा.'' केरबा हसून म्हणाला, ''आता मला त्येच सांगतुया! एक कळलं का तुला?''

''काय?''

''आऊजी आषाढीला पंढरीला जानार हाये!'' केरबा म्हणाला, ''कोना सादूनं त्येला सांगितलं म्हनं! म्हंजे त्येचं चांगलं हुनार हाय!''

''कुणी सांगितले तुला?''

''त्योच म्हनाला लेप लावता लावता.'' केरबा म्हणाला.

''दुसरं कोन सांगनार मला? म्या घरातच हाये!''

''आश्चर्य आहे.'' गुंडोजी गंभीर होऊन म्हणाला, ''भजनीमंडळात टाळ कुटायला जातोच आहे! आता वाटीही धरली. देवधर्म वाढायला लागला.''

''करं ना का त्यो.'' केरबा म्हणाला,

''पोरबाळ हुईल त्येला. लई दिस जाल्यात लगीन होऊन. एकादं का हुईना प्वॉर हवंच की!''

''बराय.'' गुंडोजी म्हणाला, ''मूग बडवायचाय. लवकर जायचेय मला.''

तो लगेचच निघाला. अगोदरच उशीर झाला होता. त्यात पुन्हा याने वेळ घेतला.

केरबा पाहतच राहिला! बघता बघता दूर गेला. पोराचा विषय काढला, की त्याने पळ काढला ही गोष्ट त्याच्या लक्षात आली!

या वार्तेमुळे गुंडोजी मात्र अस्वस्थ झाला. आता हा कोण साधू भेटला त्याला? काय म्हणाला असेल तो? एक ना अनेक प्रश्न त्याच्या मनात एकापाठोपाठ निर्माण झाले. त्याला काही सुचेना. मळ्यात जाणे भागच होते, म्हणूनच

केवळ मळ्याकडे गेला!

केरबा भेटला नसता तर बरे झाले असते, असे वारंवार वाटू लागले त्याला

- ० - ० - ० -

"झाले दर्शन व्यवस्थित?" स्वामीजींनी मल्हारशास्त्री पैठणकरांना विचारले.

"होय." शास्त्रीबुवा समाधानाने म्हणाले, "म्हणूनच आपणाकडे येण्यास जरा उशीर झाला. आऊजी पहिल्यांदाच येतोय पंढरीला."

त्यांनी व आऊजींनी स्वामींना साष्टांग दंडवत घातले.

"आऊजी," स्वामी म्हणाले. "तू येणार याची खात्री होती मला. मामा बरोबर असल्याने सारे व्यवस्थित पार पडले असेलच."

"आमची वाट वेगळी व यांची वेगळी." शास्त्रीबुवा म्हणाले, "यांना लवकर निघावे लागले जरा. भजनीमंडळाबरोबर हा आलाय. ती माणसे नेहमी येतात. त्यांचे पंढरीला येण्याचे कार्यक्रम सारे ठरलेले असतात. त्यामुळे याला काही त्रास झाला नाही. "

"फार प्रसन्न वाटतेय पंढरीत." आऊजी म्हणाले, "इतक्या मोठ्या प्रमाणात आषाढी वारीला भाविक का येतात, हे कोडे येथे आल्यावरच मला उलगडले. नामदेवांनी त्यांच्या अभंगांतून वर्णन केलेले पंढरीवर्णन आजही लागू पडते. पताकांची दाटी सतत वाढतच आहे."

"म्हणून तर हे पंढरीवैभव पहावेसे वाटते." स्वामीजी म्हणाले, "तू आता काही काळजी करू नको. तुझे सारे व्यवस्थित पार पडेल. सांगितल्याप्रमाणे आता अनुष्ठानाला तूही श्रावणापासून आरंभ कर."

पुन्हा एकदा स्वामींना दंडवत घालून दोघेजण दर्शनाला गेले.

पंढरीला येताना आऊजींना फारच समाधान वाटत होते. चारी बाजूंनी वारकरी पंढरीकडेच निघाले होते. 'डांगोरी' एकादशीपासून सर्वत्र पंढरीनाथाचा जयजयकार चालू झाला होता. अणुरेणूंत गर्जत होता. गावोगावी वारकऱ्यांचे भक्तिभावाने स्वागत होत होते. त्यांना जेवणे दिली जात होती. पंढरी केव्हा आली, हे त्यामुळे कळलेच नाही.

मामांची गाठ लगेचच पडली. ते वेगळ्या ठिकाणी उतरले होते. फार वर्षांनी भेट झाल्याने त्यांनाही भारावून आले.

"आऊ," मामा म्हणाले, "जानकीला व तुला भेटलेले दोन्ही सत्पुरूष म्हणजे तुम्हा दोघांवर झालेली दैवी कृपाच समजावी लागेल. त्याला फार मोठी पूर्वपुण्याई लागते. हे स्वामी अवधूतानंद तर फार मोठे तपस्वी आहेत. कित्येक वर्षे ते हिमालयात होते. तेथील अनेक साधुपुरुषांची त्यांच्यावर कृपा झालेली आहे.

त्यांचे दर्शनही दुर्लभ असते.''

"ही सारी आई-बाबांची कृपा आहे.'' आऊजी म्हणाले, "आई मला नेहमी पांडुरंगाविषयी गोष्टी सांगायची. तुमच्याबरोबर एकदा तिलाही आषाढी घडलेली होती. पांडुरंगावर तिची अपार निष्ठा होती. ते रहस्य मला आत्ता पंढरीत आल्यावर समजले. शेवटपर्यंत तिने एकादशीव्रत पाळले. बाबांच्या शिवभक्तीमुळे हे स्वामी भेटले. त्यामुळे हे मला योगायोग वाटत नाहीत. हे सारे घडणारच असावे.''

"तू म्हणत आहेस, त्यात सत्यता आहेच.''

मामा म्हणाले, "प्रत्येक घटनेमागे दैवी हात हा असतोच. ज्योतिषशास्त्राचे आडाखे त्यामुळेच नेहमी खरे ठरतात. फक्त तसे अनुभव येत गेले, म्हणजे ते खरे वाटते. फक्त ज्योतिषी संपूर्ण पारंगत लागतो.''

"मामा,'' आऊजी म्हणाले, "म्हणून तर तुमच्याकडे लांबूनदेखील लोक पत्रिका तयार करण्यासाठी येत असतात. या शास्त्रातील तुमच्या प्रगतीबद्दल आई नेहमी मला सांगायची. त्यामुळे माझा तरी ह्या शास्त्रावर विश्वास निश्चित आहे.''

"तो आता आणखी दृढ होत जाईल-'' मामा हसून म्हणाले, "आज सकाळी तुझी प्रश्नकुंडली मी मांडली होती.''

"काय आहे त्यात.''

"तुम्हा दोघांनाही जे आशीर्वाद लाभले आहेत;'' मामा म्हणाले, "ते शंभर टक्के खरे ठरणार आहेत. तुला प्रथम कन्या व नंतर दोन पुत्र होतील.''

"मामा!'' आऊजी आनंदून म्हणाले, "केवळ हे ऐकण्यासाठीच मी तुमच्याकडे पैठणला येणार होतो. ते कार्य इथेच झाले पंढरीत. हाही एक शुभशकुनच समजावा लागेल.''

"नव्हे, आहेच!'' मामा गंभीरतेने म्हणाले.

"तुला जी कन्या होणार आहे, ती संपूर्णपणे वेगळ्या स्वरूपाची ठरणार आहे. फार दुर्मीळ योग तुझ्या पत्रिकेत सापडत आहे.''

"मामा,'' आऊजी एकदम म्हणाले, "काय आहे ते स्पष्ट सांगा. म्हणजे तिची तशी काळजी घेता येईल.''

"तूर्त एवढेच सांगता येईल, की'' मामा म्हणाले, "ही कन्या पांडुरंगाची परमभक्त असेल. ती जन्माला येण्यापूर्वीच काहीतरी जाणिवा होत राहतील आईला. ती जन्माला आल्यानंतर त्यानुसार तिच्याबद्दल अधिक सांगता येईल. तुमच्या घराण्याचे नाव ती अजरामर करून टाकण्याचे योग आहेत.''

"मामा,'' आऊजी म्हणाले, "मला फार उत्सुकता वाटू लागलीय आता. ही वार्ता कधी एकदा हिला सांगतोय, असं झालंय मला. त्यामुळे परतीचा प्रवास आता

आणखी आनंदात होईल. उद्या भल्या पहाटेच आम्ही निघणार आहोत. माझी ही पहिली वारी मला इथेच पावली, मामा!''

''ही पांडुरंगाचीच कृपा ठरावी.'' मामा म्हणाले. ''मला असे वाटतेय, की तू आता माझ्याबरोबर पैठणला यावे. नाहीतरी तुझी होतीच येण्याची तयारी. ती आत्ताच पूर्ण करून टाकावीस.''

''मामा,''आऊजी म्हणाले,''हा विचार माझ्याही मनात आला होता. तुमचे सांगणे अगदी रास्त आहे. पण आत्ता ते जमेल, असे वाटत नाही.''

''का?''

''मी पंढरीला जाणार म्हणून माझ्या सासूबाई येऊन राहिल्यात आमच्याकडे.'' आऊजी म्हणाले.

''त्यांचा स्वयंपाक त्यांनाच करावा लागतो. शिधा त्यांचाच असतो. त्या बिचारीला त्रास किती द्यावयाचा अजून? म्हणून तरी मला आता न येण्याची परवानगी द्या तुम्ही. पुन्हा केव्हातरी मी नक्की येईन.''

''मी वाट पाहीन''

साष्टांग नमस्कार घालून आऊजींनी मामांचा निरोप घेतला.

आऊजींना होणाऱ्या कन्येच्या बाबतीत मामांच्या मनात विचारचक्र चालू झाले!

काहीतरी फार जगावेगळे या मुलीच्या बाबतीत घडणार होते!

- o - o - o -

''बाबा, आईने मला विनाकारण मारले'' गुंडोजीचा थोरला मुलगा म्हणाला.

''मलाही बडविले.'' धाकटा स्फुंदत म्हणाला.

''काय झाले?''

''विचारा तिलाच.'' थोरला म्हणाला.

''चला, घरी चला.'' गुंडोजी म्हणाला.

''इतक्या लांब कशाला येऊन थांबला वाटेत?''

''पुन्हा आईने मारले तर?''

''आता नाही मारणार, चला.''

मुलांची समजूत काढून त्याने मुलांना घरी आणले. काहीतरी गंभीर घटना घडली असावी, असा अंदाज त्याने केला.

तोंडावर पांघरूण घेऊन कमलाबाई ओसरीवरच झोपली होती. शेजारी धाकटी मुलगी झोपली होती. ही काही झोपण्याची वेळ नव्हती. सायंकाळला तसा अवकाश होता. गुंडोजी आज मळ्यातून लवकर परतला होता. पोरे वाटेतच बसली

होती वाट पाहत. गुंडोजी गाईला चारापाणी करू लागल्यावर पोरे केव्हा बाहेर पळाली, हे त्याला समजले नाही.

आता काय करावे, हे त्याला सुचेना. प्रकरण साधे नसावे. बोलायची व त्याहून काही विचारायची अजिबात सोय नव्हती! ओसरीवरच पलीकडे तो सुपारी कातरीत बसला.

पांघरूण डोक्यावरून बाजूला करून हळूच तिने पाहण्यास व गुंडोजीने तिच्याकडे त्याच वेळी बघण्यास एकच गाठ पडली.

''उठा आता.'' गुंडोजी हसून म्हणाला. ''उन्हे केव्हाच मावळली. अंधार पडू लागलाय.''

''तो तुमच्या जीवनात केव्हाच पडलाय.'' कमलाबाई ताडकन उठून म्हणाली, ''तुम्ही बसा सुपारी फोडीत. तुमच्या नशिबाची सुपारी केव्हाच कापली गेलीय''

''छान!'' गुंडोजी म्हणाला. ''ही वेगळी अलंकारिक भाषा आपल्या प्रेमळ तोंडात शोभत नाही! नेहमीचीच तिखट भाषा हवी.''

''पुरे झाली ही बडबड.'' कमलाबाई म्हणाली, ''गावात काय घडलेय, ते बघा अगोदर.''

''पाहिले की!''

''काय?''

''पोरे बडवलेली.''

''म्हणून तर शेफारलीत फार'' कमलाबाई रागाने खेकसत म्हणाली, ''नाहीतर आत्तापासूनच बसतील डोक्यावर.''

''पण झाले तरी काय एवढे?''

''काय व्हायचं राहिलंय?''

''हे कोड्यात बोलणे बंद कर'' गुंडोजी म्हणाला, ''नमनालाच घडाभर तेल जातेय!''

सुपेकरांच्या आजी तिला दारातच भेटल्या होत्या. त्यांनी काल जानकीबाईंच्या आईवडिलांना जेवणास बोलावले होते. जानकीबाईने कालच्या पहिल्या श्रावणी सोमवारपासून सोळा सोमवारांच्या महाव्रताला आरंभ केला. आऊजींनीही शिवाच्या अनुष्ठानाला 'लक्षतीर्थावर' सुरुवात केली. त्यासाठी ते दोघे खास आले होते. सारी तयारी त्यांनीच केली. हे व्रत कशासाठी चालू केले हेही त्यांनी सांगून टाकले होते.

''हे होणारच होते.'' गुंडोजी म्हणाला, ''त्याला आपण काय करणार? दोन महान पुण्यात्म्यांनी ही व्रते त्यांना सांगितली आहेत. शिवाय आपण आता कसे वागायचे, हे ठरविले आहे. त्याप्रमाणे बदलत जायला हवे आपण.''

"पण त्यामुळे निवान्त बसून चालणार नाही, समजले?" कमलाबाई गुंडोजीकडे डोळे रोखून म्हणाली, "काहीतरी गुप्त कारवाया चालू ठेवायलाच हव्यात. त्यांना व्रताचे यश मिळता कामा नये."

"ते आता आपल्या हातात मुळीच नाही." गुंडोजी ठामपणे म्हणाला, "दोन्हीही व्रते त्या महादेवाची आहेत. ती कडक असतात. उगाच काहीतरी आपलेच विपरीत व्हायचे!"

"तुम्हाला सांगून काहीही उपयोग होणार नाही." कमलाबाई फणकाऱ्याने म्हणाली, "तुम्ही सदैव सुपारी कातरीतच बसणार." ती पटकन माजघरात गेली. "आता मलाच काहीतरी मार्ग काढायला हवा." आत जाता जाता ती बडबडत गेली.

नाही म्हटले तरी गुंडोजीला काही सुचेना. नाना विचारांचा गोंधळ त्याच्या मनात सुरू झाला. केरबाने जे सांगितले होते, त्याचाच पगडा त्याच्या मनावर अधिक बसला होता. आपल्या भांडखोर बायकोच्या नादाला जास्ती लागायचे नाही, हे त्याला समजत होते.

काहीही मनाविरुद्ध झाले, की ती पोरांना मारायची. हे गुंडोजीला मुळीच आवडत नसायचे. त्याच्या आईवडिलांनी त्याच्या अंगावर कधीच हात टाकला नव्हता. त्यामुळे कमलाबाईच्या ह्या विचित्र स्वभावाचे कोडे त्याला उलगडत नव्हते.

उपाय सापडत नव्हता!

- ० - ० - ० -

रावजी शिंप्याला औषधे देऊन आऊजी घरी येण्यास निघाले, तर वाटेत केशवराव दारातच उभे होते.

"बऱ्याच दिवसांत भेटला नाहीस."

"पंढरीहून आल्यानंतर बरीच गडबड झाली." आऊजी म्हणाले, "त्यामुळे इकडे येणे झालेच नाही."

"आत तरी ये की." केशवराव म्हणाले. "रस्त्यावर किती वेळ थांबणार? फार दिवसांनी येत आहेस."

आऊजींना नाही म्हणणे शक्यच नव्हते. ते आत ओसरीवर आले.

"ये, आऊजी." काकू म्हणाल्या. "सहा महिन्यांनी येत आहेस. अरे, जाणे-येणे ठेवावे. आम्हाला नाही जमले, तरी तुम्हाला येण्यास काय हरकत आहे?"

"या बाजूला येणेच होत नाही कधी." आऊजी म्हणाले, "रावजीकडे आलो होतो. त्यामुळे गाठ पडत आहे."

"तुझ्या औषधांचा चांगला गुण येत आहे." केशवकाका म्हणाले, "सगळीकडे तुझे नाव ऐकू येते. हे व्रत तू चांगले चालू ठेवले आहेस."

"दुसऱ्यांना उपयोगी पडणारे ज्ञानच चांगले असते." आऊजी म्हणाले, "लोकांचे आशीर्वाद नेहमी पाठीशी रहावेत."

"ही तुझी जीवनशैली." केशवराव गंभीरतेने म्हणाले, "आणि तो गुंडोजी किती वेगळा? एकाच घरातील तुम्ही दोघे!"

"ज्याच्यात्याच्या दृष्टिकोनाचा हा आहे परिणाम." आऊजी म्हणाले. "तो लहानपणापासून त्याच प्रवृत्तीत वाढलाय. त्याचे वडीलही तसेच होते. हे सारे तुम्हाला माहीत आहेच."

"तो परवा घरी आला असताना त्यांना समजावून सांगण्याचा मी पुष्कळ प्रयत्न केला;" केशवराव गंभीर होऊन म्हणाले, "पण त्याचा उपयोग किती होणार हा प्रश्नच आहे!"

केशवरावांनी गुंडोजीबद्दल बरेच काही सांगितले. त्यांच्या व्रतांमुळे तो कमालीचा अस्वस्थ झाला होता. त्याला आऊजींशी जवळीक वाढवायची आहे! पण या घटनेला विशेष महत्त्व देण्याचे कारण नाही, असेही काकांनी सांगून टाकले. परंतु सावध व सतर्क राहण्यास सांगितले.

"तो कालच घरी आला होता." आऊजी म्हणाले, "पश्चात्ताप झाल्याचे वारंवार सांगत होता. त्याची भाषा अत्यंत गोड होती. हा गुंडोजीच बोलतोय, असे वाटत नव्हते."

"ही एकदम आलेली गोडीच घातक ठरते." काका म्हणाले, "त्याचे हे नवे वागणे एकदा पाहून घ्या."

"मी तसेच ठरविले आहे." आऊजी म्हणाले.

"त्याला हा बदल कितपत जमतोय, हेच आता पहायचे आहे."

"मला बरोबर चला असं सारखं म्हणत होता." केशवराव म्हणाले, "पण त्याचा हेतू काय आहे, हे तो अगोदरच सांगून बसल्यामुळे मी त्याला प्रकृतीचे निमित्त सांगून नकार दिला."

केशवराव 'हनुमान भविष्य' सांगत असत. त्याची पोथी त्यांच्याकडे होती. आऊजीने त्या पद्धतीने त्यांची उत्तरे ऐकली, ती त्याला जशी हवी होती तशीच आली. मामांचे भविष्य व हे भविष्य सारखेच ठरले. त्यामुळे त्यांना अतिशय आनंद झाला.

"काका," आऊजी म्हणाले. "आपणाकडे येण्याचा हा सर्वांत मोठा फायदा झाला. यासाठीच मी खरे म्हणजे येणार होतो. पण आज अनायासे सहज जमून

आले.''

"तो योग यावा लागतो.'' काका हसून म्हणाले, "तो नेमका आजच होता. आता तुला कसलीही काळजी करण्याचे कारण नाही.''

तेवढ्यात राधाकाकूंनी त्यांना आत हाक मारली. आऊजींना गोडाचे थालीपीठ आवडते, हे त्यांना माहिती होते. सुंदराबाई नेहमी करीत. म्हणून त्यांनीही ते गरम गरम खाण्यास त्यांना बोलावले.

केशवरावांच्याकडेही हनुमान भविष्य पाहण्यासाठी काही ग्रामस्थ आले. हे भविष्य पाहण्यासाठी आपल्या दैवताच्या संमतीने पोथीतील आकड्यावर बोट ठेवायचे असते. त्याची उत्तरे त्या दैवताच्या पानावर दिलेली असतात.

त्या ग्रामस्थांबरोबर केशवराव गुंतले!

आऊजी केव्हा गेले, हे त्यांना कळले नाही!

- ० - ० - ० -

"दमलात का फार? थोडी विश्रांती घ्या.'' रुद्राजीराव म्हणाले, "चालणे तसे बरेच झाले आहे. शिवाय आज दिवसभर धावपळ चालूच होती.''

"त्याचे काही वाटत नाही.'' पार्वतीबाई म्हणाल्या, "उलट, मी विलक्षण समाधानी आहे. उद्यापनाचे कार्य व्यवस्थित पार पडले. जानकीच्या व्रताचे सार्थक झाले.''

"जावईबुवांचेही अनुष्ठान पूर्ण झाले.'' रुद्राजीराव म्हणाले, "दोन्ही गोष्टी एकाच वेळी संपन्न झाल्या, ही चांगली घटना. आता पुढील मार्ग मोकळे झाले.''

"तेही सफल होतीलच.'' पार्वतीबाई म्हणाल्या, "पोरीने फार कडकपणे व्रताचे पालन केले. आजदेखील कशात काही उणीव भासली नाही. सोळा मेहुणे प्रसन्न मनाने आशीर्वाद देऊन गेली.''

"तृप्त झाली.'' रुद्राजीराव म्हणाले, "बेतही उत्तमच होता. तुम्ही स्वतः सारे केल्यामुळे कशात काही कमी झाले नाही.''

"सुपेकरांच्या मुक्ताआजीही मला मदत करीत होत्या. त्यांची सूनही राबत होती. राधाकाकूदेखील कालपासून तयारीसाठी येत होत्या.'' पार्वताबाई म्हणाल्या.

"ही सारीच मंडळी घरची होती. त्यामुळे कार्य चांगले पार पडले.'' रुद्राजीराव म्हणाले.

"त्या गुंडोजीला व त्याच्या बायकोला बोलावले, हा व्यवहार पाळला गेला. त्यांच्याशी कुणी फारसे बोलत नव्हते. त्याची पत्नीही कोपऱ्यातच बसली होती.''

"तीच तिची लायकी आहे.'' पार्वतीबाई म्हणाल्या. "फार त्रास दिला तिने पोरीला.''

"पण नवऱ्याने क्षमा मागितली म्हणून आऊजींनी फार ताणून धरले नाही. त्यांच्या वृत्तीत संपूर्ण फरक पडेल, असे मुळीच वाटत नाही मला. अशा खोडील लोकांचे काही खरे नसते." रुद्राजीराव म्हणाले.

"जानकीला मी सावध राहण्यास सांगितले आहे." पार्वतीबाई म्हणाल्या.

"त्यांना जादा मोकळीक देण्याची सोय नसते. केव्हा काय करून ठेवतील याचा काही नेम नसतो."

"या बाबतीत केशवरावांशी मी बोललो आहे. तो माणूस चांगला आहे. काळजीचे काही कारण नाही." रुद्राजीराव म्हणाले.

"आता एकाच गोष्टीची वाट पहायची."

"कोणत्या?"

"जानकीला दिवस जाण्याची."

"मामांनी व केशवरावांनी एकच भविष्य केल्याने तीही चिंता संपलेली आहे."

"आत मी डाळ-तांदळाची थोडी खिचडी टाकते." पार्वतीबाई उठत म्हणाल्या.

"दुपारी उशिरा जेवणे झालीत." रुद्राजीराव म्हणाले,"खरे म्हणजे भूक अजिबात नाही."

"पण घरात उपाशी झोपायचे नसते." पार्वतीबाई म्हणाल्या व स्वयंपाकघरात गेल्या.

रुद्राजीराव ओसरीवरच बसले. छान हवा पडली होती. घरी येण्यास त्यांना चांगलाच उशीर झाला होता. आता तर चक्क चांदणे पडले होते. अष्टमीचा चंद्र आकाशी प्रकाशला होता. गारवाही बऱ्यापैकी होता. भिंतीजवळचा पांढरा चाफा चांगलाच बहरला होता. त्याची पांढरट पिवळी फुले उठून दिसत होती. मधुर सुवास सर्वत्र सुटला होता. तो हवाहवासा वाटत होता.

जरा ओसरीवर लवंडावे, असे त्यांना वाटले. डोळा लागणार एवढ्यात आतून पार्वतीबाई डोकावल्या. "खिचडी होत आलीय, चला."

रुद्राजीराव स्वयंपाकघरात गेले!

- ० - ० - ० -

सकाळी मळ्यातून लवकर येऊन आऊदेवांनी स्वयंपाकघरात डोकावले. जानकीबाई तेथे नव्हत्या. चुलीवर काहीतरी ठेवलेले होते. बहुतेक कढीलिंब आणण्यास त्या मागे गेल्या असाव्यात, असे वाटून ते परसदारी आले.

विहिरीच्या कठड्याला टेकून त्या काहीतरी खात होत्या!

आऊजींना पाहताच त्यांनी ते लपविले!

"व्वा! काय खाताहात एवढे!"

"कुठे काय? काही नाही.''

"काहीतरी होते हातात.''

"असेल काहीतरी.''

"आम्हाला काहीही चालेल.''

"आवळा आहे.''

"आवळा?'' आऊदेव आश्चर्याने ओरडले.

"होय, सुपेकरांच्या मुक्ताआजींनी पाठविलेत. तुम्ही गेल्यावर आले.''

"योग्य वेळी आले म्हणायचे.'' आऊजी रोखून पाहत म्हणाले, "त्यांनी कसे काय ओळखले बुवा!''

"काय?''

"जे तुमच्या मनात आहे ते.''

"तुम्हाला कसे काय कळाले?''

"मी वैद्य आहे.''

"समजले ना आता?'' जानकीबाई म्हणाल्या, "कुणाबरोबर तरी आईबाबांना निरोप पाठवा.''

"म्हणजे आता खात्रीच झाली.'' आऊजी हसले.

जानकीबाईही हसल्या.

तेवढ्यात औदुंबराच्या झाडावरून एक पिकलेले उंबर टपकन खाली पडले.

"शुभशकुनच झाला.'' ते उंबर भाविकतेने उचलीत जानकीबाई म्हणाल्या.

"दत्तभक्त अवधूतानंदांची कृपा सफल झाली.'' आऊदेव म्हणाले, "योग्य वेळी तुम्ही या ठिकाणी आवळा खाल्ला. स्वैपाकघरात बसून खाता आला असता; पण हा दैवी प्रसाद मिळाला नसता. आता देवापुढे ते फळ ठेवून मग ते खावे. आवळादेखील चांगले फळ आहे.''

"या आवळ्याखाली गेल्या वर्षी सर्वांनी आवळीभोजन केले होते. त्या वेळी मुक्ताआजींनी मला सांगितले होते.''

"काय?''

"या आवळीची मनोभावे पूजा कर म्हणजे तुला योग्य वेळी याचे फळ मिळेल. असे म्हणून त्यांनी मला कुंकू लावले होते.''

"त्यांनी तो शब्द पाळला. योग्य वेळीच हे फळ तुम्हाला मिळाले. प्रत्येक चांगल्या गोष्टीमागे काहीतरी भाव लपलेला असतो. मुक्ताआजींच्या सदिच्छा यात आहेत.''

"आजी फार धार्मिक वृत्तीच्या आहेत. दरवर्षी वटपौर्णिमेला त्यांच्याच मळ्यात

आम्ही साऱ्याजणी जातो. फार जुना वटवृक्ष आहे तेथे. तोदेखील नवसाला पावतो. कितीतरी बायका तेथे नवस बोलतात. तेथे सुंदर पार बांधलेला आहे.'' जानकीबाई म्हणाल्या.

''लहानपणी आईबरोबर मीही एकदा वटपौर्णिमेला गेलो होतो. पण तसे फारसे आता काही आठवत नाही.''

''चुलीवर भाजी ठेवलीय शिजायला.'' असे म्हणत जानकीबाई जवळजवळ पळतच आत गेल्या.

आऊदेवही पाठोपाठ आत गेले!

- ० - ० - ० -

''ऐकले का राधाकाकू तुम्ही?'' मुक्ताआजी महादेवाच्या देवळातून बाहेर पडताना म्हणाल्या.

''काय?''

''तुम्हाला नाही समजले अजून?''

''नाही. कुणाबद्दल बोलताय तुम्ही?''

''अहो, जानकीच्या दोन्ही पायांवर बिब्याच्या फुल्या आल्यात.''

''काय म्हणताय काय?''

''होय, खरे आहे हे. काल दिवसभर ती रडत बसली होती.''

''तुम्हाला कसे समजले?''

''मला वारूबाईंनी निरोप दिला, म्हणून मी जाऊन आले तिच्याकडे. तिची समजूत काढली. वारूबाईंनीदेखील तिला वारंवार सांगून पाहिले होते. परंतु तिचे रडणे थांबेना. म्हणून त्यांनी मला बोलावणे पाठविले. आऊजीही हतबल झालाय. तोही सारखा सांगतोय तिला.'' मुक्ताआजी म्हणाल्या.

''ज्याने केलेय, त्यालाच त्याची दुष्ट फळे भोगावी लागतात.''

''दुसरे कोणी नसेल,'' मुक्ताआजी म्हणाल्या, ''ती कमळीच असणार असली काळी कृत्ये करणारी. तिचे माहेर असलेच आहे.''

''इकडे नवरा घरी जाऊन गोड बोलतोय व ही बया इकडे हे धंदे करीत बसलीय. याला उपाय काय आता?''

''आहे की!''

''काय?''

''शेजारच्या चिंचपुरातील देवीच्या पुजाऱ्याला बोलावून घेतले होते आऊजींनी.'' मुक्ताआजी म्हणाल्या, ''त्याने तिच्या गळ्यात देवीचा दोरा बांधलाय. अंगारा दिलाय व दारात बंधन बांधलेय. आता कसली काळजी नाही!''

"त्याचे नाव मागे एकदा मी ऐकले होते." राधाकाकू काहीसे आठवीत म्हणाल्या, "त्या शंकर परटाच्या सुनेवर असेच कुणीतरी केले होते. त्या वेळी त्याचा गुण आला होता."

"त्या शंकरनेच आऊजीला सांगितले हे."

"चांगलाच म्हणायचा की हा." राधाकाकू म्हणाल्या. "अशा वेळी कोणीतरी भेटतच असते. आता बिचारीला जरा हायसे वाटले असेल. मी आता उद्या जाईन तिच्याकडे."

तेवढ्यात त्यांचे घर आल्याने त्यांनी मुक्ताआजींना घरी नेले.

त्या दोघी बराच वेळ बोलत होत्या.

गुंडोजीची कमळी हाच ज्वलंत विषय होता.

- ० - ० - ० -

"माझ्या बाळावर काही परिणाम तर नाही ना होणार?" काकुळतीला येऊन जानकीबाई म्हणाल्या, "मला अजूनही फार भीती वाटतेय."

"काहीही होणार नाही आता." आऊदेव म्हणाले, "त्या बिब्याच्या फुल्या केव्हाच नाहीशा झाल्यात. देवीचा दोरा व अंगारा यांमुळे आता परिणाम काहीही राहिलेला नाही. शंका येण्याचे कारणही उरलेले नाही."

"तरीपण माझ्याच बाबतीत असे का व्हावे, हा प्रश्न सुटलेला नाही."

"त्याचा आता काहीही संबंध नाही." आऊदेव ठामपणे म्हणाले, "शिवाय ते कुणी केले असेल ही भाकडचर्चाही करण्याचे काम नाही. ज्या गावात असली भयानक कृत्ये करणारे समाजकंटक आहेत, त्याच गावात शंकर परटासारखे लोकोपयोगी कृत्ये करणारेही आहेत. मग आता काळजीचे कारण काय?"

"काहीही नाही." केशवराव आत येत म्हणाले.

"या काका, या." आऊजी म्हणाले.

"अगदी योग्य वेळी येत आहात तुम्ही. यांच्या मनातील हे फुल्याप्रकरण अजूनही जात नाहीये."

"पोरी, त्या फुल्या गेल्या. जुन्या झाल्या नाहीशाही झाल्या. ते सारे आता विसरून जा. तू आता पूर्णपणे मुक्त झाली आहेस. मी आज मुद्दाम आलोय तुझ्याकडे."

"का?"

"बरं का जानकी, मी काल तुझ्या माहेरी गेलो होतो."

"भेटले का आईबाबा?"

"भेटणारच की! एका लग्नाच्या कामासाठी गेलो होतो. तेथे तुझे वडीलही होते.

मग ते मला घरी घेऊन गेल्याशिवाय राहणार आहेत काय? मला जावेच लागले.''

"तब्येती कशा काय आहेत त्यांच्या?"

"उत्तम आहेत. मी त्यांना तुझ्या ह्या फुल्यांसंबंधी सांगितले. दुसरे कुणी सांगण्यापेक्षा आपणच सांगितलेले बरे, म्हणूनच सांगितले.''

"काय म्हणाले ते?"

"काळजी करू नकोस, हाच निरोप रुद्राजीरावांनी दिलाय तुला. शिवाय हा तुळजापूरच्या देवीचा प्रसाद व अंगाराही दिलाय. नुकताच कुणीतरी दिलाय त्यांना. हा घे व प्रसादही घे.'' केशवराव म्हणाले.

"काका,'' आऊदेव म्हणाले. "हे काम तुम्ही एकदम अप्रतिमच केले. त्या दोघांना बोलावून घेण्याचा विचार चालू होता आमचा. पण आता हा तुळजामातेचाच प्रसाद त्यांनी पाठविल्याने तो प्रश्नच मिटला.''

जानकीबाईंची आणखी काही वेळ समजूत काढून केशवराव गेले.

आता आऊजींना धीर आला!

जानकीबाईही सुखावल्या!!

- ० - ० - ० -

मध्यरात्र उलटली होती. जानकीबाई एकदम उठून बसल्या. वात थोडी मोठी केली. प्रकाश वाढताच त्यांनी इकडेतिकडे पाहिले! काहीच दिसत नव्हते वेगळे. कुणीही नव्हते! त्या विलक्षण घाबरलेल्या होत्या.

पलीकडे आऊदेव शांतपणे झोपले होते. त्यांना उठवावे असे त्यांना वाटेना. त्यांनी भेदरून पुन्हा इकडेतिकडे पाहिले. स्वप्नातील तो आवाज अजूनही त्यांना जाणवत होता!

वातावरण कमालीचे शांत होते. दूर कुठेतरी कुत्री भुंकत होती. रातकिड्यांची किरकिर सर्वत्र चालू होती.

त्या तशाच बसून राहिल्या. झोप उडाली होती त्यांची. तेवढ्यात आऊदेव जागे झाले. जानकीबाई उठून बसलेल्या दिसताच तेही उठले.

"का? बसलाय कशासाठी?"

"सहज!''

"मुळीच नाही तसे दिसत. तुम्ही घाबरलेल्या दिसताहात. स्वप्न तर काही नाही ना पडले?"

"त्यामुळेच उठले मी!''

"काय झाले?"

"स्वप्नात एक लहान मुलगी आली.''

"आई ऽ मी ऽ आलेऽ आई, मी आऽऽलेऽऽ असे ओरडत होती. मी उठून इकडेतिकडे पाहिले. कुणीच नव्हते!"

"अहो, स्वप्नच ते! जागे झाल्यावर काय दिसणार इकडेतिकडे पाहून? कोणी नाही आपल्याशिवाय इथे! झोपा पाहू आता."

"मला भीती वाटतीय."

"यात भीती वाटण्यासारखे काय आहे? एका लहान मुलीला पाहण्यात भीती कसली? स्वप्नासारखे स्वप्नच ते. काहीतरी दिसले असेल त्यात, एवढेच." आऊजी म्हणाले.

"परवाही एकदा हेच स्वप्न पडले होते." जानकीबाई म्हणाल्या. "तीच मुलगी तोच आवाज. अजूनही शहारे येताहेत पहा माझ्या अंगावर."

"होते असे काही वेळा." आऊदेव म्हणाले.

"झोपून रहा म्हणजे झोप येईल. शिवाचा जप करा म्हणजे केव्हा झोप लागली, हे कळणारदेखील नाही. रात्र पुष्कळ आहे अजून. सकाळी बोलू आपण."

जानकीबाई पुन्हा पांघरूण घेऊन पडल्या. त्या झोपल्याची खात्री झाल्यावर आऊजी झोपले.

कोण असावी ही मुलगी?

काय अर्थ घ्यावयाचा ह्या स्वप्नाचा?

आऊजींची झोप उडाली...!

- ० - ० - ० -

आऊजींचे सारे आन्हिक आज जरा लवकरच आटोपले. रात्रीच्या त्या स्वप्नानंतर त्यांना झोप अशी लागलीच नव्हती. त्यामुळे नेहमीपेक्षा लवकर उठले ते. जानकीबाईही उठल्या.

ओसरीवर बसल्यावर आऊजींच्या मनात नाना प्रश्न निर्माण झाले होते. मामांनी होणाऱ्या मुलीबद्दल जेवढे सांगायचे तेवढे स्पष्ट सांगितले होते. त्यांचा व्यासंग फार मोठा असल्याने त्यांना तसे सुसंगत सांगता आले होते. सामान्य ज्योतिषाचे हे कार्य नव्हते.

"कसला करीत आहात विचार?" जानकीबाई आतून येत म्हणाल्या, "मी इथे केव्हाची उभी आहे, पण तुमचे लक्ष गेले नाही. रात्री तुमची झोपही नाही लागली. तुम्हाला वाटले की मी झोपले; पण मलाही झोप नव्हती लागली. केवळ तुम्हाला झोप लागावी म्हणून मी पडून राहिले होते."

"मी ते ओळखले होते." आऊजी म्हणाले,"पण बोलत बसलो असतो, तर उगाच काहीतरी विषयांतर झाले असते म्हणून मीही तसाच पडलो होतो."

“त्या स्वप्नाचे तुम्हाला सांगितले नसते तर बरे झाले असते, असे मला नंतर वाटू लागले होते.”

“पण सांगितले हे चांगले झाले.” आऊजी म्हणाले, “नाहीतर उगाच मनात ते घोळत राहिले असते. त्यामुळे अस्वस्थपणा उगाचच आला असता.”

“चला आत आता. तुमच्या आवडीच्या ओल्या नारळाच्या करंज्या केल्यात.”

“माझ्या नावाखाली तुम्हाला आज त्या खाव्याशा वाटल्या वाटतं.” आऊजी हसत म्हणाले, “आता रोज आम्हाला काहीतरी वेगवेगळे खाण्यास मिळणार, हे चांगले झाले.”

जानकीबाई काही न बोलता हसल्या!

काय समजायचे ते आऊजींना समजले!

- ० - ० - ० -

दोन-तीन दिवस मळ्याकडे सातत्याने जावे लागल्याने आऊजींची गडबड उडाली होती. मळ्यातील बरीच कामे उरकायची होती. मोट दुरुस्त करायची होती. खोडकी मोडली होती. पेरण्याची तिफण बिघडली होती. ही सारी अवजारे दुरुस्त केली गेली. त्यामुळे आता अडचण अशी काही राहिली नव्हती. उन्हाळकामे सुरळीत पार पडणार होती.

त्यामुळे आज मळ्याकडे न जाता आऊजी केशवरावांच्या घरी गेले. पूजा आटोपून ते नुकतेच ओसरीवर येऊन जप करीत बसले होते.

“वा! ये ऽ, ये आऊजी... बैस... काय विशेष?”

“सहज इकडून निघालो होतो.” आऊजी म्हणाले, “पूजा बहुतेक आटोपली असणार, असे समजून आलोय.”

“चांगले झाले की! असे अधूनमधून येत राहिल्याने संपर्कात राहता येते आपल्याला.”

“एक विचारायचे होते.”

“विचार की! त्यात काय?”

आऊदेवांनी मग जानकीबाईंना पडलेल्या त्या मुलीच्या स्वप्नाविषयी सांगितले. मल्हार मामांनी या मुलीबाबत काय काय सांगितले, हेही स्पष्ट केले. केशवरावांनीदेखील आजतागायत असे काही ऐकले नव्हते. हे प्रथमच समजत होते त्यांना.

“आश्चर्य आहे.” केशवराव गंभीर होऊन म्हणाले,“ मल्हारशास्त्रीसारखा ज्योतिषीच अधिकारवाणीने ह्याबाबत सांगू शकतो. त्यामागे काहीतरी गूढार्थ निश्चित लपलेला आहे. त्या मुलीच्या जाणिवा होत राहतील, हे सांगताना मामांना हेच सुचवायचे आहे. तेव्हा घाबरण्याचे काहीएक कारण नाही. हे घडणारच आहे.”

"मलाही तसेच वाटतेय. पण त्यांना समजावून सांगितले पाहिजे. भीती मनातून जायला हवी. आपल्या भविष्यात पाहू या का?"

"त्यात काय, अवश्य पाहू या."

उत्तर सापडण्यास केशवरावांना जरा वेळ लागला. या हनुमानभविष्यात त्या मुलीच्या पूर्वजन्मीचे काहीतरी संबंध असल्याचे सूचित केले गेले. त्या होणाऱ्या मुलीला काहीतरी आठवत असावे पूर्वजन्मीचे! तो जीव आता वाढू लागला होता. त्यामुळे कदाचित हे घडत असावे. अजूनही काही दृष्टान्त होण्याची शक्यता त्यांनी सांगितली.

"पण हे असे घडू शकते पूर्वजन्माबाबत?"

"मी ज्या काही जुन्या पोथ्या वाचल्या, त्या अत्यंत दुर्मीळ होत्या. मी पैठणला ज्या गोपाळशास्त्रींकडे शिकलो, त्यांच्याकडे पूर्वजन्माविषयी पुष्कळ वाचण्यासारखे होते. गोपाळशास्त्रींचाच ह्या पूर्वजन्मावर विश्वास होता. त्यांच्याकडे अशी पुष्कळ उदाहरणे होती. हे प्रमाण फार थोडे असते; पण समाजात अशी उदाहरणे घडत असतात. पैठणमधील एक मुलगा काशीमधील एका घराची हकिकत सांगत असे. गोपाळशास्त्री काशीला शिकत असताना त्या भागात एका घरात नारळाचे झाड होते. तो मुलगा त्याच घरातील हकिकत सांगायचा. म्हणजे ह्या मुलीच्या बाबतीत जे घडत आहे, ते अगदीच अशक्य नाही. पण एवढे निश्चित सांगता येईल, की काहीतरी अपूर्व असे ह्या मुलीच्या बाबतीत घडेल! यात वाईट काहीच नाही." केशवराव म्हणाले.

"पण ह्यांना आता मी काय व कसे सांगू?"

"आता तू विचारलेस म्हणून सांगतो," केशवराव म्हणाले. "पूर्वजन्माविषयीच्या ह्या गोष्टी तू जानकीला समजावून सांगत बसू नकोस. उलगडूनही सांगू नकोस. गावातही कुठे कुणाला कल्पना देऊ नकोस. हे फक्त तुझ्या-माझ्यात राहील. मीही कुठे बोलणार नाही."

"का?"

"त्या मुलीच्या आयुष्याचा हा प्रश्न आहे. जे काही घडणार आहे ते घडल्यावरच हे सारे कोडे स्पष्ट होत जाईल. त्याला फार काळ जावा लागेल. पण एक गोष्ट तू पक्की लक्षात ठेव, की ही जन्माला येणारी मुलगी असामान्य असणार आहे. तुझ्या घराण्याचे नाव अजरामर होईल."

"काका," आऊदेव म्हणाले, "मामांनी पंढरीत हे भविष्य जेव्हा मला सांगितले तेव्हाच आश्चर्य वाटले होते. आता तर ते गूढ वाढू लागले आहे. परवापासून ह्यांनी एकादशीव्रताला आरंभ केलाय!"

"का? कशासाठी?"

"त्यांना तसे सारखे वाटू लागले म्हणून त्यांनी मला विचारले.'' आऊदेव म्हणाले. "मी एकादशी करण्यास सांगितले. त्यात गैर तर काहीच नाही.''

"मल्हारमामांच्या सांगण्यात हे आलेलेच आहे.'' काका म्हणाले. "ही मुलगी खरोखरच विठ्ठलाची परमभक्त होणार आहे. तिला आत्तापासूनच एकादशीची ओढ वाटू लागलीय. आत्तापर्यंत जानकीला तसे कधी वाटले नव्हते. यातच सारे लपलेले आहे.''

"काका,'' आऊदेव म्हणाले. "ही कन्या जन्माला येईपर्यंत आणखी काय काय घडत जाणार आहे याचाच विचार माझ्या मनात सारखा येतोय. खरे म्हणजे माझी झोपच उडालीय!''

"काळजी मुळीच करू नकोस. तूच जर चिंताग्रस्त झालास तर जानकीची परिस्थिती काय होईल? तू उलट खंबीर मनाने आनंदाने सामोरा जा. यात विपरीत तर काहीही नाही. तुझ्या आजोळी पंढरीची वारी आहेच. तुझी आईही एकादशी करायची शेवटपर्यंत. तोच वारसा या मुलीकडे आलाय. तूही पंढरीला जाऊन आला आहेस. यातच हे सारे आहे.''

"म्हणूनच मी लगेच एकादशी करण्यास सांगितले.''

तेवढ्यात राधाकाकूंनी गोडाचा सांजा आणला. केशवरावांची सकाळच्या खाण्याची वेळ झाली होती. आऊदेवांना नको म्हणता आले नाही. त्यांचे सकाळचे खाणे घरी झालेच होते. पण तरीही त्यांना खावे लागले.

निघण्यापूर्वी केशवरावांनी मघाशी सांगितलेले पुन्हा पुन्हा बजावले.

आऊजी मळ्याकडे उशिरा निघाले. नाही म्हटले तरी त्यांच्या डोळ्यांसमोर ती होणारी मुलगी येतच होती!

अजून न पाहिलेली!!

- ० - ० - ० -

"कोण आहेस तू? वारंवार का येते आहेस?''

"अगं आई... मी तुझीच मुलगी आहे... हेमवती!''

"कोण?''

"हेमवती''

"कोण हेमवती? मी ओळखत नाही तुला!''

"मग मी 'सौजिन्या' आहे असे समज!''

"कोण सौजिन्या? कुठली तू?''

"मी प्रवरा-संगमची. अगं, सगुणाची मुलगी मी.''

"तिलाही नाही ओळखत मी. ही कुणाची नावे आहेत?''

"अगं! माझीच...मीच येणार आहे ह्या घरी आता. तुझीच मुलगी म्हणून!"

- ०- ०- ०-

जानकीबाई कमालीच्या ओरडत उठल्या. त्यांना दरदरून घाम फुटला होता. आऊदेव जागे होताच त्यांना सारी कल्पना आलीच. पलीकडे पडलेला पंचा त्यांनी जानकीबाईंना घाम पुसण्यासाठी दिला.

त्या इतक्या घाबरल्या होत्या, की त्यांना धड बोलताही येईना. त्या रडू लागल्या. आऊजींनी कशीतरी त्यांची समजूत काढली.

"का ओरडत होता... कसली भीती वाटली? काय पडले स्वप्न?"

अजून त्या सावरल्या नव्हत्या. घाम थांबला नव्हता. त्या इकडेतिकडे पाहतच होत्या.

"अहो, इथे कोणीही नाही. घाबरण्याचे कारणही नाही."

आऊजींनी त्यांना तांब्यातील पाणी पिण्यास दिले.

थोडा वेळ कुणीच बोलले नाही.

"माझ्यासमोर एक लहान मुलगी उभी होती. खणाचा परकर व चोळी घातलेली. ती हसत हसत माझ्याशी बोलत होती."

जानकीबाईंनी मग स्वप्नात झालेला संवाद सांगितला.

अजूनही त्यांना भीती वाटतच होती.

"आता बरे वाटतेय ना?"

"होय."

"स्वप्नात एवढे भिण्यासारखे काहीच नाही."

"ती मुलगी अक्राळ-विक्राळ दिसत होती का?"

"नाही."

"किती वर्षांची असावी?"

"असेल अडीच-तीन वर्षांची."

"भीती वाटण्यासारखे ती काही बोलली का?"

"नाही. तिने फक्त नावे सांगितली."

"मग घाबरून जाण्यासारखे त्यात काय होते?"

"काहीच नाही."

आऊजींनी मग बराच वेळ निरनिराळी उदाहरणे देऊन त्यांची समजूत काढण्याचा प्रयत्न केला. मुलगी असल्याने कोणती काळजी घेणे आवश्यक आहे, हे विस्ताराने सांगितले.

"एक लक्षात ठेवा." आऊदेव म्हणाले, "असले स्वप्न पुन्हा जरी पडले

तरी घाबरू नका. मामांनी या मुलीच्या बाबतीत सारा खुलासा केलाच आहे. जन्माला येणारी कन्या वेगळ्या प्रवृत्तीची असावी. पूर्वजन्मीचे सुकृत हिच्या पाठीशी उभे असावे. त्यामुळे त्या जीव आलेल्या गर्भाला काही भास होत असावेत.''

''पण हे सारे माझ्याच वाट्याला का यावे?''

''अशी जगावेगळी कन्या आहे हे उलट आपले भाग्यच समजावे लागेल.'' आऊदेव म्हणाले

''ती जन्माला आल्यावर आपल्याला अधिक कल्पना येईलच. पण तूर्त एवढे लक्षात ठेवा की ह्या स्वप्नांच्या बाबतीत कुणालाही काहीही सांगायचे नाही. किंवा विचारायचेही नाही. उगाच गावभर चर्चा नकोय. शिवाय तिखटमीठ लावून गुंडोजीसारखे लोक वाट्टेल ते उठवतील. तिच्या लग्नाचा प्रश्न निर्माण व्हायला नको.''

''हे माझ्या लक्षात नाही आले.''

''म्हणूनच विस्ताराने पुन्हा सांगावे लागले मला. ह्या मुलीकडे समाजाने वेगळ्या दृष्टीने पाहू नये एवढी काळजी आई-वडील म्हणून आपणाला घ्यावी लागेल.''

आऊजी बराच वेळ अजून बोलत होते. पहाट होत असावी.

दारी पिंगळा येऊन त्याचे ते विशिष्ट वाद्य वाजवीत गाणे म्हणू लागला होता.

आऊदेव व जानकीबाई बाहेर येताच तो भविष्य सांगू लागला-

''लवकरच घरात बाळाचे आगमन होणार आहे!

बाळ फार भाग्याचे आहे!

आनंदीआनंद होईल!''

जानकीबाईंनी त्याला सुपातून धान्य वाढले.

तो पुन्हा गाणे म्हणत बाहेर गेला!

''उद्याची काळजी करू नका! करू नका!''

- o - o - o -

''पोरी,'' पार्वतीबाई हसत म्हणाल्या ''डोळ्यांचे पारणे फिटले आमच्या. कोण कुणाच्या वारूकाकी, पण त्यांनी तुझे डोहाळजेवण किती प्रेमाने व हौसेने केले.''

''आपल्या घरी हे करण्याची पद्धत नाही. म्हणून त्यांनी कर्तव्यच केले हे'' रुद्राजीराव म्हणाले. ''नाहीतर आपणच हे केले असते.''

''काहीही कमी पडले नाही'' पार्वतीबाई म्हणाल्या. ''झोपाळा पाना-फुलांनी किती छान सजविला होता. बायकांनीही गाणी म्हणून व फेर धरून बहार आणली. सारे घर भरले होते. फराळाचे सर्वच चांगले केले होते. दळ बेसनाचे लाडू तर बायकांनी मागून घेतले पुन्हा.''

"आमच्या आई हे लाडू करण्यात पटाईत." जानकीबाई म्हणाल्या. "वारूकाकींना हे माहीत होते म्हणूनच हे त्यांनी केले. आईंची जागा आता त्यांनीच घेतलीय."

"खराय." आऊदेव म्हणाले,

"हौसेला मोल नाही. आई आज असती तर हा प्रश्न निर्माण झालाच नसता. पण काकींनी काही उणीव भासू दिली नाही. नाहीतर कोण करणार आहे एवढे कौतुक.?"

"साऱ्या देवगावात चर्चा चालू होईल आता." रुद्राजीराव म्हणाले, "पोरीचे नशीबच चांगले आपल्या."

बराच वेळ ही बोलणी चालू होती. सारा दिवस धावपळीतच गेला होता. जरासा निवांतपणा आत्ताच मिळाला होता. जानकीबाई आता बाळंतपणासाठी आईवडिलांबरोबर माहेरी जाणार होत्या. त्यामुळे कालपर्यंत त्यांनी सारी तयारी करून ठेवली होती. आऊदेव आता एकटेच राहणार. त्यांना सारा स्वैपाक त्यांच्या आईने शिकवला होता. त्यामुळे आता अडचण काही नव्हती. रुद्राजीरावांनी शेजाऱ्याची बैलगाडी आज सांगितली होती. त्याच गाडीने ते सकाळी आले होते. गाडी दारातच होती. लवकर निघणे आवश्यक होते.

आता जाताना गाडी सावकाशच जाणार होती. अंधार पडण्यापूर्वी पोचणे भाग होते. रुद्राजीरावांची घाई चालू झाली होती.

मध्यभागी जानकीबाई व पार्वतीबाई गाडीवानामागे बसल्या. रुद्राजीराव मागील बाजूस पाय सोडून आरामात बसले! त्यांची ती जुनी सवय होती. त्यांची काठीही होती शेजारी.

"का हो जावईबुवा, हसला कशासाठी?" रुद्राजीरावांनी विचारले

"बाबा, आता असे मागे बसणे वयाच्या मानाने चांगले नाही." आऊदेव म्हणाले, "पण तुमची ही पद्धती काही बदलली नाही. म्हणून हसू आले मला."

"हे शेवटपर्यंत असंच राहणार!"

रुद्राजीरावही हसून म्हणाले, "मला काय होणार आहे? माझे पाय लगेच टेकतात जमिनीला."

"गाडी सावकाश जाऊ दे, दाजीबा."

गाडी निघाली.

आऊदेव दाराबाहेरच उभे होते.

जानकीबाईंच्या डोळ्यांत आलेले पाणी आऊजींच्या नजरेने ओळखले.

जानकीबाई जरा अस्वस्थ दिसत होत्या.

आऊदेव आता एकटेच राहणार! त्या माहेरी निघाल्या होत्या. पण त्यांचा पाय निघत नव्हता घरातून! त्यांचा जीव इथेच गुंतला होता. वळणावळुनी गाडी वळली तरी आऊदेव तसेच उभे होते! एकाकीपणाला सुरुवात झाली. ते जाणवणारे होते!

- ० - ० - ० -

"तुम्हाला एवढे कसे नाही समजले?" कमलाबाई म्हणाली, "भाऊजींना मुलगी झाली हे साऱ्या गावात झाले. पण तुम्हाला कळण्यास एवढा उशीर का लागावा?"

"लवकर काय किंवा उशिरा काय?" गुंडोजी म्हणाला, "आऊजी त्या मुलीला पाहण्यास केव्हा जाणार, हे मला कसे समजणार? ते गाव जवळच आहे. तो केव्हाही जाईल व लगेचच परतही येईल."

"नेहमीप्रमाणे त्यांच्याकडे जाऊन सहज बोलता बोलता ही वार्ता काढून घेता आली असती तुम्हाला." कमलाबाई म्हणाली. "पण वेळेवर कामे करण्याची सवयच नाही तुम्हाला. अशी संधी पुन्हा येत नसते! आता काय करणार?"

"पुष्कळ गोष्टी व्हायच्या आहेत अजून." गुंडोजी म्हणाला, "आपले काम आज ना उद्या होईलच. मी आता नंतर असे जाळे टाकणार आहे, की त्यात तो बरोबर अडकून बसणार आहे! फक्त त्या वेळेची वाट पहावी लागणार आहे. उगाच घाई करून उपयोग नाही."

"त्या केशवकाकांची गाठ नाही घेतली तुम्ही अलीकडे." कमलाबाई म्हणाली, "प्रत्येक वेळेला तुम्हाला आठवण करावी लागत आहे."

"केशवकाकांकडे जाण्यात आता काही अर्थ राहिलेला नाही." गुंडोजी म्हणाला, "त्यांची काही खात्री नाही राहिली. परवापासून दोन वेळा आऊजी त्यांच्या घरातून बाहेर पडताना पाहिलाय मी."

"तुम्हाला वाटते इतके सोपे काम नाही ते" कमलाबाई म्हणाली, "तेथे पाहिजे जातीचे. तुमच्यासारख्यांचे काम नाही."

"तुला तरी काय जमलंय अजून? साऱ्या गावाने तुझेच नाव घेतले त्या फुल्याबद्दल! केरबादेखील म्हणत होता. याचा परिणाम चांगला होणार नाही. असली कृत्ये तू करतेस, हे साऱ्या गावात झाले आहे. तू कानफाटी होशील."

"तुम्हाला सारे उलटेच दिसते." कमलाबाई चिडून म्हणाली, "तुम्हाला तरी कोणता डाव साधता आलाय? तुमचेही सारे फासे उलटेच पडलेत!"

"माझा हेतू मी आता कसा साध्य करून घेईन हे तू नुसते पाहत राहा." गुंडोजी म्हणाला.

तेवढ्यात कुण्या बाईने हाका मारल्याने कमलाबाई पुढील दाराकडे गेली. गुंडोजी सुपारी कातरीत जरा वेळ ओसरीवर बसला. कमलाबाई अजूनही

त्या बाईशीच बोलत होती.

तो परसदाराने बाहेर पडला.

लगेचच त्याला केरबा भेटला.

तो त्याच्याकडेच निघाला होता.

गावाबाहेरील जुन्या पडक्या मारुती मंदिराकडे ते निघाले.

त्या भागात फारसे कुणी जायचे नाही.

त्यांना एकान्त हवा होता! केरबाशी तो चर्चा करणार होता.

- ० - ० - ० -

आऊजी सकाळी लवकरच मळ्याकडे निघाले. तेथे बरीच कामे आज पार पाडायची होती. मोटेचे पाणी सर्वत्र नेणारे पाण्याचे दंड गवताने भरलेले होते. ते सारे आज स्वच्छ करायचे होते.

ते मळ्यात येण्यापूर्वीच कामाला आरंभ झाला होता. पूर्ण होण्यास बराच वेळ लागला. आंब्याच्या झाडाखाली ते बसले होते. तेवढ्यात दुरून कुणीतरी येत असलेले दिसले.

"ये, शंकर ऽ ये." आऊजी म्हणाले, "बैस."

"लई दिसांनी आलुया मळ्यामंदी." शंकर परीट म्हणाला,

"बरं झालं आलास ते." आऊदेव म्हणाले, "लांब येणे केलेस आज."

"ह्या वेळेस तुमी मळ्यातच असनार ह्ये समजूनच आलुया."

"काही विशेष?"

"इशेष काई नाय." शंकर म्हणाला, "पल्याडच्या नाथा सातपुत्याने तुमास्नी गुराळावर येन्यासाठी मला पाठविलं हाय... चलावं म्हनतो."

"व्वा!" आऊदेव म्हणाले. "फार दिवसांत रस मिळालेला नाही. नाथा मला मागे एकदा म्हणाला होता. पण जमले नव्हते. चल निघू या."

ते लगेचच निघाले. नाथा सातपुतेच्या बायकोला आऊजींनी बरीच औषधे देऊन बरे केले होते. लहानपणापासून तिला दमा होता. त्यांच्या औषधाने तो त्रास बराच कमी झाला होता.

नाथाचा मळा तसा जवळ नव्हता. बराच दूर दुसऱ्या गावाच्या शिवारात होता. पण आता जाणे भाग होते. उसाची मळई त्या भागात तशी कमीच होती. नाथाचा मळा त्याला अपवाद होता. तो कायम ऊसच लावायचा. गुऱ्हाळ चालू असायचे दरवर्षी. गूळ करून मोठमोठ्या गावांतून तो जायचा. गावच्या ओढ्यातच त्याची जुनाट विहीर होती. बारा महिने पाणी असायचे. त्यामुळे ऊस चांगलाच यायचा. वर्षभर पुरेल एवढी काकवी तो दरवर्षी आऊजींच्या घरी पाठवायचा.

"या, आऊदेव या." नाथा म्हणाला. "लई दिसांनी पाय लागले आमच्या जिमिनीला. या, बसा. ह्या शंकरला म्याच पाठविलं व्हतं. गुराळ संपत आलया. तुमचं येनं जानं नाय, म्हनूनशान त्यो आला."

"नाथोबा." आऊदेव म्हणाले, "तुमच्या गुऱ्हाळातील रस व काकवी दरवर्षीच घेत आलोय. मी चार-दोन दिवसांत येणारच होतो. तेवढ्यात शंकर आला. बरं झालं ते."

गड्याने रसाची कासंडी व प्याले आणले. गावकरी मंडळीही बरीच होती. सर्वांना रस वारंवार वाढला जात होता. नाथा फार आग्रह करीत होता.

"सांजच्याला गूळ आन् ही गुडदानी घरला पाठवितो. लई गुळमाट हाय. बगा खावूनशान..." नाथा म्हणाला.

नाथाने दिलेली भाजक्या हरबरा डाळीची गुडदाणी नवीनच होती. प्रथमच नाथाने केली होती. फारच आवडली त्यांना.

"नाथा," आऊजी म्हणाले, "ही गुडदाणी फार आवडली. चवीला चांगलीच आहे."

शंकर परीट तिथेच थांबला. आऊजी निघताच नाथा त्यांच्याबरोबर निघाला.

"आऊजी" नाथा हळूच म्हणाला, "म्या तुमास्नी बलावून घेतलंया, त्येचं कारन येगळं हाय."

"काय झाले विशेष?"

"इशेशच हाये." नाथा म्हणाला,"त्यो केरबा आन गुंडोजी कालच्याला त्या पडक्या मारुती मंदिरात बसलं हुतं लई येळ. ततं कुनी नव्हतं. तुमासंबंधी लई वंगाळ कारस्तान चाललंया. ततं पल्याडला माजा पावना बसला हुता. त्येनं सांजच्याला मला समदं सांगितलं. म्हनूनशान बलावणं केलं तुमास्नी. तवा सावद राहा."

"नाथोबा," आऊदेव म्हणाले, "तुम्ही हे सांगितले ते बरे झाले. मला थोडी कुणकुण लागली होती. पण सगळे समजले नव्हते. मी सावध आहेच. पण आता अधिक काळजी घेईन. तुमच्यासारखी माणसे माझ्याबरोबर असल्याने मी कशालाही घाबरत नाही. आपण कुणाचे वाईट केले नाही; मग काळजी कसली? तुम्ही जा परत आता. मी जातो घराकडे..." नाही म्हटले तरी नाथा वारंवार आऊजींना काळजी घेण्यासंबंधी सांगत होता. बजावीत होता.

अखेर ते परत निघाले.

गुंडोजी हात धुऊन मागे लागलाय,याची कल्पना त्यांना आली होती. आता निश्चित समजले होते. त्या विचारात घर केव्हा आले, हे समजलेच नाही त्यांना!

- ० - ० - ० -

मुक्ताकाकूंच्या सुनेने बाळाचे नाव ठेवले-

'बहिणा.'

आऊजींना बहीण नसल्याने तिला आत्याचा मान मिळाला. त्याअगोदर अजून तीन-चार नावे ठेविली गेली. पण खरे नाव...

'बहिणा.'

रुद्राजीराव व पार्वतीबाई या आजोबा-आजींनी बहिणाच्या बारशाचा थाट उडवून दिला. देवगावच्या खास मंडळींसाठी दोन बैलगाड्या पाठविल्या. त्या भल्या सकाळीच आल्या. शिवाय त्यांच्या गावातील पाहुणेमंडळी होतीच.

जेवणाच्या पंगती संपल्यावर नाव ठेवण्याचा बहारदार कार्यक्रम झाला. पाळणा फारच कलात्मक तऱ्हेने सजविला होता. पानाफुलांची गुंफण साजेशीच होती. नव्या अंगड्या-टोपड्यांनी नटलेली बहिणा उठून दिसत होती!

नाव घेण्यासाठी साऱ्या जमलेल्या स्त्रियांनी जानकीबाईंना आग्रह चालू केला. त्यांना नाही म्हणवेना.

"आईवडील आहेत प्रेमळ, सासरचे सारे हौशी आऊदेवांचे नाव घेते बारशाच्या दिवशी.''

"ऐकू आले नाही'' असा आरडाओरडा करून जानकीबाईंना पुन्हा नाव घेण्यास लावले.

हळदीकुंकवाचा कार्यक्रम झाल्यावर गावातील स्त्रिया गेल्या.

"पार्वतीबाई,'' राधाकाकू म्हणाल्या,''बारशाचा सोहळा अगदी थाटामाटात साजरा केलात. जानकीची चांगली हौस झाली.''

"आपल्याला तरी दुसरे कोण आहे?'' पार्वतीबाई म्हणाल्या, ''आणि विशेष असे वेगळे काय केलंय आम्ही? घरोघर जसे होते तसेच सारे केले.''

"त्यात फरक असतोच, पार्वतीकाकू.'' मुक्ताबाई म्हणाल्या, ''असे बारसे आमच्या देवगावात तरी अलीकडे झाले नाही.''

बराच वेळ झाल्याने निघण्याची तयारी सुरू झाली. जानकीबाई येणार असल्याने तिसरी गाडीही निघाली. निरोपाचा प्रसंग जरा गंभीर झाला. जानकीबाईंच्या डोळ्यांत पाणी तरारले. पार्वतीबाईंनाही हुंदका आवरेना. "पोरीला नीट सांभाळ ग!'' त्या कशातरी म्हणाल्या.

अखेर गाड्या मार्गस्थ झाल्या.

एका गाडीत पुरुषमंडळी होती.

देवगाव जवळ आले, तसे आऊदेव खाली उतरले.

त्यांना चालावेसे वाटले.

रस्त्याच्या कडेला त्यांचे लक्ष गेले.

एका रेशमी वस्त्रांत काहीतरी गुंडाळून ठेवलेले होते!

आऊदेवांनी ते उचलले.

आत सोन्याची मोहोर होती.

शुभशकुन घडला.

लेक भाग्याची ठरली.

देवगाव येईपर्यंत बहिणाचे कौतुक चालू होते.

- ० - ० - ० -

गुंडोजी व केरबाचे कारस्थान धुळीला मिळाले!

आऊजी जेव्हा बारशाला जातील तो दिवस हेरून त्यांच्या घरावर धाडसी दरोडा टाकण्याचा डाव आखला गेला होता. भावड्या दरोडेखोराला सुपारी दिली होती. त्या दोघांना निम्मी वाटणी मिळणार होती!

आऊजींना परत येण्यास अंधार होणारच असे गृहीत धरून योजना आखलेली होती. त्या दृष्टीने एकदा भावड्याकडून सावधगिरीने टेहळणी झाली होती.

परंतु नाथा सातपुतेमुळे आऊदेव सावध झाले. बारशाच्या दिवशी सकाळी निघण्यापूर्वीच त्यांनी त्यांच्या घरात जे काही सोने-नाणे व चांदीची भांडी होती, ती नाथाच्या घरी नेऊन ठेवली!

ते बारशाला गेल्यावर त्यांच्या घरात नाथाचे तीन-चार करवेल गडी काठ्या-कुऱ्हाडी घेऊन बसले.

बारशाहून परत येताना गाड्यांबरोबर रुद्राजीरावांच्या मळ्यातील व शेजारचे तीन-चार गडी तयारीने गाड्यांबरोबर चालत होते. अंधार पडण्यापूर्वीच गाड्या देवगावात पोचल्या!

गुंडोजीचा हा मोठा प्रयत्न ऐनवेळी फसला!

साऱ्या देवगावात पुन्हा एकदा गुंडोजीची बदनामी सुरू झाली! गावात तोंड दाखविणे त्याला अशक्य झाले!

सज्जनतेचा प्रचंड आव आणून गुंडोजी काही दिवसांनी आऊजींकडे आला.

"आऊदेव" गुंडोजी म्हणाला, "कुणीतरी माझ्याविरुद्ध हे कुभांड रचून तुझे कान फुंकले! तुझ्या घरावर दरोडा टाकण्याचा प्रयत्न मी करीन तरी कसा? तो दरोडेखोर काळा आहे की गोरा, हेदेखील मला माहीत नाही. शिवाय मला काही लाज-अब्रू आहे की नाही? तू हे प्रकरण सारे विसरून जा. मी हा असला प्रकार केलाच नव्हता व पुढेही होणार नाही!"

"गुंडोजी," आऊदेव सावधपणे म्हणाले, "तू हे जे सांगितलेस, त्याबद्दल

मी कुणालाही काही सांगितलेले नाही किंवा तुलाही त्याचा जाब विचारलेला नाही. तुला ही शंका आली तरी कशी? शिवाय गावात ही चर्चा चालूच झाली कशी?

"हे कोडे मलाही उलगडलेले नाही अजून."

गुंडोजी म्हणाला, "एकदा कानफाट्या हे नाव पडले, की हे असेच होत राहणार. तू विश्वास अजिबात ठेवू नकोस. सरळ मला विचार."

"मला तुझी खात्री आहे." आऊदेव म्हणाले.

"शेवटी काहीही झाले तरी तू माझा चुलतभाऊ! रक्ताचे नाते आपुले. तू वावगे काही करशील, असे मला तरी वाटत नाही."

गुंडोजी समाधानाने गेला. आऊजींनी त्याच्यावर मात केली! आऊजी आपल्या भाषेला फसला असे गुंडोजीला वाटले!

आता यापुढे तो केरबालादेखील काही सांगणार नव्हता किंवा विचारणार नव्हता! त्याला त्याचीच शंका आली होती. पडक्या देवळाजवळ कुणीही नसताना हे बोलणे बाहेर कसे फुटले?

हे कोडे गुंडोजीला कधीच सुटणार नव्हते!

आऊदेवांचे सोनेनाणे तर गेलेच नाही!

उलट, एक मोहोर त्यांना मिळाली!

- ० - ० - ० -

मुक्ताकाकूंना तीन सुना होत्या. त्या तिघीजणी आळीपाळीने रोज जानकीबाईंच्या मदतीला सकाळपासून येऊ लागल्या!

बहिणाचे सारे बालपण त्यांनीच सांभाळले. वारूआजी स्वैपाकात मदत करायच्या.

त्यामुळे जानकीबाईंना एकाकीपण असे जाणवलेच नाही. बहिणा अशीच मोठी होत चालली. तिचे खेळही वेगळे!

चिखल-पाण्यातच ती खेळायची! पांडुरंगाची चिखलाची मूर्ती करून त्याची ती पूजा करायची. विहिरीच्या कडेला देऊळ तयार व्हायचे.

तिच्याकडे खेळण्यास येणाऱ्या मुलींनाही ती हेच करण्यास सांगायची.

तिच्या पाठीवर बहिणाला भाऊ झाला!

त्यालादेखील ती सांभाळायची.

तिच्या वयाच्या मानाने तिला समज जरा जादाच होती!

तिच्या वेगळ्या बाळलीलांनी जानकीबाईंची धावपळ व्हायची. तिला दुसरा भाऊ झाला! घरातील बरीच किरकोळ कामे बहिणा पार पाडू लागली!

- ० - ० - ० -

"एऽ हेमवती ऽऽ, एऽ सौजन्या!"

"बाबा, तुम्ही कुणाला हाका मारीत आहात?" बहिणा म्हणाली, "या नावाचे इथे कोणीही नाही."

"मला माहीत आहे."

"मग ही नावे कुणाची?"

"अग, मी तुलाच या नावांनी सहज हाका मारीत होतो ही नावे मला आवडतात."

"मला नाही आवडत असलीतसली नावे. माझे नाव बहिणा आहे."

"पुन्हा नाही असे म्हणणार."

आऊजींनी मुद्दामच बहिणाला या नावांनी हाका मारल्या! फार दिवसांपासून संधीची वाट पाहत होते. आज ओसरीवर ती एकटीच खेळत होती. म्हणून त्यांनी ही चाचपणी केली.

आता त्यांची पक्की खात्री झाली.

बहिणाला मागील काहीही आता आठवत नाही.

जानकीबाईंशी स्वप्नात बोललेले फक्त त्या वेळेपुरते असावे!

"बरं का," आऊदेव पोरे झोपल्यावर रात्री म्हणाले, "मी आज बहिणाला तुमच्या स्वप्नातील मुलीने सांगितलेल्या नावांनी हाका मारल्या. पण तिला ही नावे परिचित नव्हती. अनोळखी होती. तिच्या चेहऱ्यावरही काही वेगळे भाव मला दिसले नाहीत. तेव्हा ते सारे आता विसरून जावे."

"मलाही तसेच वाटू लागले होते." जानकीबाई म्हणाल्या, "तुम्ही ही चाचपणी तिची घेतली, हे फार चांगले झाले. मनातली मळमळ गेली एक. मला सारखी अजूनही भीती वाटत होती त्या नावाची! या मुलीचे कसे होणार, हीच एक चिंता होती."

"आता ते सारे संपलेले आहे."

"पण तरीही मला एकसारखे वाटते की बहिणाचे लग्न लवकर जमवावे. पुन्हा काही तसला प्रकार व्हायला नको."

"ते आता पुन्हा घडेल, असे मला तरी वाटत नाही. मला जर शक्य झाले तर मी पैठणला मामांच्याकडे जाऊन तिची पत्रिका त्यांना दाखवीन. म्हणजे उगाच हुरहुर नको."

"ही कल्पना चांगली आहे." जानकीबाई म्हणाल्या, "तुम्ही एकदा जाऊन याच. इथली काळजी नका करू. माझे म्हणणे एवढेच आहे, की एखादे स्थळ आले चांगले तर विचार करावा."

"तुम्ही सांगितलेल्या दोन्हीही गोष्टी विचार करण्यासारख्या निश्चित आहेत."

आऊदेव म्हणाले.

"मी आता सवड काढतोच. पैठणला लवकर जाणे आवश्यक आहे."

तान्हा मुलगा उठल्यामुळे जानकीबाई त्याच्याकडे सरकल्या.

आऊदेवांना झोप लवकर लागेना... एकच विचार...

बहिणाची पत्रिका!

- o - o - o -

"आऊजी," मामा म्हणाले, "बहिणाच्या जन्मापूर्वी जे मी तुला सांगितले होते त्यात आणि या पत्रिकेत तसा फारसा फरक नाही. फक्त विशिष्ट ग्रहयोजनेमुळे हिची पत्रिका सर्वसामान्य मुलींसारखी मुळीच नाही."

"मी काय समजावे?" आऊजी म्हणाले,"मला काही स्पष्ट झाले नाही."

"हिची जी पत्रिका आहे," मामा जरा गंभीर होऊन म्हणाले, "तशी माझ्या तरी पाहण्यात आलेली नाही. जी ग्रहरचना पत्रिकेत आहे, तीच विचार करण्यासारखी आहे. त्याचा निर्णय घेण्यासाठी मी कालपासून अनेक ग्रंथ चाळीत आहे. तेव्हा आत्ता या ग्रंथाने जरा मला आधार दिला आहे."

"हे चांगले झाले."

"बहिणाबद्दल प्रामुख्याने एवढेच सांगता येईल, की तिचा उल्लेख इतिहासाला करावा लागेल. तिला एका महान गुरूकडून गुरुपदेश मिळण्याची शक्यता आहे. तो गुरू म्हणजे तिचे परब्रह्म ठरेल. तिच्या हातून लेखन होण्याची चिन्हे आहेत. ती जे काही लिहील, ते चिरकाल टिकणार आहे." मामा म्हणाले, "लोक तिला विसरणार नाहीत."

"ही गोष्ट खरोखरच भाग्याची आहे." आऊजी समाधानाने म्हणाले, "परंतु तिच्या आयुष्याबद्दल काय सांगता येईल?"

"ते मात्र जरा विचित्र आहे." बहिणाची पत्रिका पाहत मामा म्हणाले, "तिच्या लग्नाचा योग तसा लवकरच आहे. त्याबद्दल तुम्हाला बराच विचार करावा लागेल. तिच्या नवऱ्याच्या वयात बरेच अंतर असणार आहे. हाही मुद्दा महत्त्वाचा ठरेल. आयुष्यात तिला बरेच खडतर प्रसंग सहन करावे लागणार आहेत. निरनिराळ्या ग्रहांच्या पीडा वारंवार त्रास देत राहतील. त्यातून ही बाहेर पडेल. पण तिला व शरीराला क्लेष संभवतात."

"त्यासाठी काय करावे लागेल?"

"ते त्या काळातील ग्रहदशांवर अवलंबून असणार आहे. जन्मवेळच्या चंद्रराशीवरून कोणत्या ग्रहाची दशा केव्हा सुरू होते व त्याचे फळ कोणते, हे पहावे लागते." मामा म्हणाले,

"गुरूपालट व शनिपालट नेहमी पहावे लागतील. त्यांच्या पीडापरिहारार्थ जप, दान, पूजा वगैरे करावी. म्हणजे उपद्रव कमी होतो. पीडापरिहारक दानधर्म करावा. विविध स्तोत्रे म्हणावीत."

"आणखी कोणती काळजी घ्यावी?"

"तेच मी आता सांगणार होतो." मामा म्हणाले,

"तिच्या लग्नाचा विचार करताना वराची पत्रिका काळजीपूर्वक पहावी लागेल. त्यातील बारकावे समजून घ्यावे लागतील. एवढे करूनही सारे काही व्यवस्थित होईल, असेही नाही. तिचे आयुष्य सुखाचे नाही, एवढेच सांगता येईल."

"आता एकच गोष्ट राहिली."

"कोणती?"

"पूर्वजन्मीची आठवण तिला पुन्हा होण्याची शक्यता आहे काय?"

"तोही विचार मी केलाय." मामा म्हणाले,

"आयुष्यात पुन्हा केव्हातरी हा घटक उचल खाणार आहे. तशी शक्यता नाकारता येणार नाही. पण त्यामुळे तिचे फारसे नुकसान होणार नाही असे वाटत आहे. तेव्हा मला असे वाटते, की हा विचार तुम्ही आत्ताच करू नका. तिच्या पूर्वजन्मीच्या नावानी तिला हाक मारल्यावर तिने काही प्रतिसाद दिला नाही, त्यावरून तो प्रश्न तूर्ततरी विचार करण्यासारखा नाही."

मामा व आऊजी या विषयावर बराच वेळ बोलत राहिले. आऊजींचे संपूर्ण समाधान झाले. त्यांनी आणखीही काही प्रश्न विचारून मामांचे मत काढून घेतले.

त्यांच्या आईचे बालपण ज्या घरात गेले, तो जुना प्रचंड वाडा त्यांनी लहानपणी एकदा आईबरोबर आले असताना पाहिला होता. त्यानंतर ते आत्ताच येत होते.

मामा-मामींनी आग्रह करून त्यांना चार दिवस ठेवून घेतले. सुंदराबाईंचा विषय सारखा निघतच होता. मामांनी त्यांच्या अनेक आठवणी सांगितल्या. त्या आऊजींना नवीन होत्या. त्या पराकोटीच्या विठ्ठलभक्त होत्या.

मुक्काम बराच लांबल्याने आऊजी अखेर निघाले. बहिणाच्या लग्नाबद्दल मामांनी त्यांना पुन्हा काही सूचना दिल्या. त्या महत्त्वाच्या होत्या.

त्या विचारातच आऊजी परत आले!

- ० - ० - ० -

"ओळखलं का मला, आऊजी?"

आऊजी पूजा आटोपून ओसरीवर नुकतेच येऊन बसले होते. तोच एक पाहुणा समोर उभा राहिला. आऊजींनी पुष्कळ आठवण्याचा प्रयत्न केला, पण त्यांना ओळख पटेना.

"विसरला का?" तो म्हणाला, "अरे, शिवपूरचा मी अंता अदवंत."

"फार फरक पडलाय तुझ्यात." आऊजी नरमाईने म्हणाले, "नाही ओळखले त्यामुळे मी. बस की खाली."

"तुझा दोष नाही काही." अंता म्हणाला, "फार वर्षांनी आलोय मी."

"आणि तेव्हा तू अगदी हडकुळा होतास."

"आता बाळसे आलेय." अंता हसून म्हणाला.

"इकडे आलो होतो दूधगावला म्हणून मुद्दाम वाट वाकडी करून आलोय. म्हटलं तुझं दर्शन घेऊनच मग जावे."

"चांगले झाले." आऊजी म्हणाले, "बरे झाले आलास ते. गाठ तरी पडली!"

मध्यंतरीच्या काळातील पुष्कळ गप्पागोष्टी झाल्या. जेवण झाल्यावर पुन्हा गप्पा सुरू झाल्या. जानकीबाईही होत्या. अंता अगदी मनमोकळेपणाने बोलत होता.

"भाऊजी," जानकीबाई म्हणाल्या, "एक विचारू का?"

"विचारा की, वहिनी!" अंता म्हणाला, "त्यात परवानगी कशाला हवी?"

"बहिणाच्या विवाहाचा विचार करू लागलोय आम्ही." जानकीबाई म्हणाल्या, "तिच्यासाठी एखादे चांगले स्थळ आहे का?"

"स्थळं पुष्कळ आहेत." अंता म्हणाला. "पण खात्रीचे हवे. माणसे चांगली असली पाहिजेत."

"तेच महत्त्वाचे आहे." आऊजी म्हणाले.

"आत्तापासून पाहण्यास आरंभ केला म्हणजे सोपे जाईल. पुढील वर्षी गुरूचा अस्त असल्याने मुहूर्त अगदी कमी आहेत. म्हणून जमले तर उरकून टाकण्याचा विचार आहे."

"पण बहिणा मला लहान वाटतेय."

"तिला पाचवे चालू आहे." जानकीबाई म्हणाल्या.

"पण तिला समज चांगली आहे. साऱ्या गोष्टी मी तिला शिकवल्यात. ह्यांनी तिला आता लिहिण्या-वाचण्यासही शिकविण्यास सुरुवात केली आहे. ती एकपाठी आहे. लवकर शिकते."

"हे चांगले केलेत तुम्ही." अंता समाधानाने म्हणाला, "इतके कोणी विचार करीत नाही. आमच्याजवळच एक स्थळ आहे; पण..."

"पण काय?" जानकीबाईंनी विचारले.

"थोडा विचार करावा लागेल तुम्हाला."

"सांगा तरी."

"नवरा मुलगा बिजवर आहे." अंता म्हणाला,

“वय तीस आहे. रत्नाकर पाठक असे नाव आहे त्याचे. तो उत्तम ज्योतिषी आहे. त्याच्या घराण्यातच ही विद्या आहे. त्यामुळे चार पैसे चांगले मिळतात. शिवाय भिक्षुकीही करतो तो. त्याला वडील नाहीत. आई आहे. माणसे चांगली आहेत.”

“पत्रिका मिळेल का?” आऊजींनी विचारले.

“इकडे येणाऱ्या कुणाबरोबर तरी मी नक्की पाठवीन.” अंता म्हणाला.

“कुणीतरी जात-येत असतेच.”

“शेती आहे का?” जानकीबाईंनी विचारले.

“नाही.” अंता म्हणाला. “पण घरी काही कमी नाही. सारे व्यवस्थित असते.”

आणखी बऱ्याच गोष्टी विचारून झाल्यावर अंता जाण्यास निघाला. त्याला लवकर जाणे भाग होते.

आऊजी त्याला निरोप देण्यासाठी जरा दूरवर गेले!

जाता जाता सारी चर्चा त्या स्थळाचीच होती.

अंताने जे सांगितले, ते मामांनी अगोदर सांगितलेच होते!

नवऱ्या मुलाच्या वयाचा प्रश्न गंभीर होता!

जानकीबाई व आऊजींची झोप उडाली. काय निर्णय घ्यावयाचा?

- o - o - o -

“प्रश्न फार अवघड आहे.” आऊजी एका रात्री म्हणाले.

“अंता गेल्यापासून आपण रोज एकाच विषयावर चर्चा करीत आहोत. अखेर काहीतरी ठरविणे आपल्याला भाग आहे.”

“ते तर झालेच.” जानकीबाई म्हणाल्या.

“पण पोरीच्या जीवनाचा प्रश्न आहे. वयात अंतर फार आहे हे कुणीही कबूल करील. शिवाय चार लोक काय म्हणतील, याचाही विचार करावाच लागेल. एवढी कसली घाई झाली, असा लोकापवाद होईल.”

“हेही खरे आहे.” आऊजी म्हणाले, “एवढे एकच स्थळ आहे काय? हे नाही दुसरे, असे कुणीही म्हणेल. सर्व बाजूंनी विचार करावाच लागेल आपल्याला.”

“तेच चालू आहे.” जानकीबाई म्हणाल्या.

“आत्ता आपण एक करू या.”

“काय?”

“आणखी कोणाचा तरी सल्ला घ्यावयाचा का?”

“कोण आहे विश्वासार्ह!”

“केशवरावकाका.”

“पण ते पत्रिकेचे विचारतील,” आऊजी म्हणाले.

"त्याशिवाय काय सांगणार ते?"

"म्हणजे आपणच अगोदर निर्णय घ्यावा."

जानकीबाई म्हणाल्या, "ती पोरदेखील थोडी कावरीबावरी झालीय."

"कशावरून?"

"तिने काल मला विचारले."

"काय?"

"माझ्या लग्नाचे तुम्ही ठरवीत आहात काय? आई, माझ्याकडे येणाऱ्या एकाही मुलीचे लग्न अजून झालेले नाही," जानकीबाई म्हणाल्या, "आहे की नाही बहिणाची चपळाई!"

"मग तुम्ही काय म्हणालात?"

"मी काय सांगणार?" जानकीबाई म्हणाल्या,

"काहीतरी सांगून तिला गप्प केलंय मी. पण तिचाही विचार आपणाला निश्चित करावा लागेल. तिला जास्ती समजू लागले आहे!"

"म्हणजे ही समस्या आणखी बिकट बनू लागलीय." आऊजी गंभीर होऊन म्हणाले, "आपण मघाशी जे म्हणालात तेच खरे आहे."

"कोणते?"

"आपण दोघांनीच अगोदर आपला विचार पक्का करायला हवा." आऊजी म्हणाले.

"मग तुमचे स्पष्ट मत मला अगोदर सांगा. तुम्ही तिच्या आई आहात."

"मी एकटी कोण सांगणार?" जानकीबाई म्हणाल्या, "तुमचे जे मत तेच माझेही. मी त्याबाहेर नाही."

"मला असे वाटते, की" आऊजी म्हणाले, "तिचा पूर्वजन्मीचा प्रकार पाहता तिचे लग्न लवकर केलेलेच बरे. गुंडोजीसारख्या लोकांना हे कळले तर तिचे लग्नच होणार नाही."

"पण त्यांना कळणार कसे?"

"कळणार नाही हे जरी खरे असले, तरी काही गोष्टी गृहीत धराव्या लागतात."

आऊजी म्हणाले. "वाईटात वाईट विचार करावाच लागतो. या नाही त्या कारणावरून तो आडवा येऊ शकतो."

"हे मात्र खराय." जानकीबाई म्हणाल्या, "हा विचार करावाच लागेल."

"तेव्हा पत्रिका येईपर्यंत तरी आपला विचार आता निश्चित धरावा!" आऊजी म्हणाले, "मामांनी जरी सांगितले असले तरी आपण सारे गृहीत धरून तिच्या लग्नाचे लवकर पहावे यात तिचे व आपले हित आहे."

“वयाच्या अंतराचे काय?”

“अंतर जास्ती आहे हे मान्य करूनही विवाह ठरवावा, असे मला वाटू लागले आहे.” आऊजी म्हणाले, “म्हातारपणीदेखील माणसे लग्ने करतात लहान मुलींशी! मग हा निदान म्हातारा तरी नाही, एवढीच गोष्ट विचार करण्यासारखी आहे. दुसरेतिसरे स्थळ शोधीत बसण्यापेक्षा घर चालून आलेल्या या स्थळाचा विचार करावा, असे मला वाटते.”

“मग माझाही विरोध नाही.” जानकीबाई म्हणाल्या. “कसेही वागले तरी लोक नावे ठेवतातच. मग लोकांचा विचार कशाला करीत बसायचे? आपला निर्णय ठरला!”

“ठरला.” आऊजी म्हणाले, “यात आता दुसरा बदल नाही व चर्चाही नाही!”

आऊजींनी सुटकेचा निःश्वास टाकला. एक मोठा प्रश्न मिटला होता.

बहिणाचे भवितव्य निश्चित झाले!

- ० - ० - ० -

पण तरीही दुसऱ्या दिवशी आऊजींच्या मनात एक कल्पना आली. त्यांनी ती जानकीबाईंना बोलूनही दाखविली.

रुद्राजीरावांचे मत घेतले तर?

जानकीबाईंची हरकत नव्हती.

आऊजींनी दुसऱ्या दिवशी त्यांच्या गावी जाण्याचे ठरविले.

अखेरचा निर्णय आता रुद्राजीराव घेणार होते.

पण नियतीला हे मान्य नव्हते!

दुपारीच निरोप आला!

रुद्राजीराव आता जगात नव्हते!

शेतातच ठसका लागून त्यांचा अंत झाला!

त्यांच्या आवडत्या मळ्यातच ते गेले. आऊजी व जानकीबाईंना जावे लागले. दुःख अपार होते.

पार्वतीबाईंचे रडणे थांबत नव्हते. त्याला इलाज नव्हता.

बहिणाच्या लग्नाचा विचारच काय, पण तिच्या लग्नालाही ते उपस्थित राहू शकत नव्हते! जानकीबाईंना त्यांच्याशी अखेरचे बोलता आले नव्हते!

हे शल्य त्यांच्या उरी राहिले!!

त्यांचे अश्रू थांबत नव्हते!!!

- ० - ० - ० -

हेतवे जगतामेव

संसारार्णव सेतवे
प्रभवे सर्व विद्यानां
शंभवे गुरुवे नम:!
हर हर महादेव! हर हर महादेव!
ॐ नम: शिवाय! नम: शिवाय! नम: शिवाय!

खड्या आवाजातील ते स्तोत्र भल्या पहाटेनंतर कानावर येताच आऊजी पटकन बाहेर आले. त्यांच्यामागे बहिणाही आली.

दारात एक अत्यंत तेजस्वी असा गोसावी उभा होता. काखेत झोळी, कमंडलू हाती.

''याऽवे महाराजऽ, आत याऽ.'' आऊजी म्हणाले.

''नाही बाळा. आम्ही बाहेरच शोभतो. तांदूळ वाढा. आम्ही संतुष्ट होऊ.''

''महाराज, दूध घेणार का?''

''नाही बाळा, ही कन्या कोण आहे?''

''ही माझीच थोरली कन्या आहे, बहिणा.''

''वा! बहिणा! नाव तर फार लोभसवाणे आहे. फार भाग्याची गोष्ट आहे ही, बाळा. केवळ योगायोगाने ह्या घरात जन्माला आलीय. हे तुझे भाग्य ठरावे. तुझ्या घराण्याची कीर्ती वर्षानुवर्षे गाजत राहील.''

''महाराज,'' आऊजी म्हणाले, ''हिचे आयुष्य कसे आहे?''

''बाळा, कसल्यातरी चिंतेत तू आहेस. तू विनाकारण काळजी नकोस करू. जे काही मनी ठरविले असेल ते खुशाल करून टाक, यात तुझे व या पोरीचेही कल्याण आहे. तांदूळ आण, बाळा.''

जानकीबाई तांदूळ घेऊन येतात. पण ते बहिणा मागून घेते व घालते झोळीत. महाराजांच्या पाया पडते.

''पोरी, कल्याण होईल तुझे, कल्याण असो... तुझी देवभक्ती वाढत जाईल. त्यामुळे तू दीर्घायुषी होशील बाळे... पंढरीनाथांची कृपा राहील.''

खाडखाड खडावा वाजत वाजत स्वामी बाहेर पडतात.

आऊजी व जानकीबाई पाहत राहतात.

''आपला प्रश्न आता मात्र सुटला.'' आऊजी म्हणाले, ''आज सोमवार. साक्षात शंकरांनीच या स्वामींच्या तोंडून आपले कोडे सोडविले आहे!''

''हा योगायोगच म्हणायचा.'' जानकीबाई म्हणाल्या.

''यात आता शंका घेण्यासारखे काहीच राहिलेले नाही.'' आऊदेव म्हणाले.

''आपण काहीही न विचारता स्वामींनी आपल्याला हवे असलेले उत्तर दिले

आहे.''

"अंताकडून पत्रिका आली, की मगच केशवराव काकांकडे जावे.'' आऊजी म्हणाले, "म्हणजे उगाच अगोदर नको.''

"तसेच करावे लागेल.'' जानकीबाई म्हणाल्या.

"तेही सावधपणे. कुणाला कळता कामा नये. स्थळ कुठले आहे हे गुप्तच रहावे.''

ते अजून काही बोलणार. तोच दारी पिंगळा आला. तो विशिष्ट आवाज काढून नाचत नाचत त्याने पुन्हा बहिणाच्या लग्नाचा प्रश्न सोडविला.

आऊजी व जानकीबाई एकमेकांकडे पाहतच राहिले!!!

- ० - ० - ० -

अखेर बहिणाचे लग्न थाटात पार पडले.

सारे विधी व संस्कार पारंपरिक तऱ्हेने केले गेले.

नवरा-बायकोची विपरीत जोडी उठून दिसत होती.

जमलेले वऱ्हाडी व ग्रामस्थ बोलून दाखवीत नव्हते.

पण प्रत्येकाला ते जाणवत होते. कुजबुज चालू होती.

आऊदेवांनी व जानकीबाईंनी विवाहसमारंभात काहीही कमी केले नाही. 'आंदण' म्हणून रत्नाकर पाठकला त्या काळानुसार भरपूर दिले गेले. रुखवत तेथे मांडलेले होते. ते पाहण्यास ग्रामस्थांची व विशेषत: स्त्रियांची गर्दी होत होती.

जेवणावळी एका पाठोपाठ चालू होत्या. अनेक पदार्थांची लयलूट होती. दुपारनंतर नवरदेवाचे वऱ्हाड शिवपूरला रवाना झाले.

थोडावेळ तेथील वातावरण गंभीर बनले. लहानगी बहिणा सासरी निघाली होती. ती विलक्षण कावरीबावरी झाली होती. कशाचाच अर्थ तिला कळत नव्हता. तिच्या मनाचा विचार कुणीच नव्हता केला. माहेर आणि सासर यातील फरक तिला कळणार नव्हता.

आई आणि सासू ह्या जाणिवा नव्हत्या. वडील आणि नवरा यातील फरक तिला समजणार नव्हता.

मुलगी आणि सून यांतील अंतर तिला जाणवणारे नव्हते.

सर्वांच्या डोळियांतील अश्रू पाहून तिचेही डोळे अश्रूंनी भरले. त्या अश्रूतून तिचे बालपण आता वाहून जाणार होते.

त्या अश्रूंतून उभे राहत होते एक कारुण्य. त्या अश्रूंत लपली होती तिची असहायता. तिचे ते पाणावलेले डोळे सांगत होते तिची कथा.

तिच्या अंतरीची व्यथा.

एका अबोलीचे बोल.
शैशव जपते घरी पित्याच्या
यौवन फुलते पतीगृही ग
पुत्रासंगे सरते जीवन
स्त्रीजन्मा ही तुझी व्यथा गं!
लिहिली जाते तुझ्या कपाळी
जगावेगळी व्यथा सदा गं!
स्त्रीजन्मा ही तुझी व्यथा गं!!!

- o - o - o -

बहिणाच्या लग्नाचा सारा खर्च कर्जरूपाने आऊजींना गुंडोजीने दिला होता. आऊदेवाजवळ तसा रोख पैसा नव्हता. त्याचा फायदा त्याने घेतला.

बहिणाचे लग्न जमल्याचे कळताच तो आपणहून आऊदेवाकडे आला व हा कर्जाचा व्यवहार त्याने पार पाडला.

त्याचे व त्याच्या पत्नीचे स्वप्न आता व्यवस्थित पूर्ण झाले. त्यामुळे ती जोडी अत्यंत आनंदात होती. त्यांना आभाळ ठेंगणे वाटत होते. ते ज्या वेळेची वाट पाहत होते, ती अचूकपणे आली होती.

आऊदेवांनीही खर्चाची फार मोठी झेप घेतली, ती केवळ गुंडोजीच्या पैशावर. त्यांनी मागचापुढचा विचारच केला नाही. अंथरूण पाहून हातपाय पसरायचे हे ते विसरले. या वेळी जर रुद्राजीराव असते, तर त्यांनी ही वेळ येऊ दिली नसती. त्यामुळे समारंभात पोकळी निर्माण झाली.

या साऱ्या गोष्टींचा फायदा गुंडोजीने घेतला.

अखेर त्याने ही लढाई जिंकली.

मासा गळाला लागला!

- o - o - o -

''हे पंचपक्क्वानांचे ताट माझ्यासमोर माझ्या घरातच ठेवलेले आहे काय?'' गुंडोजी एकदम आश्चर्याने म्हणाला.

''होय नाथा, तुम्ही स्वतःच्या घरातच जेवणार आहात!''

''ही भाषा मी स्वतःच्या घरात आजच ऐकतोय! स्वप्नात तर नाही ना मी?''

''मुळीच नाही, चक्क जागे आहात.'' कमलाबाई म्हणाली ''तुम्ही जे कार्य केले आहे, त्यासाठी आज स्वागत आहे हे माझ्यातर्फे!''

''असे कोणते माझे कार्य आवडले?''

''त्या पोरटीच्या लग्नात तुम्ही तुमचे कार्य अगदी व्यवस्थितपणे पार पाडले.

आता पुढील साऱ्या योजना सोप्या आहेत. त्या नंतर ठरवा. मी आता काही सांगणार नाही. सारे तुम्हीच पार पाडणार आहात. जेवा आता अगदी शांतपणे.''

गुंडोजीने पैसे देताना आऊजीला लेखी गुंतवून ठेवले होते. त्यामुळे त्याचे पैसे त्याला परत मिळणार होतेच. शिवाय आऊजी सारे पैसे रोख परत देऊ शकेल याची काही खात्री नव्हती. त्या बदल्यात त्याला त्याची शेती गुंडोजीला द्यावी लागणार होती. आता प्रश्न उरला होता कुलकर्णीपणाचा. त्यासाठी मात्र काय करायचे, हे निश्चित ठरवावे लागणार होते.

- ० - ० - ० -

त्याच विचारात त्याने जेवण केले!
तो आनंद वेगळाचि होता
नवे जाळे आता गुंफावे लागणार होते.
हा नवा प्रश्न होता.
तो व्यवस्थित सुटावा लागणार होता.
केरबाला तो काहीच विचारणार नव्हता.
सारे स्वत:च पार पाडणार होता
ही लढाई एकट्याचीच होती!!

- ० - ० - ० -

''साळूकाकी नव्या सुनेला फार प्रेमाने वागवीत आहेत.'' देशपांड्यांच्या मालतीकाकू म्हणाल्या, ''पोरगीही सारी कामे व्यवस्थित करीत आहे म्हणे!''

''मलाही आश्चर्य वाटतंय त्या पोरीचे.'' अदवंतांच्या आनंदीकाकू म्हणाल्या, ''अगदी लहान असूनही ही समज चांगली आहे तिला. तिच्या वयाच्या पोरी अजून भातुकली खेळत आहेत. तिचं नावही वेगळंच काहीतरी आहे.''

''अहो, बहिणा नाव आहे तिचं. परवा साळुकाकीबरोबर जात असताना माझी गाठ पडली वाटेत. तेव्हा त्यांनी सांगितलं. पोर अगदी चलाख वाटली.''

''साळुकाकींच्या घरात हिचा निभाव लागणं कठीणच आहे. यांच्या घरात रोज नवी व्रते व नवीन देवधर्म. कमालीचा कर्मठपणा चालू असतो त्यांच्याकडे. ती पहिली सून तर कंटाळली होती. माझ्याकडे येऊन रडत बसायची. काय करणार बिचारी.''

''सुटली म्हणायची आता.'' मालतीकाकू म्हणाल्या, ''आता या पोरीची ती दशा होऊ नये म्हणजे झाले. ही मोठी केव्हा होणार आणि मग संसाराला केव्हा लागणार? सारेच अप्रूप!''

रत्नाकर पाठकाच्या विवाहाची चर्चा साऱ्या गावभर किती तरी दिवस चालू

होती. हा एक वेगळा विषय ठरला होता. बहिणा त्या मानाने फारच लहान होती. पण ती नाही कशाला म्हणायची नाही. आपल्या परीने सारे करीत बसायची. साळूबाईंना तिचा हा स्वभाव आवडला होता. त्यामुळे त्या सांभाळून घेत.

"आई," आऊजी एकदा तिला माहेरी नेण्यास आले असताना नमस्कार करून म्हणाले, "तुमच्यासारखी प्रेमळ आई माझ्या मुलीला लाभली हे तिचे नशीबच म्हणावे लागेल. तिला तशी समज कमी आहे. पण आपण सांभाळून घेत आहात. बहिणा आली म्हणजे सारे सांगत बसते. तिला तुमचा विलक्षण लळा लागलाय. चार दिवसांत लगेच परत जायची तयारी असते तिची."

"पाहुणे," साळूकाकी भलत्याच सुखावून म्हणाल्या, "माझ्या नशिबात मुलगी नव्हती. बहिणाच्या रूपाने मला मिळाली हे माझे भाग्यच. तुम्ही तिला वळण चांगले लावले आहे. पुष्कळ गोष्टी ती मी न सांगतादेखील करून टाकते."

"हे श्रेय तिच्या आईचेच आहे." आऊजी म्हणाले, "तिला सगळ्या चांगल्या सवयी लावल्यात. आपल्या घराण्यात ती पडली हा योग नव्हेच. हे विधिलिखितच असावे. जावईबुवा नामांकित ज्योतिषी आहेत. त्यांच्याकडे सारखी वर्दळ चालू असते, ही चांगली गोष्ट आहे. तेही समंजस आहेत. बहिणाला सांभाळून घेतात."

"मला तेच आश्चर्य वाटते." साळूकाकी हसून म्हणाल्या, "तुम्हाला कल्पना नाही; पण रत्ना अगदी कमालीचा संतापी आहे. एकदा संतापला की मलाही वाट्टेल ते बोलतो. पण पुन्हा नंतर त्याला पश्चात्ताप होतो. बहिणाला मात्र काही बोलत नाही. तिला त्रास देत नाही."

"हा त्यांचा मोठेपणाच समजावा लागेल." आऊजी म्हणाले.

"त्यांच्यासंबंधी वाईट कुणीच बोलत नाही. अंताने मला सगळे चांगले सांगितले होते. त्याच वेळी आम्ही बहिणाला याच घरात देण्याचे ठरविले होते आणि ते पारही पडले."

"अंता त्याचा बालमित्रच." साळूकाकी म्हणाल्या,

"लहानपणी तर सारखा आपल्या घरीच तो असायचा. त्यामुळे त्याला आपल्या घरातील सारे माहीत आहे. तोही स्वभावाने फारच चांगला. दोघांची अजूनही रोज गाठभेट होते. त्याशिवाय त्यांना चैनच पडत नाही."

- ० - ० - ० -

पण साळूकाकू दोन वर्षांनंतर थोड्या आजाराने गेल्या. घराची सारी जबाबदारी बहिणावर पडली. कसे होणार तिचे?

आऊजींना व जानकीला चैन पडेना. त्या अजून काही दिवस असत्या तर अधिक चांगले झाले असते, असे त्यांना वाटले. पण दैवगतीपुढे इलाज नव्हता. ह्या

गोष्टी कुणाच्या हातात नसतात.

रत्नाकरांचे बोलावणे आल्याने आऊजी ताबडतोब गेले. त्यांनी पुष्कळ औषधे देऊन पाहिली. मात्रा दिल्या. पण उपयोग काही झाला नाही.

रत्नाकरांची एक मावशी त्याच गावात राहायची. भागिरथीमावशी. त्यांनी त्यांना आपल्या घरी राहण्यास बोलावले. त्या तयार झाल्याने बहिणावरची जबाबदारी काही काळ तरी पुढे गेली.

मावशीही साळूकाकीप्रमाणे प्रेमळ होत्या. काकी असतानाही त्या येत असत. बहिणाची त्यांना सारी कल्पना आलेली होती. त्यामुळे बहिणाला काही वेगळे वाटण्याचे कारण नव्हते.

बहिणा जरी लहान होती, तरी आता ती विचाराने प्रौढ झालेली होती. मध्यंतरी एकदा देवगावला गेली असताना जानकीबाईंनी तिला सारे समजावून सांगितले. पुष्कळ वेळ त्या दोघीच बोलत बसल्या होत्या.

बहिणा मुळीच नाराज नव्हती. आपले लग्न लवकर झालेय, याची खंतही तिला वाटत नव्हती. धार्मिक वृत्ती वाढल्याने तिला वेगळे असे काहीच वाटत नव्हते.

माहेरी व सासरी धार्मिकता असल्याने तिची वृत्ती तशीच तयार होत गेली. नवऱ्याविषयी तिला आदर वाटू लागला होता. त्याची विद्वत्ता तिला दिसून येत होती. अनेक लोक पत्रिका तयार करण्यासाठी किंवा पाहण्यासाठी गर्दी करीत. त्यांना योग्य तो सल्ला मिळायचा. त्यामुळे ते रत्नाकरांना मान देत. त्यांचा आशीर्वाद घेत.

देवघराची रचना आकर्षक केलेली होती. पूजेची सारी तयारी बहिणाच करीत असायची. रत्नाकरांची पूजा साग्रसंगीत व्हायची. देव्हाऱ्यात पंढरीनाथाची एक आकर्षक मूर्ती होती. बहिणाला ती फार आवडायची. येताजाता ती नमस्कार करायची. पांडुरंगाला आळवायची.

तिच्या भावी जीवनाची ही पूर्वतयारी असावी!

पांडुरंग!

पांडुरंग!!

पांडुरंग!!!

- ० - ० - ० -

बहिणाच्या लग्नाला चार वर्षांचा काळ लोटला.

आऊजी गुंडोजीला थोडे थोडे पैसे देऊन आत्तापर्यंत गप्प करीत आले होते. पण आता तो चांगलाच पिसाळला होता. सर्व रक्कम एकदम देण्याचा त्याने आग्रह धरला होता. तो अजिबात ऐकेनासा झाला. आऊदेवांची विचारशक्ती संपत आली. सर्व पैसे ते एकदम देऊ शकत नव्हते. सर्व व्यवहार लेखी असल्याने त्याने तगादा

लावला.

बंदीत टाकण्याची भीती घातली. गावातील आऊजींचे मित्र काहीही करू शकत नव्हते.

गुंडोजीचे त्यामुळे चांगलेच फावले. पैशाऐवजी तो मळा मागत होता. तो सकाळ-संध्याकाळ येऊ लागला. अखेर आऊजींनी रत्नाकरला बोलावून घेतले.

त्यांना सर्व कल्पना दिली होती. त्यांनी पूर्ण विचार करूनच गाव सोडले व देवगावला बहिणासह आले. आऊदेवांचा व रत्नाकरांचा एकच विचार पक्का झाला. त्याच रात्री त्यांनी देवगाव सोडण्याचा निर्णय घेतला. भाऊबंदकीचा कहर झाला.

कुठे जायचे?

पुढे काय?

पुढे काय??

त्याच रात्री दोन्ही कुटुंबे बाहेर पडली.

देवगाव झोपेतच होते.

कुणालाही कळले नाही!

समजले नाही!

आऊजी व दोन्ही मुलांसह जानकीबाई निघाल्या.

बहिणासह रत्नाकरही निघाले. सर्वत्र अंधार! अंधारातून प्रकाशाकडे जावयाचे होते त्यांना!

पंढरीनाथावर आता हवाला!

- o - o - o -

जाताना आऊजी घरासमोर थांबताच जानकीबाईही थांबल्या. दोघांनी आपल्या पूर्वजांच्या वास्तूला मनोभावे नमस्कार केला. जानकीबाईंच्या डोळ्यात नकळत अश्रू आले. तशा अंधारातही आऊजींना दिसले. त्यांनाही कमालीचे वाईट वाटले. पूर्वीपासून या घरात कुलकर्ण्यांच्या काही पिढ्या नांदल्या होत्या. आऊजींच्या डोळ्यांसमोर त्यांचे बालपण उभे राहिले. आईवडिलांच्या मायेची पाखर त्यांना याच वास्तूत मिळाली होती.

कितीतरी आठवणी आल्या. त्यांचे पाऊल अडखळले. पुढे जाववेना. रत्नाकर आणि बहिणा थोडे पुढे जात होते. त्यामुळे अगदी नाइलाजाने आऊजी व जानकीबाई मार्गस्थ झाले.

रत्नाकरच्या मागे मागे हे चालले होते. दोघांच्याही जवळ एकेक मूल होते. त्यामुळे सावकाश जावे लागत होते. कोणी कोणाशी बोलत नव्हते.

बहिणाला सोडण्यासाठी रत्नाकर एक-दोनदा देवगावला आले होते. त्यामुळे

साऱ्या वाटा त्यांच्या परिचयाच्या झाल्या होत्या. अंधारातूनच त्यांना देवगावच्या बाहेर दूरवर जाणे भाग होते. कुणाला काही कळता कामा नये. कुठे गेले हेही समजू नये. तसे वाटेत कोणी भेटलेही नव्हते.

रत्नाकरना जेव्हा आऊजींचा निरोप आला, त्याच वेळी काय निर्णय घ्यावयाचा हे त्यांनी निश्चित केले होते. कर्जबाजारी झाल्यामुळे आपल्या सासऱ्यांना त्या गावात आता राहणे कठीण होणार आहे, हे त्यांनी जाणले होते. साऱ्या बाजूनं विचार करता त्यांना एकच मार्ग सुचला. त्यांना घेऊन त्यांचे व आपले गाव सोडण्याचा.

कोठे जावयाचे हेही ठरविता येईना त्यांना. ते आता जे जाणार होते, त्यानंतर इकडे केव्हा येणे होईल हे अनिश्चितच होते. काहीही त्याबाबत समजणारे नव्हते. सारी आवराआवरी करूनच बाहेर पडण्याचा निर्णय त्यांनी देवगावला येण्यापूर्वीच घेतला होता. आऊजींच्याबद्दल त्यांच्या मनात कमालीची आपुलकी निर्माण झाली होती. त्यांचा स्वभाव, त्यांचे आदरातिथ्य व त्यांची एकूणच विचारसरणी त्यांना आवडली होती. अशा सरळमार्गी माणसावर अशी परिस्थिती यावी, याचे त्यांना राहून राहून वाईट वाटत होते.

त्यांच्याही वाटणीला अशी भाऊबंदकी आलेली होती. त्यांचेही भाऊबंद पुष्कळ होते. रत्नाकरांच्या वडिलांना या सर्वांनी पुष्कळ छळले होते. त्यामुळेच ते अकाली गेले होते. हा अनुभव त्यांनाही येतच होता. त्यांचे ज्योतिषशास्त्राचे ज्ञान शिऊरच्या परिसरात सर्वांना माहीत झाले होते. त्यामुळे त्यांच्याकडे पुष्कळ लोकांची रोज गर्दी व्हायची. आपल्या नशिबात उद्या काय होणार आहे, याची प्रत्येकालाच उत्सुकता असते. रत्नाकर त्या सर्वांना योग्य ते मार्गदर्शन करायचे. लोकांना ते पटायचे. अनुभव येत असे. त्यांचे चातुर्य व व्यवहारकुशलता लोक जाणून होते.

आऊजींच्याही लक्षात ही गोष्ट आलेली होती. त्यामुळेच रत्नाकरांना बोलविण्याचे त्यांनी ठरविले होते. ते लगेच आलेही होते. हा त्यांच्या मनाचा मोठेपणा आऊजींना भावला होता. आत्ता वाटचाल करताना त्यांच्या मनात विचारांचा हलकल्लोळ माजलेला होता.

रत्नाकरांनी योग्य मार्ग काढून आपली योग्यवेळी सुटका केली आहे हे त्यांना राहून राहून वाटत होते. नाहीतरी दुसरा कोणताच मार्ग त्यांनाही सुचलेला नव्हता. प्रश्न एकच होता की आता जावयाचे कोठे? पुढे काय? हा प्रश्न आ वासून उभा होता.

घर सोडणे सोपे होते; पण पुढच्या गोष्टी विचार करण्याच्या पलीकडील होत्या. आत्ता जसा सर्वत्र अंधार होता, तसा त्यांच्या भवितव्यातही सारा अंधकारच पसरलेला होता.

ते सारे मिळून सहा जणांचे कुटुंब आता मार्गाला लागले होते. थोड्याच वेळात पहाट होणार होती. तसा धूसर प्रकाशही पडू लागला होता.

पायाखालची वाट आता दिसू लागली. पुढील जीवनाची पायवाट आता सापडणार होती! ती कोणीकडे होती! काय होणार होते पुढे? काय लिहिले आहे प्रत्येकाच्या कपाळी? कोण ठरविणार होते सारे भवितव्य? काय लपले आहे काळाच्या पोटात? तो पांडुरंगच जाणे!

थोड्याच वेळात आणखी फरक झाला वातावरणात. वेरूळच्या निसर्गरम्य अशा हिरवाईतून ते बाहेर पडत होते. लांबवर कुठेतरी एक शिखर दिसत होते. कुणाचे तरी मोठे मंदिर असावे. ते डावीकडे होते. ते उजवीकडे वळताच लालबुंद सूर्यबिंब दिसू लागले. पूर्वा एकदम उजळली. कोवळ्या उन्हाचे किरण जाणवू लागले.

''आपण प्रवरा संगमाकडे आलो आहोत.'' रत्नाकर जरा थांबून म्हणाले, ''थोड्याच वेळात आपण नजीक जाऊ.''

''रात्री बरेच चाललेलो दिसतोय आपण.'' आऊदेव म्हणाले. ''रात्री काही कळण्यास मार्गच नव्हता काही. या परिसरात मी प्रथमच येत आहे. त्यामुळे मला काहीच कल्पना आली नाही. पण या गावाविषयी ऐकलंय पुष्कळ. येथे एक महादेवाचे मोठे मंदिर आहे म्हणे!''

''गोदावरीत स्नान करून नंतर आपण तिकडेच जाणार आहोत.'' रत्नाकर म्हणाले, ''मी मागे एकदा इकडे आलो होतो.''

''पण रात्रीही आपली वाटचाल अचूक चालू होती.'' आऊजी म्हणाले, ''एखाद्या सराईताप्रमाणे आपण चालत होतो. आपल्या मागे आम्ही होतो. रात्री काहीच बोलत नव्हतो आपण. म्हणूनच एका रात्रीत आपण इतक्या लांब आलो. आता आपणासंबंधी कुणालाही काही समजणार नाही.''

''म्हणूनच माझी घाई चालू होती.'' रत्नाकर म्हणाले, ''योग्य ठिकाणी आपण पोचलो.''

गोदास्नान सगळ्यांनाच आनंदी करून गेले. रात्रीच्या जागरणाचा व चालण्याचा सारा शीण एकदम गेला. वाळवंटात सारेजण थोडावेळ बसले. आता महादेवाला जायचे होते. महादेव हे देवगावचे दैवत होते. त्याच्याच प्रथमदर्शनाचा योग आलेला पाहून सारे सुखावले. हा शुभशकून चांगलाच घडला होता. आऊजींनी तसे रत्नाकरला बोलूनच दाखविले. नकळतपणे चांगली घटना घडणार होती.

महादेवाच्या दर्शनाचा योगायोग सर्वांनीच अनुभवला. मंदिर अगदी प्राचीन व सुबक होते. आसपासच्या झाडीत ते उठून दिसत होते. त्या दिवशी सोमवार असल्याने त्याला विशेष महत्त्व होते.

मंदिरात गर्दी दिसत होती. इतक्या सकाळी मंदिर भरलेले पाहून आश्चर्य वाटले. त्या लोकांची गडबड चालू होती. सर्वजण एकाच कुटुंबातील असावेत, असे सर्वांना वाटले.

"नमस्कार, मी शेजारच्या अनंतपूरचा नीलकंठ जोशी. माझ्या मुलाची आज इथे आता मुंज आहे. आपण सर्वांनी त्यासाठी थांबावे व नंतर भोजन करूनच निघावे, ही विनंती."

त्यांनी आऊजींना नमस्कार केला.

"नमस्कार, जोशीबुवा. मी देवगावचा कुलकर्णी व हे माझे जावई रत्नाकर पाठक. आम्ही प्रवासाला निघालो आहोत. आत्ताच येथे आलोत. आपल्या निमंत्रणाबद्दल धन्यवाद. आम्ही अवश्य थांबू. ही ओळख अशीच वाढावी."

मुंज लागताच भोजनाचा कार्यक्रम झाला. जेवण फारच चांगले होते. जोशीबुवांनी बहार उडवून दिली. जाताना जोशींनी जानकीबाईंना लुगडे, खण दिला. ओटी भरली. "मावशी," त्यांच्या पाया पडताना जानकीकाकू म्हणाल्या, "आपली आजच ओळख झाली आणि आपण लगेच आम्हाला आहेरही केला. मला खरी मावशी नाही पण तुम्ही मात्र मावशीच बनला आहात. हा पाहुणचार दुर्मीळ आहे."

"यात विशेष असे काहीच केलेले नाही." जोशीकाकू म्हणाल्या, "ही पद्धतच असते."

त्यांनी बहिणालादेखील परकरचोळीसाठी कापड दिले! त्या ऐकेनात!

मुंजीचा पसारा आवरण्यास अजून त्यांना बराच वेळ लागणार होता.

आऊजींनी जोशीमंडळींचा निरोप घेतला.

लगेच पुढील प्रवासाला निघणे भाग होते. संध्याकाळपर्यंत पुढे कोठेतरी मुक्काम करावा लागणार होता!

- ० - ० - ० -

प्रवरा सोडल्यानंतर बराच वेळ गाव लागलेच नाही. अखेर तिन्हीसांज होताना एक खेडे लागले. बऱ्यापैकी गाव असावे ते. मोठे मारुती मंदिर होते. तेथे मुक्काम पडला. अंधार पडल्यावर भाविकांची गर्दी कमी झाली. एक-दोन पांथस्थ पलीकडे थांबले. थोड्याच वेळात ते झोपले. यांची पोरेही झोपली. बहिणा पेंगत बसली होती.

"अगं, बहिणा!" जानकीबाई म्हणाल्या, "उगाच पेंगत बसू नकोस. तुलाही झोप आलीय. काल रात्रभर चालतच होतीस. आज दुपारीही चालली. झोप पटकन. उद्याही चालावेच लागणार आहे." काहीही न बोलता ती झोपली.

"आजचा दिवस चांगला गेला जोशीबुवांमुळे." आऊजी म्हणाले, "फार प्रेमळ माणसे भेटली. काहीही संबंध नसताना आपल्याला ठेवून घेतले. आहेरही केला."

"यालाच व्यवहार म्हणतात." रत्नाकर म्हणाले.

"तो त्यांनी पाळला. प्रवासात नाना तऱ्हेची माणसे भेटतात. हळुहळू अनुभव येत जाईल आपल्याला. पण सुरुवात मात्र चांगली झाली."

"आता पुढे काय ठरविले आहे तुम्ही?" आऊजी म्हणाले, "म्हणजे तसे करता येईल."

"तसे निश्चित काहीच ठरविले नाही." रत्नाकर म्हणाले," पण काहीतरी निर्णय घ्यावाच लागणार आहे. हीच वेळ आहे ठरविण्याची. तुम्हाला काय वाटते?"

"मी ही तसा विचार केलेला नाही. तुम्ही ठरवाल तसे करूया."

"मला वाटते," रत्नाकर म्हणाले, "इथून प्रथम पंढरपूरला जाऊया. नंतर पुढचे पाहू."

"चांगली कल्पना आहे." आऊजी म्हणाले,

"पंढरीला जाऊन बराच काळ लोटलाय. या कधीच गेल्या नाहीत. त्या दृष्टीने पंढरीची वारी चांगली होईल. बहिणालाही पंढरीनाथाचे वेड आहे. तिलाही आनंद होईल."

"मुद्दाम ठरवूनही पंढरपूरला जाणे जमले नसते." जानकीबाई म्हणाल्या,

"ही अगदी योग्य वेळ आहे. पुढे पांडुरंग बुद्धी देईल तसे जाऊया."

"बरे झाले, मला सोबत मिळाली. मी दांडेगावचा देवदत्त धर्माधिकारी, मीही पंढरीला निघालो आहे. प्रथमच जातोय मी."

"वा! हा योग चांगलाच आलाय." आऊजी म्हणाले, आम्हालाही सोबत होईल. आपली अशा या देवळात गाठ पडावी, ही घटनाही महत्त्वाची ठरावी."

"उद्या कुणाला तरी विचारून पंढरीची चांगली व जवळची वाट विचारून मग पुढे जाऊ." रत्नाकर म्हणाले, "म्हणजे उगाच लांबून जायला नको."

"वाट माहीत हवी. म्हणजे काही प्रश्न निर्माण होणार नाहीत."आऊजी म्हणाले.

"बरोबर पोरेबाळे आहेत. उगाच काही घोटाळे नकोत. मग काय रत्नाकर, हे सारे ठरले?"

"ठरले, अगदी पक्के झाले. पण एक गोष्ट राहिली."

"कोणती?" आऊजी म्हणाले.

"देवदत्तांना आपण कोण आहोत, हे सांगायचे राहून गेले."

रत्नाकरांनी मग ओळख करून दिली.

थोड्याफार गप्पा झाल्यावर सारेच झोपले.

सकाळी लवकर उठून पुढची वाट धरायची होती.

- ० - ० - ० -

भल्या पहाटे सारेजण पुढील प्रवासाला निघाले.

कोठे जावयाचे हे निश्चित ठरल्यामुळे आता जवळच्या वाटेने ते पंढरीला निघाले. वाटेत लागलेल्या पहिल्या गावात त्यांनी कोरान्न भिक्षा मागितली.

जानकीबाईंनी आवश्यक तेवढी स्वैपाकाची भांडी बरोबर घेतली होतीच.

त्यामुळे तेथेच स्वैपाक करून पुढील गावांला निघता यायचे.

हाच दिनक्रम रोजचा सुरू झाला.

वाटेत ठिकठिकाणच्या गावांत निरनिराळी मंदिरे असायची. त्यामुळे त्यांचे दर्शन व राहण्याची सोय तेथे व्हायची.

बहिणावर या गोष्टीचा चांगला परिणाम होऊ लागला.

तिच्यावर भाविकतेचा व धर्माचा पगडा बसू लागला.

रात्री जेथे मुक्काम व्हायचा, त्या देवळात भजन असायचेच.

बहुतेक सर्वत्र पंढरीचे वारकरीच रोज भजन करायचे.

बहिणाला ही भजने फार आवडू लागली. या अभंगांना विशिष्ट गोड चाली असायच्या.

टाळ-मृदंगांच्या ठरावीक लयीत ही भजने रंगत जायची.

काही ठिकाणी नाथांची भारुडेही होत असत.

बहिणाला ती फार आवडायची. तिला जागण्याची सवयच लागली. वारकरी व भक्तिसंप्रदाय सर्वत्र दिसत होता.

पांडुरंगाविषयी व पंढरपुरासंबंधी एक आध्यात्मिक बैठक बहिणाच्या मनात तयार होऊ लागली. नामदेवांचे व मुक्ताबाईंचे काही अभंग तिचे तोंडपाठ झाले. जनीचेही असायचे. चालताना ती गुणगुणत रहायची. जनाबाईच्या अभंगातील विठ्ठलाची जवळीक तिला फार वेगळी वाटली. नाना प्रश्न विचारून ती आऊजींना सारखे बोलत ठेवायची. त्यामुळे प्रवासाचा शीण वाटत नसे.

बहिणातील हा बदल प्रत्येकाच्या लक्षात आला.

"रत्नाकर," आऊजी एकदा म्हणाले, "बहिणात काही बदल वाटतोय का?"

"तुम्हाला काय वाटतेय?"

"मला निश्चित जाणवतोय." आऊजी म्हणाले, "ती पांडुरंगमय होऊ लागलीय. आतापर्यंत इतका प्रवास कधीच केला नव्हता तिने. त्यामुळे बाहेरच्या जगात काय चाललेय, हे तिला प्रथम समजले. ह्या साऱ्या परिसरात पंढरीचे वारकरी मोठ्या प्रमाणात असल्यामुळे तीही त्यात रमत आहे."

"ही घटना मला सूचक वाटते." रत्नाकर म्हणाले, "तिच्या भावी जीवनाचा हा पाया ठरत आहे. तुमच्या घरातच मुळात पिढ्यान् पिढ्या विठ्ठलभक्ती आहे.

तुमचे मामा तर नियमित आषाढीला जातात. तुमच्या घरात एकादशीचे व्रत आहे. या सर्वांचा परिणाम जो पूर्वी होता, तो आता वाढत जातोय.''

"मी काही बोलू का?'' जानकीबाई म्हणाल्या.

"बोला की. त्यात काय?'' रत्नाकर म्हणाले.

"आणखी एक बदल तिच्यात झालाय.''

"कोणता?''

"पांडुरंगावर ती काहीतरी रचना करू लागलीय.'' जानकीबाई म्हणाल्या, "वाटेत जाताना मी तिच्या पाठोपाठ असतेच. ती काहीतरी शब्दांची जुळणी करू लागलीय!''

"म्हणजे ती अभंग रचण्याचा प्रयत्न करीत आहे.'' आऊजी म्हणाले, "तिला लिहिण्यावाचण्याला शिकविल्याचा हा परिणाम आहे. मी तिला जेवढे आवश्यक आहे, तेवढे शिकविले होते.''

"पुढचा कार्यभाग थोडासा मी केलाय,'' रत्नाकर म्हणाले. "तिची लिहिण्या-वाचण्याची ओढ माझ्या आईच्या लक्षात आली. म्हणून तिने मला रोज तिला शिकवायला लावले. ती लगेच आत्मसात करायची.''

"ती एकपाठी आहे.'' आऊजी कौतुकाने म्हणाले,

"हे माझ्याही ध्यानात आल्याने मी काही प्रयत्न केला तिला शिकविण्याचा. ही गोष्ट मात्र चांगली झाली. पुढील जीवनात तिला याचा निश्चित फायदा होईल.''

तेवढ्यात सावता माळ्याच्या अरणहून काही माणसे समोरून आली.

"आता जवळ कोठले गाव आहे का?'' आऊजींनी विचारले एकाला.

"हाये की!''

"कोणते?''

"अरण. ठाव नाई काय?'' तो म्हणाला. "सावता माळ्यांच गाव हाये ये. हथं समाधी बी हाये. मुक्काम करा हथं. लै लोकं येत्याती. जा गुमान लवकर. अंधार पडतूया.''

"कांदा मुळा भाजी । अवघी विठाबाई माझी ॥'' बहिणा ओरडली,

"लसूण मिरच्या कोथिंबिरी । अवघा झाला माझा हरी ।

मोट नाडा विहीर दोरी । अवघी व्यापली पंढरी ।

सावता म्हणे केला मळा । विठ्ठल पायी गोविला गळा ।''

आऊजींनी पुढील ओळी म्हणताच,

"पंढरीनाथ महाराज की जय!'' रत्नाकर ओरडले.

"वा! पंढरीच आली इथे!'' देवदत्त म्हणाले.

"आऊजींचेही पाठांतर चांगले आहे!''

“हा माझा आवडता अभंग आहे.” आऊजी म्हणाले,

“आमच्या भजनीमंडळात मी हा नेहमी म्हणायचो. आपले नशीब थोर म्हणून आता सावतोबांचे दर्शन घडणार आहे. केवढा हा योगायोग!”

थोड्याच वेळात अरण आले.

मुक्काम देवळातच केला. प्रशस्त होते चांगले!

एका जनार्दनी सावता तो धन्य!

- ० - ० - ० -

अरणला सारेजण फारच रमले. पहाट पासूनच भाविकांची गर्दी वाढू लागली होती. रात्री भजनामुळे झोपण्यास उशीरच झाला. पण त्याचे काहीच वाटले नाही. सावतोबांचे गोड अभंग एकजण फारच छान आवाजात पहाटे एकतारीवर गाऊ लागला होता. त्यामुळे सारे वातावरण प्रसन्न झाले.

सकाळीही एका महाराजांचे प्रवचन चालू झाले. त्यात त्यांनी वारकरी संप्रदायाचे वैशिष्ट्य अभंगातून सांगण्याचा प्रयत्न केला. त्यांचाही आवाज फार गोड होता. नामदेवांचे रसपूर्ण अभंग ते गात होते. विठ्ठलनामाचा एकच गजर सुरू होता. बहिणा मनोभावे ऐकत बसली होती. शेवटी त्यांनी ज्ञानोबांचे पसायदान इतक्या गोड आवाजात म्हटले, की सारे वातावरण भारावून गेले! ज्ञानदेव खरोखरच सुखीया झाला.

कोरान्न भिक्षा मागून झाल्यावर जानकीबाई स्वैपाकाच्या तयारीला लागल्या.

“आऊजी, एक विचारू का?” देवदत्त म्हणाले.

“आमचे कुलदैवत नरसिंह आहे. येथून जवळच नीरानरसिंहपूर आहे. संगमाचे स्थान आहे. नरसिंहाचे सुंदर मंदिर पाहण्यासारखे आहे. इतक्या जवळ आपण आलोत, तेव्हा आपण तिकडे जाऊ. तेथून पंढरीला चांगली वाट आहे.”

“काही हरकत नाही. चांगली कल्पना आहे.” आऊजी म्हणाले, “पुन्हा आपले येणे कशाला होतेय या भागात? अवश्य जाऊ या आपण.”

खरोखरच नीरानरसिंहपूरचा परिसर फार रमणीय वाटला. भीमा व नीरा यांचा सुरेख संगम येथे होता. भीमेचे पात्र खूप प्रशस्त होते. याच भीमेला पंढरपूरला चंद्रभागा म्हणतात. त्यामुळे आपण तेथेच स्नान करीत आहोत असे सर्वांना वाटले.

“देवदत्त,” रत्नाकर म्हणाले. “अतिशय सुंदर ठिकाणी तुम्ही आणलेत. नदीचे पात्र, हा घाट व घाटावर असलेले भव्य प्राचीन नरसिंहाचे मंदिर पाहून येण्याचे सार्थक झाले. नरसिंहाची मूर्ती तर पाहत रहावी अशी आहे.”

“अशी मूर्ती आपल्या भागात कुठेच नाही.” आऊजी म्हणाले, “अप्रतिम वाटली. छोटेसे गावही टुमदार आहे. माणसे भाविक वाटली.”

त्यामुळे एक दिवस तेथे राहून दुसऱ्या दिवशी सकाळी पंढरीच्या वाटेला सारेजण लागले. आऊजींना पंढरीच्या आठवणी येऊ लागल्या. तो पंढरीचा निळा... तो लावण्याचा पुतळा त्यांना दिसू लागला.

माझिये जिवीची आवडी
पंढरपुरा नेईन गुढी
गोविंदाचे गुणी वेधिले
पांडुरंगी मन रंगले!
पांडुरंग हरी!
जय जय पांडुरंग हरी!!

- ० - ० - ० -

'पंढरीचा वास चंद्रभागे स्नान
आणिक दर्शन विठोबाचे
हेचि घडो मज जन्मजन्मांतरी
मागणे श्रीहरी नाही दुजे'

पंढरीनाथापुढे दर्शनासाठी उभे असताना आऊजींना नामदेवांचा हा अभंग आठवला! त्यांनी जे मागणे मागितले तीच इच्छा प्रत्येक वारकऱ्याची असते. पाहू द्या रे मज विठोबाचे मुख लागलीसे भूक डोळा माझ्या. हा असतो अंतरीचा भाव. कारण पंढरीचा राणा डोळिया पाळणा होतसे! विठ्ठल विठ्ठल गजरी! अवघी दुमदुमली पंढरी!

युगे अठ्ठावीस उभा असलेला पांडुरंग म्हणजे अवघ्यांचे सुख. मनीचे हितगुज. पाय जोडोनी विटेवरी। कर ठेवुनि कटीवरी. रूप सावळे सुंदर. कानी कुंडले मकराकार. गळा वैजयंतीमाळा. तो हा मदनाचा पुतळा.

आऊजींच्या डोळ्यांसमोरून हे रूप हलेना. एका कोपऱ्यात ते उभेच होते. त्यांच्यापुढे उभे होते त्यांचे परब्रह्म. तेथून हलावेसे वाटेना त्यांना. त्यांची जणू भावसमाधीच लागली. बहिणाने त्यांना हाक मारल्यावर ते बाहेर आले.

विठोबाचे दर्शन सहजासहजी घडल्याने सर्वांना परमानंद जाहला. देवळातून पाय निघेना. पंढरीत आल्यावर चंद्रभागी स्नान करोनिया सारे मंदिरी आले होते. महाद्वारी जरा विसावले.

"आऊजी," देवदत्त म्हणाले, "जीवीचा हेतू पूर्ण जाहला. जो अट्टहास केला होता, तो संपन्न झाला. तुम्हा सर्वांच्यामुळे माझा प्रवास फार सुखाचा झाला. योगायोगाने गाठी पडली. सहवास घडला. माझ्या माहितीचे एक बडवे आहेत. त्यांच्याकडे मी आता जाणार आहे. तुम्ही काय करता?"

“आमचे अजून काहीच ठरलेले नाही. शिवाय आमची कुणाची ओळखही नाही.” आऊजी म्हणाले, “येथे किती दिवस राहू. याचाही काही नेम नाही. येथून आम्ही पुढे कुठेतरी जाणार आहोत. तुम्ही खुशाल आता त्यांच्याकडे जा. आपला सहवास एवढाच होता. पण आता तुम्ही जाणार म्हणून फार वाईट वाटतेय.”

देवदत्त लगेचच गेले. थोडावेळ कुणी बोलले नाही.

“माणूस चांगला होता.” रत्नाकर म्हणाले, “काही ओळख नसताना एकदम मिसळून गेला. आता आपण जरा गावात फिरून राहण्याचे पाहू. नंतर कोरान्न भिक्षा मागावी लागेल. आपण दोघेच आता जाऊया, ही मंडळी येथेच थांबतील. येताना आपण भिक्षाही आणू.”

“हे चांगले होईल.” जानकीबाई म्हणाल्या.

“पोरे देवळात रमलीत. जरा खेळतील. पलीकडे एक प्रवचन चालू आहे, ते मी ऐकत बसीन.”

जागेसाठी त्यांना जादा हिंडावे लागले नाही. देवळाजवळच एक धर्मशाळा त्यांना मिळाली. आऊजी तेथेच थांबले. रत्नाकरांनी सर्वांना तेथे आणले.

पंढरपुरातील व जवळची सर्व ठिकाणे त्यांनी पाहिली. पद्मतीर्थ, वेणूनाद, संध्यावळी वगैरे रमणीय ठिकाणे होती. दोघे वाळवंटी येऊन बसले. केवढे विस्तीर्ण वाळवंट!

याच वाळुवंटी नामा भाववेडा होऊनिया नाचला होता. कीर्तनी रंगला होता. जगी ज्ञानदीप लावले होते. अवघाची संसार सुखाचा करणारी ज्ञानदेव व त्यांची भावंडे येथे जमली होती. सारा संतमेळा येथे दुमदुमून गेला होता. सर्व साधुसंतांची चरणकमळे ह्या वाळूत उमटली होती. येऽग येऽग विठाबाई माझे पंढरीचे आई अशी आर्त विनवणी याच वाळवंटाशेजारी जनाईने केली होती.

हरिकीर्तनाच्या दाटी चोखा येथे रमला होता.

पंढरीसी जाऊ चला! भेटू रखुमाई विठ्ठला!! याच भावनेने एका जनार्दनी पंढरीस येत. वाळुवंटी नाचत.

आऊजींना सारा संतमेळा दिसू लागला. केवढे भाग्य ह्या वाळूचे! चंद्रभागेचे! पुंडलिकामुळे हे परब्रह्म पंढरीला आले!

“कसला विचार करीत आहात?” रत्नाकरनी विचारल्यावर आऊजी एकदम दचकले. त्यांना काही उत्तर देता येईना. ते भावसमाधीतून जागे झाले.

“मी...मी विचार करीत होतो, ह्या पवित्र वाळवंटाचा,” आऊजी म्हणाले, “कितीतरी संतांनी येथे कीर्तने केलीत, प्रवचने झालीत. त्या सर्वांचे चरणरज येथे उमटलेले आहेत. केवढे भाग्य ह्या वाळूचे? हा चंद्रभागेचा किनारा विठ्ठलाच्या

चिरंतन जयजयकाराने भारलेला आहे. इथल्या अणुरेणूंत वारकऱ्यांचा जयघोष सामावलेला आहे. ही वाळू मी मघाशीच कपाळी लावलीय. मी पावन झालोय.''

''केवढे थोर व पवित्र विचार आहेत आपले!'' रत्नाकर म्हणाले, ''शेकडो वर्षे झाली, वारकऱ्यांचे थवेच्या थवे रोज येताहेत. संत-महात्मे त्यांना येथे भेटताहेत. सारे धन्य होत आहेत. हे अखंड चालूच राहणार आहे. हा पंढरीमहिमा अगाध आहे.''

जानकीबाई व मुले धर्मशाळेतच थांबली होती. बहिणा पोरांबरोबर बाहेर खेळत होती. ती आता नऊ वर्षांची झाली होती. जानकीबाई तिच्याकडेच पाहत बसल्या होत्या. असा निवान्त वेळ मिळालाच नव्हता.

परकरचोळीत बहिणा आता चांगली दिसू लागली होती. केस भरपूर लांब असल्याने अंबाडा मोठा असायचा. नितळ गोऱ्या रंगाची असल्याने कोणत्याही रंगाचे कपडे तिला उठून दिसायचे. चेहराही आकर्षक. भावनाप्रधान. तिच्यावर लहानपणापासून चांगले संस्कार झाल्याने तिच्या चेहऱ्यावर विलक्षण सात्त्विकता दिसायची. तिच्याकडे पाहताना जानकीबाईंना प्रामुख्याने हाच भाव दिसला.

धर्मशाळेपासून पांडुरंगाचे देऊळ जवळ असल्याने दिवसातून कितीतरी वेळा ती पळत पळत देवळात जायची. गर्दी फारशी नसली, की पंढरीनाथाकडे पाहत बसायची. हलायची नाही. ते श्रीमुख तिला फार भावायचे.

लहानग्या नामदेवाची गोष्ट तिला आठवायची. त्याच्या हातातील नैवेद्याचे दूध विठ्ठलाने पिऊन टाकले होते! तो साक्षात रूपात त्याच्यासमोर उभा होता. केवढा भाग्यवान नाम्या! पांडुरंग त्याच्याशी बोलायचा!

तीही पंढरीनाथाकडे टक लावून पाहत बसायची. तिला वेडीला वाटायचे, पांडुरंग आता आपल्याशीही बोलेल! तसे स्पष्ट भाव तिला दिसायचे.

न जाणो कदाचित आपल्यालाही तो दर्शन देईल

- ० - ० - ० -

विठ्ठलाच्या मंदिराशेजारीच मल्लिकार्जुनाचे भव्य मंदिर होते. तशी जवळजवळ तीन-चार महादेव मंदिरे होती. त्र्यंबकेश्वराचे दर्शन कालच झाले होते. आता ते या मंदिरात आले होते. बहिणाही होती बरोबर. महादेवाचे मंदिर कुठेही असले, तरी आऊजींना त्याची विलक्षण ओढ वाटायची. बहिणालाही तशीच सवय लागली होती. पंढरीजवळच्या कोर्टीलाही त्यांना जावयाचे होते. तेथील देऊळ फार रमणीय असल्याचे त्यांना समजले होते.

तेवढ्यात एका भाविकाने बहिणाला पेढा दिला. आऊजींना नमस्कार केला. ''नवीन दिसताय!'' तो म्हणाला, ''मी येथे आलो की दर्शनाला येतोच इथे.''

''कालच आलोय आम्ही इथे.''

"कुठून आलात?"

"वेरूळ भागातून आलोय," आऊजी म्हणाले. "देवगावचे आम्ही कुलकर्णी. ही माझी मुलगी बहिणा. तिचे आडनाव पाठक आहे."

"काय म्हणता?" तो जवळजवळ ओरडलाच, "मीही पंढरीजवळच्या रांझणीचा शंकर पाठकच आहे. पाठकांची पुष्कळ घरे आहेत इथे."

"वा!" आऊजी नमस्कार करून म्हणाले, "केवढा योगायोग म्हणायचा हा! ही तर महादेवाचीच कृपा म्हणायची."

"असणारच." शंकर पाठक म्हणाला, "आमचेही ग्रामदैवत महादेवच आहे. फार देखणे मंदिर आहे आमच्या गावात."

नंतर ते बराच वेळ बोलत बसले. शंकर पाठक फार बोलका व लाघवी होता. त्याने आऊजींना रांझणीला चलण्याचा आग्रह केला. दुपारी तो निघणार होता. अखेर त्याने त्या दोघांना नेलेच. आपल्या घरी ठेवून घेतले.

दुसऱ्या दिवशी महादेवाचे दर्शन घडले. आऊजींना रांझणीचे हे मंदिर फार आवडले. गावही बागायती होते. आसपास चांगली हिरवाई पसरलेली दिसत होती.

शंकर पाठकाची मुलगी पार्वती बहिणाएवढीच होती. त्या दोघींचे चांगले जमले. अजून काही मुली जमवून खेळ चालू झाले होते. बऱ्याच दिवसांनी बहिणाला हा योग आला होता. तिला अगदी मोकळे मोकळे वाटू लागले होते. या भागातील काही खेळ व गाणी वेगळी वाटली तिला.

दुपारी जेवणे झाल्यावर आऊजींना निघावे लागणार होते. आता ते व बहिणाच परत येणार होते. शेवटपर्यंत शंकर बोलत बसला होता.

"शंकरराव," आऊजी म्हणाले, "तुम्ही कालपासून एवढे आदरातिथ्य केले आहे, की ते सांगण्यास माझ्याजवळ शब्दच नाहीत. पण फार वर्षांची जवळीक तुम्ही आणि वहिनींनी दाखवली. हा सहवास मी कधीच विसरणार नाही. बहिणाचा तर येथून पाय निघणारच नाही."

"आऊजी," शंकर म्हणाला, "आम्ही विशेष असे काहीच केलेले नाही. तुम्हीही परकेपणा अजिबात दाखविला नाही. पांडुरंगाच्या कृपेने गाठीभेटी घडल्या."

सर्वांचा जड अंत:करणाने निरोप घेऊन आऊजी व बहिणा निघाले! बहिणाला रडू आवरले नाही.

पण निघणे भाग होते.

शंकर पाठकाच्या मळ्यात काळ्या साळी पिकत. त्याने आऊजींना उचलत नव्हते, एवढे तांदूळ जाताना दिले!

- ० - ० - ० -

आऊजी व रत्नाकर पंढरीत चांगलेच रमले. पंढरीत मंदिरांना तोटा नव्हता. सगळीकडे निरनिराळी मंदिरे होती. त्या दोघांनी ती सारी पाहून घेतली. बहिणा विठ्ठल मंदिरातच रमायची.

पंढरीत आता पाहण्यासारखे असे काही उरले नव्हते. चारपाच दिवस येथे येऊन झाले होते. आता पुढे काय? हा प्रश्न उभा होता. काहीतरी ठरविणे भाग होते. निर्णय घ्यावा लागणार होता. अनायासे ते दोघेच पद्मतीर्थावर येऊन बसले होते. हे रमणीय स्थळ त्यांना फार आवडले. ते आज पुन्हा पद्मावती देवीच्या दर्शनाला आले. मूर्ती स्वयंभू होती. मंगळवार असल्याने स्त्रियांची थोडी गर्दी दिसत होती.

"रत्नाकर,'' आऊजी म्हणाले,

"पंढरपूर आता जवळजवळ आपण पाहून घेतले आहे. बहिणा तर सारखी मंदिरातच जातेय. तिला पंढरीनाथाचा विलक्षण लळा लागलाय. त्या मनोहरी मूर्तीकडे ती सारखी पाहत बसते.''

"तुम्हां सर्वांच्या विठ्ठलभक्तीचा हा परिणाम आहे.'' रत्नाकर म्हणाले, "तो तुमच्या घराण्यात आहेच. ती योग्य ठिकाणी आलीय.''

"पण आता पुढील काही विचार करावा लागणार आहे.'' आऊजी म्हणाले, "इथून तसे जवळ असलेल्या शिंगणापूरची यात्रा आत्ता नुकतीच पार पडली आहे. फार मोठी असते ती. शंभू महादेवाचे हजारो भक्त तेथे जमतात. ते स्थानही रमणीय व उंच डोंगरावर आहे. या भागात आलोय तर जाऊया तिकडे?''

"हरकत नाही.'' रत्नाकर म्हणाले, "परवा एकदा देवळात काही भाविक तेथील वर्णन करीत बसले होते. ते मीही सारे ऐकले आहे. तेथील महादेवाच्या काठ्यांची परंपरा फार जुनी आहे. वंशपरंपरेने त्या शिंगणापूरला मिरवीत आणल्या जातात.''

"वा! हे मला माहीत नव्हते.'' आऊजी म्हणाले.

"आपण जरा अगोदर गेलो असतो, तर सारे पाहण्यास मिळाले असते.''

"हरकत नाही.'' रत्नाकर म्हणाले, "आपण उद्याच तिकडे निघू या. शंभू महादेव हे तुमचे दैवतच आहे. ते जेथे जेथे असेल, तिकडे गेलेले चांगले.''

दुसऱ्या दिवशी भल्या पहाटे पंढरीनाथाचा काकडा झाल्यावर सारेजण शिंगणापूरच्या वाटेला लागले.

वाटेत बरेच मुक्काम करावे लागले.

गावेही पुष्कळ लागली.

कोरान्न भिक्षा सर्वत्र मिळायची.

रस्ताही चांगला होता.

दुरूनच शिंगणापूरचे भव्य शिखर दिसू लागताच सर्वांनी महादेवाला वंदन

केले.

हर हर महादेव!

- ० - ० - ० -

डोंगरवाट तशी अवघडच वाटली. पोरे दमायची. बहिणा मात्र चालत होती. गाव तसे लहान, पण आडवेतिडवे पसरलेले होते. भाविकांची गर्दी तशी थोडीच होती. जाणारेयेणारे तुरळकच होते.

बहिणा प्रवासात फारसे बोलत नव्हती! ती जरा रुसली होती!

तिला अजून पंढरपुरात रहायचे होते. तिचा पाय निघत नव्हता. सारखी ती देवळात येत रहायची. प्रत्येक वेळी पांडुरंगाचे मुख तिला वेगळेच वाटायचे. ते भाव बदलत रहायचे. साजिरेगोजिरे रूप विलक्षण प्रेमळ वाटायचे.

जनाबाईचे अभंग तिला फार आवडत. सिऊरच्या त्यांच्या घराजवळच देशमुखांचे घर होते. तेथील रखमाबाई जात्यावर दळताना जनाबाईचे अभंग म्हणायची. तिचा आवाज फार गोड भासायचा. पहाटेच्या शांत वेळेची त्यात भरच पडायची. बरेचसे अभंग तिला पाठ झाले होते. तीही सारखे ते म्हणायची.

"बहिणा" साळूबाई म्हणायच्या. "अगं, हळू आवाजात काय म्हणतेस? जरा मोठ्याने म्हण की! म्हणजे मलाही ऐकू येतील अभंग."

मग बहिणा ते मोठ्या आवाजात म्हणायची. तिचा आवाजही चांगला होता. साळूबाईबरोबर दळताना तर बहिणा अगदी रंगून जायची.

पाय जोडुनि विटेवरी। कर ठेवुनि कटावरी
रूप सावळे सुंदर । कानी कुंडले मकराकार।
गळा वैजयंती माळ । तो हा मदनाचा पुतळा
गरूड सन्मुख उभा । जनी म्हणे धन्य शोभा।।

हा अभंग तिचा अत्यंत आवडता होता.

पक्षी दिगंतरी जाऊन पिलांसाठी चारा आणतात. पण त्यांचे लक्ष घरट्याकडेच असते. घार दूर आकाशी हिंडत राहते. पण एकदम झपाट्याने झाप घालून बाळापाशी येऊ शकते. आई घरात कुठेही काम करीत असली, तरी ती मनाने तिच्या बाळापाशी असते. वानरी तर आपले पोर उराशी घेऊनच हिंडत असते. तशी ही विठ्ठलमाऊली आपल्या भक्ताकडे वेळोवेळी पाहत असते! हा जनाईचा अभंग तिला सारखा आठवायचा. तिला उगाचच वाटायचे, की आपण जरी पंढरीपासून दूर आलो आहोत, तरी ती विठाई आपल्याकडेच पाहत आहे!

जानकीबाई तिला सारखे समजावून सांगत होत्या. पंढरीत फार काळ राहणे शक्य नव्हते. बहिणा नुसते ऐकून घेत होती. प्रत्युतर काही देत नव्हती. रत्नाकरना

ऐकू जाईल, याची तिला भीती वाटत होती. फक्त जानकीबाईंनाच बहिणाच्या रुसव्याची जाणीव होती. आऊजींनादेखील कल्पना नव्हती.

बहिणाच्या मनात विठाईमाऊली सामावली होती

- ० - ० - ० -

येऽ गं येऽगं विठाबाई । माझे पंढरीचे आई ऽ।
मी तुझे गा लेकरू। नको मजशी अव्हेरु।।
माझा भाव तुजवरी आता रक्षी नानापरी।।
हृदयी पंढरीराव राहतसे।।

- ० - ० - ० -

पोरे अखेर एका झाडाखाली बसली. त्यांना चढ चढवेना. मग सारे थोड्या वेळासाठी बसले. चढ चांगलाच होता. पोरांना आता खांद्यावर घ्यावयास हवे होते.

शेजारच्या गावात बाजार होता आज. त्यामुळे एक शेतकरी भलीमोठी केळांची पाटी घेऊन निघाला होता.

"म्हादेवाला निगालाय जनु!" तो शेतकरी म्हणाला, "कुटनं आला म्हनायचं?"

"लांबून आलोय आम्ही." आऊजी म्हणाले,

"या भागात प्रथमच येतोय. दर्शन घेऊन पुढे जाणार आहोत."

"लई मानसं येत्याती दुरून." तो म्हणाला, "प्वारं दमूनशान गेल्याती."

त्याने दोन केळीचे मोठे घड दिले.

"अहो!" रत्नाकर म्हणाले, "शेतकरीदादा, ही केळी तुम्ही विकायला निघाला आहात. आम्हाला कशाला दिली?"

"प्वारं भुकेलेली दिसत्याती." शेतकरी म्हणाला, "घ्या. समद्यांनी खा. बाग लई मोठी हाय. म्हादेव बक्कळ देतुया मला. खा तुम्ही."

तो भला शेतकरी लगबगीने गेला. "ही माणदेशी माणसं फार प्रेमळ." आऊजी म्हणाले, "ना ओळख ना पाळख. पण बिचारा चार शब्द बोलला व केळी देऊन गेला. महादेवाचा भक्त दिसतोय!"

"ते स्पष्टच आहे." रत्नाकर म्हणाले, "एवढेच नव्हे तर त्याने तुम्हालाही ओळखले. तुम्ही महादेवाच्याच गावचे. शंकराचे भक्त."

"ह्या भोळ्याभाबड्यांनीच सारा धर्म पाळलाय." आऊजी म्हणाले, "ही त्यांची संस्कृतीच आहे. महादेव काय किंवा पांडुरंग काय. भक्ती सारखीच. शिकवण एकच. ह्या धावपळीच्या जीवनात बिचारे माणुसकी जागवतात."

"परधर्माचे संकट उभे असताना व कशाचीच खात्री नसताना हे माणुसकीचे झरे असेच वाहत राहणार आहेत." रत्नाकर म्हणाले.

“आपणही सावधतेनेच प्रवास करीत आहोत. आपण दुसरे काय करणार?”

तेवढ्यात एक गृहस्थ तेथे आले.

“दर्शनाला निघाला वाटतं?” ते म्हणाले, “निघणार असला तर मिळूनच जाऊ. मी महेश्वर बडवे. शिंगणापूरचाच आहे मी.”

“आम्ही वेरूळकडील आहोत.” आऊजी म्हणाले, “दर्शनालाच निघालो आहोत. सहज थांबलो होतो.”

सारेच निघाले.

वाटेत बऱ्याच गप्पागोष्टी झाल्या.

महेश्वरांचे घर मोठे होते.

त्यांच्याच घरात चार दिवस राहण्याची त्यांनी विनंती केली.

कोरान्न भिक्षेची सोय चांगली झाली.

निवारा मिळाला.

शंभू महादेवाची कृपा!

- ० - ० - ० -

महेश्वर बडव्यांनी त्या दिवशी सर्वांना आग्रहाने जेवण्यास लावले. फार आग्रही होते. डोंगर उतरल्यावर दहिवडीच्या वाटेला त्यांची शेती होती. कशाला कमी नव्हते.

“उगाच आपण कष्ट घेतले व काकूंनाही दिले.” आऊजी म्हणाले, “आम्ही केले असते. तसा थोडा शिधा आहे आमच्याजवळ.”

“आज तुम्ही आमचे पाहुणे आहात.” महेश्वर हसून म्हणाले, “उद्यापासून तुम्हाला सारे करता येईल. आमच्या घराची ही पद्धतच आहे. आणि असे काय आम्ही तुम्हाला दिले? रोजचेच साधे जेवण होते. पुन्हा काय तुम्ही येणार आहात इथे?”

“आमचे काहीच अजून ठरलेले नाही.” रत्नाकर म्हणाले, “इथे जवळपास एखादे मोठे गाव आहे का? म्हणजे तेथे भिक्षुकी करता येईल. शिवाय मी ज्योतिषही जाणतो. या दोन्ही गोष्टी जमल्या म्हणजे काही दिवस तेथे राहता येईल.”

“ते पाहूया नंतर;” महेश्वर म्हणाले, “महादेवाचे दर्शन तर झालेच आहे. आता विश्रांती घ्या थोडी म्हणजे प्रवासाचा शीण जाईल सारा. तसे पंढरपूर जवळ नाहीये इथून.”

“तशी आता सवय झालीय आम्हाला.” आऊजी म्हणाले, “मंदिर तर फारच सुंदर आहे. डोंगरावरून आसपासचा परिसरही अगदी रमणीयच वाटतो. किती लांबवरचे दिसते. उन्हाची वेळ असूनही किती गारवा आहे. पावसात फारच शोभा दिसत असेल.”

काही वेळ बऱ्याच गप्पा झाल्या. वेरूळ परिसराची महेश्वरांना काहीच कल्पना नव्हती. त्यांनी बरीच माहिती विचारून घेतली.

मोठी माणसे जरा आडवी झाली. पण बहिणा व पोरे इकडेतिकडे पाहण्यात रमली. असे सौंदर्य त्यांनी पाहिले नव्हते. त्यामुळे जानकीबाईंना तेथे थांबावे लागले. काही भाविकांची वर्दळ चालू होती.

असा निवान्तपणा व एकान्त अलीकडे जानकीबाईंना मिळालाच नव्हता. नाना तऱ्हेचे विचार त्यांच्या मनात घोळू लागले होते. त्यांचे कुटुंब आत्ता ज्या अवस्थेतून जात होते ते सारे विपरीत होते. दिशाहीन होते. पुढे काय? हा प्रश्न आ वासून उभा होता. सारा गोंधळच निर्माण झाला होता.

हा प्रवास केव्हा थांबायचा? कोठेतरी कायम राहणे आवश्यक होते. त्याशिवाय जीवनाला स्थैर्य येणार नव्हते. हे सारे केवळ त्या गुंडोजीमुळे झाले होते. महत्त्वाकांक्षेचे हे सारे बळी होते. आपल्याबरोबर रत्नाकरांनीही त्यांचे गाव व घर सोडले होते. हा त्यांचा त्याग फार मोठा होता. तुमचे तुम्ही पहा, असे एखादा म्हणाला असता किंवा माझ्याकडे येऊन रहा, हा पर्याय दिला असता. पण आपल्याबरोबर तेही वणवण हिंडत आहेत. हे थांबायला हवे.

त्यांना काही सुचेना. समजेना.

दुसऱ्या दिवशी जानकीबाईंना तशी संधी मिळाली. रत्नाकर कोरान्न भिक्षेहून अजून परत आले नव्हते. आऊजी एकटेच आले. जानकीबाईंनी त्यांना त्यांच्या मनातील व्यथा सांगितली.

"हे सारे अगदी बरोबर आहे." आऊजी म्हणाले, "पण तशी संधीच अजून आलेली नाही किंवा एखादे गाव तसे वाटेत लागले नाही आपणाला. मीही रात्रंदिवस हाच विचार करतोय. पाठीवर प्रपंच घेऊन किती दिवस हिंडत रहायचे? आपल्याला तशी सवयही नाही."

"ते काहीही असले, तरी लवकरात लवकर काहीतरी निर्णय ठरवावा लागणार आहे." जानकीबाई म्हणाल्या,

"आज बाबा असते तर ही वेळ आली नसती आपल्यावर. कदाचित गावही सोडावे लागले नसते. हे सारे त्या बहिणामुळे झाले आहे. मला हल्ली तिचा रागच येऊ लागलाय!"

"अहो, तुम्ही तिच्या आई आहात!" आऊजी हसून म्हणाले, "तुम्हीच जर तिच्या विरुद्ध गेला तर तिने काय करावे? अजून ती लहानच आहे. तिचे तिलाच काही कळत नाही. शिवाय तिचे लग्न लवकर करण्याचा निर्णय आपणच घेतलाय. त्यात तिचा काय दोष आहे? हा विचार मनातून एकदम काढून टाका."

“तसं नाही होऽ” जानकीबाई अस्वस्थ होत म्हणाल्या, “मी काही तिची वैरीण नाही पण अति झालं म्हणजे येतं मनात काहीतरी. तुम्ही ते एवढे गंभीरतेने घेऊ नका. मी सहज बोलून गेले. माझ्या मनात तसे काहीही नाही.”

“हे ठीक आहे.” आऊजी म्हणाले, “आपण जर असे वागू लागलो, तर तिने कुणाकडे पहायचे? शंभू महादेवाच्या गावात आपण आहोत. तो काहीतरी मार्ग निश्चित दाखवील, याची मला खात्री आहे. आत्तापर्यंत त्याच्याच कृपेने सारे घडले आहे.”

“हे मात्र खरे आहे.” जानकीबाई म्हणाल्या, “त्याचे दर्शन मी रोज घेते आहे. प्रत्येक वेळेला मी हेच मागणे मागतेय त्याला.”

एवढ्यात रत्नाकर आल्याने त्यांचे बोलणे थांबले.

उशीर बराच झाला होता.

पोरे भुकेली होती.

जानकीबाईंना आता लवकर स्वैपाक करणे आवश्यक होते.

कुणीतरी चाकवताची भाजी दिली होती. त्या ती निवडू लागल्या. एकेक पान काढून टाकू लागल्या. जणू काही भूतकाळ बाजूला होत होता!

- ० - ० - ० -

रहिमतपूरचे मारुतबुवा माने त्या भागात पराकोटीचे विठ्ठलभक्त म्हणून प्रसिद्ध होते. त्यांचे घराणेच वारकऱ्याचे. पंढरीची वारी हे त्यांचे जीवन. पंढरीनाथ हे परमदैवत.

मान्यांच्या वडिलांनी म्हातारपणी पंढरीला जाता येईना म्हणून पंढरपुराहून खास विठ्ठल-रखुमाईच्या मोठ्या मूर्ती घरात आणून त्यासाठी एक लहानसे मंदिरही बांधले होते. रहिमतपुरातील भाविकही तेथे दर्शनाला येत. दर एकादशीला रात्री हरिभजनाचा कार्यक्रम म्हणजे एक पर्वणीच असायची.

मारुतबुवांनी ती परंपरा चालूच ठेवली होती. एवढेच नव्हे तर दर बुधवारी भजनाचा कार्यक्रम तेथे व्हायचा. आषाढी कार्तिकीला मारूतबुवा जरी पंढरीत असले, तरी त्यांच्या घरातील पंढरीनाथाचे दर्शन घेण्यासाठी मोठी गर्दी व्हायची.

मारुतबुवा पंढरीला जाताना शिखर शिंगणापुरी जाऊन शंभू महादेवाचे दर्शन घेत. तेथे महेश्वर बडव्यांच्याकडे त्यांचा मुक्काम असायचा.

“याऽ मारुतबुवा.” महेश्वर आश्चर्याने म्हणाले, “असे अवचित येणे कसे झाले?”

“पंढरपूरला जाण्यासाठी आम्हाला आषाढी-कार्तिकी लागत नाही.” मारुतबुवा हातातील पडशी खाली ठेवीत म्हणाले, “मनात आले की निघालो आम्ही पंढरीनाथाकडे.”

“हे आम्हाला जमत नाही.” महेश्वर म्हणाले, “तुमचे सारेच वेगळे आहे. तुम्हांसारख्या एकनिष्ठ वारकऱ्याचे पाय आमच्या घराला लागतात हे भाग्यच

म्हणायचे आमचे!''

"भटजीबुवा," मारुतबुवा हसून म्हणाले, "तुमच्यासारखे बोलणे आम्हाला जमत नाही! मी एक साधासुधा वारकरी आहे. आम्हाला रागलोभ नाही. पंढरीचा राणा हे दैवत आमुचे. तो डोळिया पारणा होतसे. हेचि घडो मज जन्मजन्मांतरी. मागणे श्रीहरी दुजे नाही!''

"वा! मारुतबुवा," महेश्वर म्हणाले, "नामदेवांची वाणी पाठ आहे तुमची. तुमच्यापुढे आम्ही काय बोलणार? कसा काय झाला प्रवास?''

"नेहमीप्रमाणेच." बुवा म्हणाले. "आता पंढरीची वाट धरली, की आम्ही सुखावतो.''

बराच वेळ दोघे बोलत बसले. हे नेहमीचेच असायचे. बुवांची वाणी रसाळ होती. बोलता बोलता ते नामदेवांच्या अभंगांतील ओळी बोलत. बोलता बोलता भगवानशास्त्री देवरेंचा विषय निघाला. भगवानशास्त्री काशीचे पंडित होते. त्यामुळे रहिमतपूरच्या पंचक्रोशीत ते प्रसिद्ध होते. अनेक गावांची बोलावणी त्यांना येत. मारुतबुवांच्या घरातील मूर्तींची प्रतिस्थापना त्यांनीच केली होती. दोन पिढ्यांचे हे संबंध चांगले होते. आषाढीला मारुतबुवांच्या बरोबर ते शिंगणापूरला येत. महेश्वरांची व त्यांची चांगलीच ओळख वाढली होती.

"एक विचारू का?'' मारुतबुवा म्हणाले.

"विचारा की. संकोच कसला?''

"तुमच्या माहितीचा एखादा विद्वान ब्राह्मण ह्या परिसरात आहे का?''

"का?'' महेश्वर म्हणाले.

मारुतबुवांनी मग भगवानशास्त्रींसंबंधी सांगितले. त्यांना काशीला जावयाचे होते. तेथे काही काळ थांबावेही लागणार होते. त्यांच्याकडे बऱ्याच गावांची याज्ञिकी होती. ते गेल्यानंतर त्यांची ही सारी कामे व कुलकर्णीपण सांभाळणारा त्यांना एकजण हवा होता. तो आल्याशिवाय त्यांना जाता येणार नव्हते! सर्वांची पंचाईत करून त्यांना काशीला जावयाचे नव्हते.

महेश्वरांचा आनंद गगनात मावेना. ही महान पर्वणी आलेली होती रत्नाकरांना. त्यांनी नुकताच हा विषय काढला होता. व लगेच त्यांचे काम झाले.

महेश्वरांनी लगेच रत्नाकरना व आऊजींना बोलावून घेतले. सारी बोलणी झाली. मारुतबुवा म्हणजे देवदूतच वाटले त्या दोघांना!

आता कोठे जायचे हा प्रश्न मिटला होता.

काही काळ तरी रहिमतपूरला राहता येणार होते.

भगवानशास्त्री परत येईपर्यंत काहीच अडचण नव्हती.

जानकीबाईंची काळजी संपली होती.
शंभू शिखरीचा राजा पावला होता.
मारुतबुवांच्या रूपाने पांडुरंगच त्यांना भेटला होता!

माझे मनी जे जे होते
ते ते दिधले अनंते
त्रिपदी दिला ठाव
जनी म्हणे दाता देव!

- ० - ० - ० -

"मी धन्य झालोय." भगवानशास्त्री देवरे म्हणाले, "मी या क्षणाची वाटच पाहत होतो कितीतरी दिवस. अखेर पंढरीनाथाने माझी इच्छा पूर्ण केली. शंभू शिखरीच्या राजाने साद दिली."

"महेश्वरपंत," आऊजी म्हणाले,"आम्ही सहज दर्शनार्थ शिंगणापुरी आलो; पण तुमच्यामुळे व मारुतबुवांमुळे आमचे महत्त्वाचे काम झाले. मारुतबुवा अगदी योग्य वेळी इथे आले. वाटेत कुठे आम्हाला भेटले असते, तर असे झाले नसते."

"आऊजी," महेश्वर म्हणाले, "मी फक्त तुमचा निरोप बुवांना सांगितला. त्यांनी लगेचच मार्ग दाखविला. इतक्या लवकर तुमचे कार्य होईल, असे मलाही वाटले नव्हते. नाहीतर उद्या कोठे जायाचे, हा प्रश्न अपूर्णच राहिला असता."

"पण पांडुरंगाच्या मनात ते नव्हते." रत्नाकर म्हणाले,

"त्यांनी मारुतबुवांना योग्य वेळी इथे पाठविले. कार्य होणार असले म्हणजे अशा तऱ्हेनेच पूर्ण होते."

"आऊजी," महेश्वर म्हणाले, "तुमच्या बहिणाची भावभक्तीदेखील उपयोगी पडली. तिला पंढरीनाथाशिवाय दुसरे काहीही सुचत नाही. सारखी विठ्ठलमूर्ती ती तयार करीत असते. नंतर पूजा करते. हाच तिचा खेळ इथेही चालू आहे. इतक्या लहानपणापासूनची ही विठ्ठलभक्ती तिला पुढील जीवनात निश्चित उपयोगी पडेल. येथे रत्नाकरपंत श्रेष्ठ ज्योतिषी आहेत. त्यांच्यापुढे मी भविष्य सांगणे म्हणजे चंद्रापुढे काजव्याने दिमाख दाखविणे! पण मला चेहऱ्यावरून थोडेफार समजते. तिच्या चेहऱ्यावरून मी निश्चित सांगतो, की मोठेपणी ही बहिणा पंढरीनाथाची महान भक्त म्हणून प्रसिद्ध पावणार आहे."

"महेश्वर," आऊजी आनंदाने म्हणाले,"तुम्ही जे सांगितले, ते खरोखरच घडणार आहे. माझे मामा पैठणचे प्रख्यात ज्योतिषी आहेत. तिची पत्रिका पाहून त्यांनी हेच सांगितले होते. तुमचा चेहऱ्याचा अभ्यास खरोखरच परिपूर्ण आहे."

"तसे मी समजत नाही." महेश्वर म्हणाले,

"एका फिरत्या गोसाव्याने मला काही दिवसांत ही विद्या शिकविली. मानवी चेहऱ्याचे विविध नमुने त्याच्या पोथीत होते. ती पोथी त्याने मला दाखविली. ते सारे मी लक्षात ठेवले आहे एवढेच!"

"हे खरे आहे." रत्नाकर म्हणाले, "मलाही असा एक गोसावी भेटला होता. त्याच्याजवळही एक पोथी होती. ती मी पाहिली होती. तो काशीहून रामेश्वराला चालला हाता. कदाचित तोही तोच असेल."

"शक्य आहे." महेश्वर म्हणाले, "जे होणार आहे ते घडणारच असते. आता रहिमतपूरचा मार्ग तुमची वाट पाहतोय. रत्नाकरांना काम मिळाले. आऊजींची वैद्यकीही चालू करता येईल. म्हणजे तेथे कशाची कमतरता पडणार नाही. त्या भागातही उंच डोंगर आहेत. जवळपास. तेथे पुष्कळ वनस्पती मिळतील तुम्हाला. तुमचा मार्ग आणखी सोपा होईल. जरंडा जवळच आहे."

"महेश्वर," आऊजी म्हणाले, "तुम्ही योगायोगाने शिंगणापूरच्या वाटेत भेटला आणि पुढे हे सारे घडले, ते सगळेच अगम्य आहे."

दुसऱ्या दिवशी सकाळी महेश्वरांचा व बुवांचा निरोप घेऊन सारेजण शंभू महादेवाचे दर्शन घेऊन डोंगर उतरले. दहिवडीच्या वाटेला लागले. बुवांनी त्यांना भगवानशास्त्रींच्या घरीच जाण्यास सांगितले. तेही थोड्याच वेळात पंढरीला प्रस्थान करणार होते.

जाताना आऊजींच्या मनात सारे विचार बुवांचेच होते. फार वेगळ्या वृत्तीचा पंढरीभक्त होता तो. वारकरीधर्मात संपूर्ण रंगलेला. रहिमतपूरला आता कसली अडचण भासणार नव्हती. बुवांसारखा देवमाणूस त्यांच्या मागे उभा राहणार होता.

वाटेत दोन-तीन ठिकाणी मुक्काम करावा लागला. सगळीकडेच डोंगर पसरलेले होते. गावेही लहानलहानच होती. पण एखादे देऊळ असायचे. तेथे सोय व्हायची. सारी माणदेशी माणसे मात्र प्रेमळ भेटायची. कुठे काही अडायचे नाही. कोरान्न भिक्षा मिळायची.

भगवानशास्त्रींचे घर सापडण्यास काहीच अडचण आली नाही. ते घरातच होते.

"शास्त्रीबुवा आहेत काय?" बाहेरून हाक येताच शास्त्रीबुवा ओसरीवर आले. तेवढ्यात सारेजण आत आले.

'याऽ वर याऽ."

"आम्ही शिंगणापुराहून आलो आहोत." रत्नाकर म्हणाले, "आम्हाला तेथे मारुतबुवा भेटले. त्यांनी आम्हाला तुमच्याकडे जाण्यास सांगितले म्हणून आम्ही आलोत. आम्ही मूळ वेरूळ भागातील आहोत."

"बसा बसा." नमस्कार करून शास्त्री म्हणाले, "येण्याचे कारण समजावे म्हणजे थोडे सोयीचे होईल."

रत्नाकरांनी त्यांची व आऊजींची ओळख करून दिली. येण्याचा हेतू सांगितला.

तेव्हा शास्त्रीबुवा एकदम आनंदाने म्हणाले, की 'ते धन्य झालेत!'

शास्त्रीबुवांनी मग त्यांना तूर्त येथेच राहण्यास सांगितले. त्या दिवशी सर्वांना जेवणासाठीही त्यांनी आमंत्रण दिले!

बऱ्याच गप्पागोष्टी झाल्या.

रत्नाकर व आऊजी यांच्याबद्दल सारी माहिती त्यांना समजली.

त्यांना पराकोटीचा आनंद झाला.

त्यांना योग्य तो माणूस मिळाला होता.

आता काशीयात्रा ठरवावी लागणार. भगवानशास्त्रींनी त्यांच्या सर्व कार्याची रत्नाकरला माहिती दिली. त्यात जवळपासची गावेही होती.

- ० - ० - ० -

मारुतबुवा पंढरीहून आल्यानंतर काही दिवसांनी शास्त्रीबुवा काशीला गेले. तिकडे ते बरेच दिवस राहणार होते. त्यांच्या गुरूकडे मोठा यज्ञ होता.

शास्त्रीबुवांनी सर्व पाहुण्यांची सोय त्यांच्या घरातच केली. त्यामुळे अडचण काही नव्हती. घरातच गोड्या पाण्याची भलीमोठी विहीर होती. ती सर्वांसाठी मोकळी होती. पहाटेपासून लोक पाण्याला येत. रात्री उशिरापासून वर्दळ असायची.

भगवानशास्त्रींनी आपल्या सर्व यजमानांना रत्नाकरांची माहिती सांगितली होती. त्यामुळे लगेचच कामांना सुरुवात झाली. पहाटेपासून गावातील पूजांना जावे लागायचे. टंकसाळे, दामले, शेंडे, कुलकर्णी, देशपांडे, जोशी वगैरे घरांत रोजचे काम चालू झाले. घुगरदऱ्यांचे घर जरा दूरवर होते. ते मळ्यातच राहत.

रत्नाकर शास्त्रशुद्ध पूजा करीत. त्यांच्यात व शास्त्रीबुवांत फरक काहीच नव्हता. त्यामुळे त्यांचे सगळीकडे स्वागतच झाले.

लग्नसराईत पुष्कळ लग्ने साजरी होत. तेही जादा काम असायचे. आसपासच्या खेड्यांतूनही निरनिराळी कामे निघायची.

आऊजींच्या वैद्यकीची माहिती सर्वांना झाल्याने त्यांनाही दिवसभर काम पुरायचे. त्यांच्या औषधांचा सर्वांना गुण येऊ लागला.

मारुतबुवांच्या घरच्या भजनाला रात्री रत्नाकर व आऊजीही जात. आऊजी अभंग चांगले म्हणत. त्यामुळे त्यांचे व बुवांचे चांगले जमू लागले.

"आऊजी," बुवा म्हणायचे, "तुम्हाला ही ईश्वरी देणगीच आहे. ज्ञानदेवांचे व नामदेवांचे अभंग तुम्ही फार गोड गाता. ते ऐकावेसे वाटतात. त्यामुळे भजनाला

गर्दी वाढू लागली आहे. तुमची पोरगी दिवसातून कितीतरी वेळा दर्शनाला येते. आमच्या घरात ती रमते. फार भक्ती आहे तिची विठ्ठलावर. बोलतेही गोड. जनाबाईचे अभंग फार आपुलकीने म्हणते. आमच्या आईला ती पोर फार गुणाची वाटते. ती जर लवकर आली नाही, तर तिला चैन पडत नाही. रोज जाताना तिला काहीतरी भाजीपाला ती देतच असते.''

''खरे आहे हे.'' आऊजी म्हणायचे, ''ती लहानपणापासूनच पंढरीनाथाच्या सेवेत आहे. तुमच्या आईंचे सारखे कौतुक ती सांगत असते. त्यांना ती आजी म्हणते. त्यांनी तिला फार लळा लावलाय.''

''फार भाग्याची आहे बहिणा.'' बुवा एकदा म्हणाले, ''ती आमच्या घरात असताना एक संन्यासी दारी आला. दारातच बहिणा उभी होती. तिला पाहून त्याने नमस्कार केला व लगेचच तो निघून गेला. आमच्या आईला फार आश्चर्य वाटतंय. ती पलीकडेच उभी होती. संन्यासीही अगदी तपस्वी वाटत होत्या. त्याच्या चेहऱ्यावर कमालीचे तेज होते. त्याने बहिणाला नमस्कार का केला, हे कोडे मात्र उलगडलेले नाही. पण आमची आई मात्र तेव्हापासून बहिणाला 'बहिणाबाई' म्हणू लागलीय!''

''आश्चर्यच आहे!'' आऊजी म्हणाले, ''एवढ्या लहान पोरीबाबत त्या संन्याशाने एक वलय निर्माण केले आहे. तिची पत्रिका फार वेगळी आहे हे मात्र आम्हाला माहिती आहे. एक फार महान विठ्ठलभक्त तिला भेटणार असल्याचेही समजले आहे. माझे मामा प्रसिद्ध ज्योतिषी आहेत. त्यांच्या दृष्टीने अशी पत्रिका त्यांनी आजपर्यंत पाहिली नव्हती!''

''मला यातले काही समजत नाही.'' बुवा म्हणाले, ''पण ती पोर निश्चित वेगळी आहे यात शंका नाही. तिच्याकडे पाहिले की प्रसन्न वाटते. आमच्या घरात ती येऊ लागल्यापासून घरात काहीतरी वेगळेपण चांगले भासू लागले आहे.''

गावातील बऱ्याच घरांत बहिणा जाऊ लागली. तिचे येणे सर्वांना आवडू लागले. तिच्या मैत्रिणीही वाढल्या. जानकीबाईंना स्वैपाकात मदत करून बहिणाबाई हे व्याप करायची. ती स्वैपाकात तयार झाली. जानकीबाईंची एक इच्छा पूर्ण झाली.

रत्नाकर काही बोलायचे नाहीत!

- ० - ० - ० -

माधवराव घुगरदरेंच्या चौसोपी वाड्यात गडबड चालू होती. सकाळपासूनच तयारीला आरंभ झाला होता. माधवरावांची मळई चांगलीच होती. दूधदुभते होते. त्यांचा बहुतेक वेळ मळ्यातच जात असे. त्यांच्या घरात पंढरीची वारी पूर्वीपासून होती. तेही गावच्या दिंडीबरोबर जात असत. मारुतरावांच्या घरी रात्रीच्या भजनाला तेही उपस्थित असत. दर एकादशीला ते गोरगरिबांना दानधर्म करीत. त्यांच्या

वाड्यासमोर जमलेल्या लोकांना ते यथाशक्ति वाढत असत. त्यामुळे रहिमतपूरच्या परिसरात त्यांची सर्वांना माहिती होती. अडल्यानडलेल्यांना ते मदतही करीत. सावकारीचा त्यांना तिरस्कार होता. आपल्याला जे काही मिळत असते, त्यातील काही गरजूंना अवश्य द्यावे, ही त्यांची धारणा होती.

रंगनाथस्वामी निगडीकर त्या भागात आले म्हणजे त्यांच्याकडे येत. रंगनाथ-स्वामी त्या परिसरात सर्वांना परिचित होते. बद्रिकेश्वराला जाऊन तेथील प्रसिद्ध आश्रमात त्यांनी विद्याभ्यास केला होता. वयाच्या चौदाव्या वर्षीच ते तिकडे गेले होते. पारंगत होऊन ते परत आल्यावर त्यांनी सर्वत्र कीर्तने व प्रवचने चालू केली होती. सांगोल्याकडील नाझरे हे त्यांचे मूळ गाव. त्यांचे वडील बोपाजीपंत व आई सयाबाई. बोपाजीपंतांनी संन्यास घेतल्यावर त्यांना निजानंद म्हणत. त्यांनीच रंगनाथांना गुरूपदेश दिला.

रंगनाथस्वामी घोड्यावरून हिंडत. त्यांचा पोषाख व वागणे राजेशाही असायचे. त्यामुळे त्यांना राजयोगी म्हणत. 'मनोहर' हा त्यांचा देखणा घोडा. त्यावरून ते सर्वत्र जात. बरोबर शिष्यवर्गही असायचा. एका शिष्याने माधवरावांना स्वामी येत असल्याचा निरोप दिला होता. ते मुक्कामाला येणार होते.

याचा फायदा घेऊन माधवरावांनी रंगनाथांच्या कीर्तनाचा बेत ठरविला होता.

"याऽ मारुतबुवा." बुवांना दारातून आत येताना पाहून माधवराव म्हणाले, "याऽ, बसा. फार दिवसांनी आलात आमच्या घरी."

"परवाच आलो होतो की!"

"अहो, परवा म्हणजे त्याला महिना होऊन गेला. मागच्या एकादशीला जयरामस्वामी आले होते, तेव्हा तुम्ही आला होता."

"तेच म्हणायचे होते मला." बुवा हसून म्हणाले,

"पण तेव्हा माझे काम झाले नाही. ते आज व्हावे म्हणूनच मी आलोय."

"जयरामस्वामी त्या वेळी लगेचच निघणार होते. म्हणून तेव्हा योग आला नाही." माधवराव म्हणाले, "पण आज मीच तो योग ठरविला आहे."

"म्हणजे?"

"आत्ता हा मी तुमच्या घरीच येण्यास निघणार होतो, पण तेवढ्यात तुम्हीच आला." माधवराव म्हणाले, "याला काय म्हणावे?"

"याला एकच नाव आहे!"

"कोणते?"

"पांडुरंग!" बुवा म्हणाले.

"अगदी बरोबर." माधवराव म्हणाले, "आजचे कीर्तन तुमच्या पांडुरंगासमोरच

करण्याचे मी ठरविले होते व त्यासाठीच तुम्हाला सांगण्यास निघालो होतो मी.''

"माधवराव,'' बुवा म्हणाले, "तुम्ही मनकवडे आहात. माझ मनातील गोष्ट तुम्ही ओळखली. हा तुमचा मोठेपणा.''

"बुवा, आपल्यात लहानमोठे काहीही नाही.'' माधवराव म्हणाले, "आपण सारे वारकरी. आपला एक देव पंढरीनाथ. नामा म्हणे धन्य धन्य ते संसारी. चालविती वारी पंढरीची. अवघी हे पंढरी सुखाची मांदुस. माझा स्वप्रकाश रत्न हरी''

बुवांना अत्यानंद झाला.

रंगनाथांचे कीर्तन आपल्या घरी

व्हावे हीच अंतरीची भावना.

ती आज पूर्ण होणार होती.

एकादशी पावली होती.

हा योग दुर्मीळ होता.

पंढरीची वारी जयाचिये कुळी

त्याची पायधुळी लागो मज!!

– ० – ० – ०

बुवांच्या वाड्यात गर्दी जमू लागली. वाढतच गेली.

साऱ्या विठ्ठलभक्तांना ही सुवार्ता समजली होती.

आऊजी-जानकीबाई, रत्नाकर व त्यांच्या पुढे बहिणा व दोन्ही मुले होती. रंगनाथस्वामींच्या अगदी पुढे बहिणा होती.

रंगनाथस्वामी विठ्ठलाच्या जयजयकारात अत्यानंदाने नाचत होते. रहिमतपुरात प्रतिपंढरीच झाली. टाळमृदंगांची व टाळांची तालासुरात स्वामींना साथ चालू होती. स्वामींचा आवाज पराकोटीचा गोड व मोकळा होता.

अवघाची संसार सुखाचा करीन आनंदे भरीन तिन्ही लोक

ह्या ज्ञानदेवांच्या ओळी दुमदुमत होत्या.

रंगनाथस्वामी त्यात रंगून सर्वांना ते खुलवून सांगत होते.

संसार येथे मर्यादित नव्हता. हा संसार सर्व जगाचा होता. सर्वांचा होता.

आपला संसार प्रत्येकजण सुखाचा करण्याचा प्रयत्न करीत असतोच. परंतु सर्वांचा संसार सुखाचा करून सर्वत्र आनंदीआनंद करण्याची मनोकामनाच विलक्षण आहे. स्वामी त्यासाठी पंढरीनाथांचा जयजयकार करीत होते. पंढरपूर हे सर्व वारकऱ्यांचे माहेर. त्या माहेरीही माऊली सर्वांची वाट पाहत उभी आहे.

गेली युगे अठ्ठावीस!

हा पंढरीचा निळा

लावण्याचा पुतळा!
विठो देखियेला डोळा!
त्यामुळे तर पांडुरंगी मन रंगले!
सारे भाविक तृप्त जाहले!
बुवांचे घर व परिसर दुमदुमून गेला!

- ० - ० - ० -

"रत्नाकर," माधवराव पूजा संपल्यावर म्हणाले, "तुमच्या सासऱ्यांनी व तुमच्या पत्नीने माझ्या आईसाठी फार कष्ट घेतले. त्यामुळे तर ती या गंभीर आजारातून बरी झाली. योग्य औषधे व उपाय करण्यात आऊदेवांनी काही कमी केले नाही. त्यांचे उपकार आम्ही विसरणार नाही."

"यात उपकार कसले आहेत?" रत्नाकर म्हणाले, "त्यांचे काम त्यांनी केले एवढेच. मातु:श्रींचे योग चांगले व आपलीही सेवा मी पाहतच होतो. आपण सारखे त्यांच्याजवळ बसूनच होता. शेतातदेखील जात नव्हता.

"ते शक्यच नव्हते." माधवराव म्हणाले. "रंगनाथांचे कीर्तन झाले. त्या वेळी तिला काहीच नव्हते. पण नंतर मात्र जबरदस्त ताप आला व शुद्धही हरपली. आम्ही तर घाबरलो होतो. आऊदेवांनी सारखा औषधांचा व मात्रांचा मारा लावला होता. बहिणा सारखी मात्रा उगाळायचेच काम करीत होती. तिला दम नव्हता."

"ती आता तयार झालीच." रत्नाकर म्हणाले, "लहानपणापासून ती हाच उद्योग करतीय. तिलाही बऱ्याच मात्रा पाठ झाल्यात. केव्हा कुठली मात्रा द्यायची, हे तिला समजू लागले आहे."

"शिवाय स्वैपाकघरातही ती मदत करीत होती. फार कामाची आहे. सारखा पंढरीनाथांचा धावा करायची आमच्या आईसाठी." माधवराव म्हणाले, "आऊदेवांनी तर एक वनस्पती जरंड्याला जाऊन आणली. ते काही जवळ नाही."

"एवढेच नव्हे तर जरंडा चढून वरच्या मारुतीला त्यांनी आपल्या मातु:श्रींसाठी नवस केलाय." रत्नाकर म्हणाले, "येतानाच त्यांना ही वनस्पती मिळाली. मारुतरायांची कृपा. फार जागृत स्थान आहे हे. जरंडा हा प्रचंड डोंगर औषधी वनस्पतींसाठी पहिल्यापासून प्रसिद्ध आहे. असेही समजले."

"खरे आहे ते." माधवराव म्हणाले, "साक्षात बजरंगबली हातात वनस्पतींच्या डोंगराचा तुकडा लक्ष्मणासाठी लंकेला नेत असताना त्याचा एक भाग कोरेगाव जवळ पडला तो हा जरंडा पर्वत! हा जर एवढा प्रचंड तर हनुमानांच्या हातात

केवढा मोठा पर्वत असेल?''

''सारेच अलौकिक आहे.'' रत्नाकर म्हणाले, ''हे माहिती नव्हते आम्हाला. त्यामुळेच तर मातु:श्रींना लवकर गुण आला. प्रत्यक्ष मारुतरायांच्या हातातील वनस्पती मिळाली त्यांना!''

अजून काही चर्चा झाल्यावर रत्नाकर आणखी दोन पूजा करून घरी आले.

माधवरावांच्या मळ्यातून दोन पोती गहू व दोन गुळाच्या ढेपा त्यांच्या गड्यांनी गाडीतून आणून टाकल्या होत्या!

माधवरावांनाही काही कल्पना दिली नव्हती.

हा त्यांचा मोठेपणा होता!

- ० - ० - ० -

''बरं का आई.'' माधवराव म्हणाले,

''आऊदेवांनी तुझ्यासाठी केलेला नवस फेडला बरं का! ते परत आले जरंड्याहून.''

''भला माणूस आहे.'' आई म्हणाल्या, ''नाहीतर कोण कुणासाठी एवढे कष्ट घेतो? जरंडा जवळ का आहे? लहानपणी आम्ही श्रावणात जायचो तेथे. पण केवढी दमछाक व्हायची! किती उंच, किती अवघड! त्यांना काही दिलेस का नवस फेडण्यासाठी?''

''त्यांनी काहीही नाही घेतले.'' माधवराव म्हणाले, ''मी त्यांना सारा शिधा देऊ केला होता. पण त्यांनी तो घेतला नाही. बरोबर त्यांची पत्नी व बहिणा गेली होती. पोरगी फार धार्मिक वृत्तीची आहे. चटपटी आहे.''

''एवढेच नाही तर तिची विठ्ठलावर फार भक्ती आहे.'' आई म्हणाल्या, ''मला बरे वाटू लागल्यावर बोलत बसायची माझ्याशी. कितीतरी अभंग पाठ आहेत तिचे. आवाजही गोड आहे. लाघवी आहे पोर. या ना त्या रूपाने त्या कुटुंबाला देत जा काहीतरी. त्यांना जाणीव राहील. वाया जाणार नाही.''

''मीही तसेच ठरविले आहे.'' माधवराव म्हणाले, ''त्यांची मी कायमची सोय केली असती काहीतरी. पण भगवानशास्त्री परत येईपर्यंतच त्यांना ही कामे करावी लागणार आहेत. ते आले की ते येथे राहतील, असे मला वाटत नाही. माणसे मानी आहेत.'' तेवढ्यात जरंड्याचा प्रसाद घेऊन बहिणा आली. तो तिने आजींच्या हातात दिला. मारुतीचा अंगारा सर्वांना तिने लावला.

''काय बहिणा?'' आजी म्हणाल्या, ''कसा काय झाला प्रवास?''

बहिणा पुष्कळ वेळ जरंड्याचे सारे वर्णन करीत बसली. इतका सुंदर परिसर व उंच डोंगर तिने प्रथमच पाहिला होता. डोंगरावरील दगड दिसत नव्हता इतकी

हिरवाई पसरलेली होती. रंगीबेरंगी फुलांनी डंवरलेल्या रानवेली झाडाझाडांवर पसरलेल्या होता. कुठेही न पाहण्यास मिळालेल्या वनस्तपती आऊदेवांना पाहण्यास मिळाल्या. पुष्कळ त्यांना माहितीही नव्हत्या. जेवढ्या माहिती होत्या, तेवढ्या मुबलक प्रमाणात त्यांनी गोळा करून आणल्या होत्या.

कृष्णा व वेण्णा यांचा संगम असलेले माहुली गाव बहिणाला फार आवडले. त्याचे वर्णनही बराच वेळ ती करीत बसली होती. प्राचीन मंदिरेही पुष्कळ होती. त्या सर्वांचे दर्शन त्यांनी घेतले होते.

माधवरावांच्या पत्नीने-कृष्णाकाकूंनी-बहिणाला पाटावर बसवून तिला परकर-चोळीचे जरीचे कापड दिले. तिची ओटी भरली.

तिला सोन्याचे मंगळसूत्र दिले.

हे सारे बहिणा प्रथमच पाहत होती!

अजून तिच्या आयुष्याला स्थिरता आलेली नव्हती.

असे किती दिवस अजून चालणार?

बहिणा तशी मोठी नव्हती.

पण नाना विचार तिच्या मनात येऊ लागले!

पंढरीनाथांच्या मनात काय आहे कुणास ठाऊक?

- ० - ० - ० -

"बरे झाले, बहिणाला जाणीव दिली ते." आऊदेव म्हणाले, "माझ्याही मनात हाच विचार येऊ लागला होता."

दिवसामागे दिवस चालले होते. रहिमतपूरचे सर्वांचे जीवन ठरावीक पद्धतीचे होऊन बसले होते. प्रत्येकाला काम होतेच. मध्यान्ह होईपर्यंत रत्नाकर पूजा, अभिषेक वगैरे गोष्टींत गुंतलेले असत. आऊजी औषधांच्या पुड्या तयार करीत. दोन्ही मुले त्यांच्या हाताखाली लागत. औषधी वनस्पतींची त्यांनाही माहिती झालेली होती. जवळपास हिंडून किंवा डोंगरावरूनही ते वनस्पती गोळा करीत. आऊदेवांना हवी असलेली वनस्पती कोठे आहे, हे ते दोघेही अचूक सांगत. जानकीबाईंना स्वैपाकाचे काम असायचे. बहिणा त्यांना मदत करीत असायची. कधी कधी सारा स्वैपाकही तीच करायची.

"आज, स्वैपाक बहिणाबाईंनी केलेला दिसतोय." आऊजी म्हणायचे, "सारेच एकदम वेगळे आहे."

"सारे आईनेच शिकविले आहे." बहिणा हसून म्हणायची, "त्यात वेगळे काय असणार आहे?"

दुपारचा वेळ बहिणाला मोकळा असायचा. वाड्याच्या मागच्या बाजूला

थोडी फुलझाडे व वेली होत्या. पूजेसाठी फुले तेथेच मिळायची. एक रामफळाचे मोठे झाड होते. त्याखाली हमखास सावली असायची.

बहिणा तेथे रमायची. त्या बाजूला फारसे कोणी यायचे नाही. तिला एकान्तवास आवडू लागला होता. नाना विषय तिच्या मनात गोळा व्हायचे. विचार यायचा पुढील जीवनाचा. काय होणार आहे पुढे, दिवसामागे दिवस जात राहतील. पण आपण? काय आहे आता उरले आपले? ना घर ना शेती... गावही निश्चित नाही. ही भटकंती केव्हा संपणार? आज इथे उद्या कुठे... पुढे... पुढे कुठे, याला अंतच नाही का? हे केव्हा थांबणार? तिला काहीच सुचायचे नाही!

अखेर तिच्या डोळ्यांत पाणी यायचे. अश्रूंना वाट मिळायची. ती रडू लागली. डोळे पुसूनही अश्रू थांबेनात!

तेवढ्यात जानकीबाई तिला शोधत शोधत मागे त्या बाजूला आल्या.

“हे गं काय, बहिणा?’’ जानकीबाई न राहवून तिच्याजवळ बसत म्हणाल्या, “पूस ते डोळे. रडतीस काय अशी? काय झाले? कोण बोलले का?’’

“नाही ग आई, कोण बोलणार आहे मला?’’ बहिणा डोळे पुशीत म्हणाली, “सहज रडू आले.’’

“तसे येत नसते.’’

“अगदी खरे आहे हे, मी खोटे सांगत नाही.’’

“पण एवढे रडायचे कशासाठी? वेडी कुठली!’’ जानकीबाई म्हणाल्या, “मला कल्पना आहे तुझ्या परिस्थितीची. तू कसला विचार करीत बसतेस हेदेखील मला ओळखू आलेय. पण मी तुला जाणीव दिली नव्हती.’’

“आई, तुझ्या शप्पथ माझ्या मनात काही नाही.’’

“पण मी सांगते ते लक्षात ठेव.’’ जानकीबाई म्हणाल्या, “तू आता लहान राहिली नाहीस. मोठी होऊ लागली आहे. संसार म्हणजे काय, हे आता तुला कळू लागलेय. आपण आज इथे तर उद्या पुढे, असे करीत निघालो आहोत. आपले असे आपल्याजवळ काहीच नाही. हे किती दिवस चालणार, हेच विचार तुझ्या मनात असणार. खराय ना?’’

“होय आई.’’ बहिणा म्हणाली, “मला झोपदेखील लागत नाही लवकर.’’

“ते मला माहीत आहे.’’ जानकीबाई तिचा हात आपल्या हातात घेत म्हणाल्या, “तुलाच काय पण मलाही तशी झोप येत नाही. पण हे बोलून दाखवायचे नसते. तू ज्या जनाईचे अभंग गातेस, ती जनाबाई विठ्ठलभक्तीत रंगून सारे दुःख लपवीत होती. कोण होते तिला? येऽगं येऽगं विठाबाई, असे म्हटले की खरोखरच ती विठाईमाउली तिच्या मदतीला यायची. तेवढा वेळ तिचा आनंदात

जायचा. आपली भक्ती त्या जनाईसारखी नसली तरी विठ्ठलाच्या आळवणीतून आपण आपले दुःख विसरू शकतो. पंढरीनाथाचे ते साजिरे गोजिरे रूप डोळ्यांसमोर आणले, की क्षणभर आपण आपल्याला विसरतो. शिवाय तुला तर पांडुरंगाशिवाय दुसरे काहीही सुचत नाही. तू त्याच्यातच रमली आहेस. मग दुःख करायचे आणि उद्या काय याचा विचार करीत बसण्यापेक्षा परवा रंगनाथस्वामींनी वर्णन केलेला आळंदीच्या भावंडांचा संसार डोळ्यांसमोर आणावा. जगाने त्यांना विषाचे प्याले दिले; पण त्यांनी मात्र जगाला अमृताहुनी गोड अशी ज्ञानेश्वरी दिली. याशिवाय आनंद कोणता आहे?''

''आई'', बहिणा एकदम म्हणाली, ''मी तुला फार वेगळी समजत होते. पण तू हे जे विचार मला सांगितलेस ते फार वेगळे आहेत. तुझ्यासारखी आई जवळ असताना मी मात्र भलतेच विचार करीत भरकटत राहिले आहे. तुझे हे विचार मला कधीच ओळखू आले नाहीत.''

''अगं! पति हाच परमेश्वर आपला.'' जानकीबाई म्हणाल्या, ''त्याच्या सुखात आपले सुख समजायचे असते. विरोध करायचा नसतो. माझी आई मला हेच सांगायची. अगं, बायकांचा जन्म हा असाच असतो. त्यात वेगळे काहीही नसते. वटसावित्रीची पूजा कशासाठी करतो आपण? ती सावित्री डोळ्यासमोर ठेवूनच दिवस सारे काढायचे असतात.''

''आई,'' बहिणा तिच्या गळ्यात पडून म्हणाली, ''मी तुला ओळखले नाही गं... मला क्षमा कर...''

''वेडे,'' जानकीबाई म्हणाल्या, ''तू माझी मुलगी आहेस. मी तुझ्यावर रागावलेली नाही. जा, तोंड धुऊन घे.''

ती गेली आणि मागच्या दाराने आऊदेव आले. जानकीबाईंना पाहताच ते तिकडे वळले.

''येथे काय करीत आहात?''

जानकीबाईंनी सारी हकिकत सांगितली. बहिणाला सारी जाणीव दिली त्यांनी, हे चांगले झाले होते. त्यांच्याही मनात हाच विचार येऊ लागला होता.

''बहिणाची धार्मिकता चांगलीच वाढू लागली आहे.'' आऊदेव म्हणाले, ''वयाच्या मानाने तिची प्रगती चांगलीच आहे. बुवांच्या घरात तिचे जाणेयेणे अधिक आहे. हादेखील एक योगायोग समजावा लागेल. माधवरावांच्या आईचाही तिला लळा लागलाय. त्या तिला सारखे काहीतरी समजावून सांगत असतात.''

''मलाही परवा त्यांनी बोलावून घेतले होते. हे तुम्हाला मी सांगितले होतेच.'' जानकीबाई म्हणाल्या, ''पण त्यांनी एक गोष्ट सांगितलेली मी अजून

सांगितली नव्हती.''

"कोणती?''

"बहिणाबद्दल.''

"काय म्हणाल्या त्या?''

"बरं का जानकी,'' जानकीबाई म्हणाल्या,''मला काही विशेष समजत नाही. पण मी एवढे निश्चित सांगते की, बहिणाच्यामागे एक शक्ती उभी आहे. ते गूढ वलय मला अस्पष्ट दिसले. म्हणून मी सांगते बरं का! कुणाला सांगू नकोस. मोठेपणी बहिणाची यात विशेष प्रगती होणार आहे.''

"आईंना काहीतरी निश्चित समजत असावे.'' आऊजी म्हणाले, ''औषधा- निमित्ताने त्यांच्याकडे पाहताना काहीतरी वेगळी जाणीव होत होती मला. आज त्याचा खुलासा झाला. त्यांच्या दृष्टीतच वेगळी शक्ती असावी. ती दैवी आहे.''

कुणीतरी औषधाला आल्यामुळे त्यांना उठावे लागले.

विषय तिथेच संपला.

दोघांच्याही मनामध्ये बहिणाबद्दल विचार चालू झाले!

बहिणा जन्माला येण्यापूर्वीपासून तिच्याबद्दल गूढता आहे!

- ० - ० - ०

"हिला मुलगा होईल.'' बहिणा म्हणाली.

जमलेल्या साऱ्या स्त्रिया बहिणाकडे आश्चर्याने पाहू लागल्या!

बायकाबायकांत एकच चर्चा चालू झाली!

साऱ्याजणी अवाक् होऊन बहिणाकडे पाहू लागल्या.

भगवानशास्त्रींच्या घरापलीकडेच टांकसाळ्यांचा मोठा वाडा होता. त्यांची सावकारी होती. त्या टांकसाळ्यांच्या सुनेचे डोहाळेजेवण होते. सोनाकाकूंनी जानकीबाई व बहिणाला बोलावले होते. सर्व कार्यक्रम व्यवस्थित पार पडला. नावे घेण्याचा भाग बराच वेळ चालू होता. जानकीबाईंचा आवाज चांगला होता. त्यांनी डोहाळे म्हटले. बायकांना ते फार आवडले. हे डोहाळे वेगळे वाटले सर्वांना.

काही बायकांनी इतर पारंपरिक गाणी म्हटली. नुकत्याच झालेल्या भोंडल्यात घरोघरी बहिणाने गाणी म्हटली होती. तिचाही आवाज चांगला होता. पुष्कळ बायकांनी बहिणाला आग्रह केला. बहिणा अभंग म्हणू लागली -

विटेवरी समचरण सुंदर

बालक सुकुमार यशोदेचे ॥

वाळे वाकी गर्जत तोडर चरणी

नाद झणझणी वाजताती ॥

कासे कसियेला दिव्य पीतांबर
लोपे दिनकर तेणे प्रभा ।।
नामा म्हणे नाही तुझ्या रूपा पार
तेथे मी किंकर काय पाड ।।

अभंग फारच रंगला. बहिणाचे कौतुक वाढले. या वयात इतक्या सराईतपणे ती भजनांच्या चालीत म्हणायची. त्यामुळे तिच्या भोवती बऱ्याच बायका जमल्या.

नंतर झालेल्या बायकांच्या विविध प्रकारच्या खेळातही बहिणाने भाग घेतला. त्यातही ती पटाईत होती. तिच्यासारखे जमत नव्हते कुणाला.

शेवटच्या हळदीकुंकवाच्या कार्यक्रमात जोशीकाकू बहिणाला म्हणाल्या,

"काय गं, बहिणा, एक प्रश्न विचारू का?"

"विचारा की!"

"उत्तर देणार?"

"मला आले तर निश्चित देणार."

"सोनाकाकूंच्या सुनेला काय होईल मुलगा की मुलगी?"

बहिणा एकदम गांगरली..!

तिला काही सुचेना. उत्तर तर द्यावे लागणार होते.

"अगं सांग ना?"

"सांगते की.."

बहिणाने त्या सुनेकडे पाहिलं व एकदम म्हणाली,

"हिला मुलगा होईल."

साऱ्या बायकांनी टाळ्या वाजविल्या. आश्चर्यचकित होऊन साऱ्याजणी निघून गेल्या.

पण चर्चा मात्र चालू राहिली!

बहिणाचे उत्तर कुणी विसरले नव्हते!

उत्तराचे सर्वांनाच आश्चर्य वाटले होते!

कोणत्या आधारे तिने हे उत्तर दिले असावे?

साऱ्या बायका वाट पाहत होत्या.

अखेर ती वार्ता आली!

घरोघर पेढे वाटले गेले.

बहिणाचे उत्तर अगदी अचूक होते.

सोनाकाकूंना नातू झाला!

त्यांनी बहिणाला बोलावून चांगला भरजरी पोषाख दिला!
साऱ्या गावात मात्र एकच चर्चा चालू झाली!
बहिणाचा अंदाज खरा कसा ठरला?
तिला कसे समजले?
आत्तापर्यंत गावात असे कधी घडले नव्हते!
बहिणाकडे पाहण्याचा दृष्टिकोन एकदम बदलला!
तिच्याबद्दल नाना तर्क सुरू झाले!
विलक्षण वलय तिच्या भोवती निर्माण झाले!

- ० - ० - ० -

जानकीबाई एकट्याच स्वैपाकघरात भाजी निवडीत होत्या. चुलीवर काहीतरी शिजत होते.

"बहिणा कोठे आहे?" आऊजींनी आत येत सहज विचारले.

"घुगरदऱ्यांच्या काकूंनी तिला बोलावले म्हणून तिकडे गेलीय." जानकीबाई म्हणाल्या, "काहीतरी काम आहे? आत्ताच गेलीय. तुम्ही लवकर आलात?"

"तसे विशेष काही झालेले नाही त्याला." आऊजी म्हणाले, "पित्त वाढले आहे. त्याचेच फोड आहेत. पण सोपाना माने फार घाबरले होते. रोजच मेथीची भाजी खात होते कच्ची. त्यामुळे झाले पित्त."

"एक गोष्ट तुमच्या ध्यानात आलीय का?"

"कोणती?"

"जावईबुवांबद्दल."

"काय झाले?"

"त्यांच्याबद्दल काहीही मनात नाही आले तुमच्या?" आऊजी हळू आवाजात म्हणाले.

"नाही, तसे काहीच विशेष घडलेही नाही."

"अहो," आऊजी म्हणाले, "ते फारसे अलीकडे काही बोलत नाहीत. बहिणाचे इतके कौतुक चालू आहे या गावात; पण एकदाही त्यांनी काहीही बोलून दाखविलेले नाही. किंवा काही चर्चाही केली नाही. आपण बरे व आपले काम बरे, अशी वृत्ती झालेली आहे त्यांची. पहाटेपासून पूजा. दुपारी घरी आल्यावर भोजन. नंतर लगेच कुलकर्णीपणाचे लिखाण चालू होते. रात्रीही उशिरापर्यंत बसतात."

"माझ्या नाही लक्षात आले हे." जानकीकाकू आश्चर्याने म्हणाल्या, "मी आपली माझ्याच कामात दंग असते. तुम्ही ओळखले हे चांगले झाले. त्यांची इतर कामे रोज बहिणाच करून ठेवते. त्यामुळे तिच्याशी बोलण्याचा काहीच प्रश्न येत

नाही. तिलाही फारसे त्यांना काही विचारावे लागत नाही. हे जरी सारे असे असले तरी बहिणाबद्दल त्यांनी तसे मौनच पाळले आहे आणि ते एका टोकाचे आहे. तुमचे म्हणणे खरे आहे.''

''ही वृत्ती तशी चांगली नाही. स्वत:च्या पत्नीबद्दल इतका अलिप्तपणा एका अर्थाने बरा नाही. माणसाने एखादा तरी कौतुकाचा शब्द बोलावा.'' आऊजी म्हणाले, ''त्यांच्या पुढील जीवनाच्या दृष्टीनेदेखील विचार करावा लागेल.''

''त्या बिचाऱ्या बहिणाला तर यातले काहीच कळत नाही.'' जानकीबाई म्हणाल्या, ''पत्नी म्हणून जे काही करावे लागते तिला ते ती अगदी मनापासून करते नेहमी. उलट, आपल्या पतीचे तिला कौतुकच वाटते. वयातील अंतराबद्दल तर ती चुकून काही बोलत नाही. किंवा तिला तशी जाणीवही होत नसावी. पती हाच परमेश्वर हीच वृत्ती तिची आहे.''

''रत्नाकरांच्या स्वभावाबद्दल आता मला पूर्ण कल्पना आलेली आहे.'' आऊजी म्हणाले, ''ते तसे अबोल आहेत. पण एकही शब्द वावगा बोलत नाहीत. सर्व मर्यादा ते नेहमी पाळतात. आपल्यासाठी त्यांनीही घरदार सोडले, हे त्यांचे सर्वात मोठे सहकार्य. पण...''

''पण काय?''

''मला असे वाटते, की....'' थोडे थांबून आऊदेव म्हणाले, ''त्यांचा थोडा अहंकार जागृत असावा. हे आपले माझे मत आहे. आपल्या पत्नीचे कौतुकदेखील त्यांना सहन होत नसावे. याच्या उलट आपल्याला कोणी महत्त्व देत नाही, असेही त्यांना वाटू लागले असेल आणि ते साहजिकच आहे.''

''पण ही गोष्ट गंभीर आहे.'' जानकीबाई म्हणाल्या, ''असला स्वभाव काय कामाचा? पती-पत्नीत एकवाक्यता असावी लागते. मला यातले काही कळत नाही. पण एक स्त्री म्हणून मला जे वाटते ते बोलले मी.''

''खरे आहे हे.'' आऊजी म्हणाले, ''बहिणा आता मोठी होत जाणार आहे. तिला सारे कळू लागले म्हणजे मग हा प्रश्न निर्माण होईल. तिच्या पत्रिकेप्रमाणे जर सारे घडत गेले, तर पुढे जे काही होणार आहे ते यांना अजिबात सहन होणार नाही. त्यांच्या भावी संसारात हे योग्य नाही. पति-पत्नीत सहकार्य हे लागतेच. तिचा उत्कर्ष जर त्यांना नाही सहन झाला, तर काहीतरी विपरीत घडेल.''

''तुमच्या लक्षात ही गोष्ट आली ते चांगलेच झाले आहे.'' जानकीबाई म्हणाल्या, ''पण आता याला उपाय काय?''

''स्वभावदोष घालविता येत नाहीत, असे एक संस्कृत वचन आहे.'' आऊदेव म्हणाले, ''मग आपण काय करू शकणार? त्यांना हे शिकविण्यास ते

लहान नाहीत. अखेर हे त्यांचे त्यांनाच समजले पाहिजे. नाहीतर....''

"नाहीतर काय?'' जानकीबाई म्हणाल्या, "मला नाही समजले.''

"व्यावहारिक अनुभव मला पुष्कळ आले आहेत व यापुढेही येतील.'' आऊदेव म्हणाले, "तुम्ही इतरांशी जसे बोलता, तसेच दुसरेही तुमच्याशी बोलतात. म्हणून समाजात व कुठेही बोलताना तोलूनमोजून बोलावे लागते. शब्दांना विलक्षण धार असते. ते बाणाप्रमाणे असतात. एकदा सोडलेला बाण जसा परत येत नाही तसे हे वाग्बाण असतात. ते जिव्हारी लागतात, बोचतात, हा एक प्रकार झाला!''

"आणि दुसरा?'' काही न समजून जानकीबाई म्हणाल्या.

"जी माणसे कमी बोलतात किंवा बोलतच नाहीत,'' आऊदेव म्हणाले, "ती केव्हातरी एकदम आक्रमक किंवा अव्यवहारी बनू शकतात. अंगावर धावून येऊ शकतात. जी माणसे अति तिखट खातात, ती रागीट असू शकतात. माणसाच्या खाण्यावरही त्याचा स्वभाव बनू शकतो. रत्नाकरांना फार तिखट लागते. त्यामुळे त्यांचे वेगळे काढावे लागते. सात्त्विक खाणारे मृदू अंत:करणाचे असतात. म्हणून नेहमी संताघरचा प्रसाद मागून खावा. त्यात फार मोठे सामर्थ्य लपलेले असते.''

"केवढे नव्याने समजले मला आज! मला यातील काहीच माहिती नव्हते!'' जानकीबाई म्हणाल्या, "या निमित्ताने माझ्या ज्ञानात आज विलक्षण भर पडली आहे. फार उपकार झाले रत्नाकरांचे!''

"ते कसे काय?''

"त्यांच्या वागण्यामुळे तर मला हे जीवनाचे रहस्य समजले.'' जानकीबाई म्हणाल्या, "नाहीतर मी याला वंचितच राहिले असते.''

"न राहविल्यामुळे मीही सारे बोलून गेलो.'' आऊदेव म्हणाले, "मला रोज हे खटकत होते.''

तेवढ्यात कुणीतरी हाक मारल्यामुळे आऊदेव एकदम उठून बाहेर आले!

स्वैपाकाला उशीर होत होता. सारेजण लवकरच येतील आता.

जानकीबाईंची घाई सुरू झाली.

त्या बहिणाची वाट पाहू लागल्या!

- o - o - o -

"बाबा, बाबा, मला सिंहगर्जना ऐकू आली.'' बहिणा जवळजवळ ओरडलीच.

"मला नाही आली.'' आऊदेव म्हणाले.

ते बहिणाकडे पाहतच राहिले.

जमलेले काही भाविकही आश्चर्यचकित झाले.

पुष्कळ बायका-मुलींकडून बहिणाला सिद्धेश्वर कुरोलीबद्दल माहिती मिळू

लागली. जवळजवळ रोजच कुणीतरी त्याबाबत बोलायचे. त्यामुळे बहिणाची उत्सुकता वाढू लागली. ते मंदिर केव्हा पाहण्यास मिळेल, असे तिला वाटू लागले.

माधवरावांच्या आईनेही बोलता बोलता त्यांचा अनुभव सांगितला होता. त्यांनाही एकदा त्या देवस्थानाची प्रचिती आली होती. बाकी कुणाला नाही. त्यामुळे त्या स्वत:ला भाग्यशाली समजत असत.

कुरोली तसे जवळ नव्हते. शिवाय तिला एकटीला जाणेही शक्य नव्हते. तशी पुष्कळ प्रसिद्ध मंदिरे रहिमतपूरच्या परिसरात होती. प्रत्येक गावात एखादे ग्रामदैवत असायचेच. त्याची जत्राही असायची. पण सगळीकडे जाणे काही शक्य नव्हते.

देवस्थानाची माहिती मिळविण्याचा तिला नादच होता. मंदिरांची प्राचीन बांधणी तिला फार आवडायची. पंढरीहून शिंगणापूरला येताना वाटेत वेळापूर लागले होते. तेथे त्यांचा रात्रीचा मुक्काम पडला होता. तेथे महादेवाची हेमांडपंती मंदिरे पुष्कळ होती. इतर मंदिरेही होती. सर्वांची ठेवण मात्र वेगवेगळी होती.

भव्य काळ्या फत्तरापासून कोरलेले खांब व त्यांची ती विशिष्ट रचना ती पाहतच रहायची. गावाच्या परिसरात सारी देवळेच देवळे होती. गावाला पांडवकालीन परंपरा होती.

गावातील अर्धनारी नटेश्वराचे मुख्य मंदिर तर अतिशय भव्य व आकर्षक होते. असे मंदिर तिने कधी पाहिलेच नव्हते. तेथे थांबले असताना त्यांना रघोबा कुलकर्णी वेळापूरकर भेटले होते. त्यांनी सारी पांडवकालीन माहिती सांगितली होती. ते त्या कथा सांगताना अगदी भारावून गेले होते. फार जुन्या व प्राचीन संस्कृतीचे दर्शन घडविणाऱ्या या गावचा त्यांना फार अभिमान होता. ते बरेच बोलके होते. जमीनजुमला भरपूर होता. त्यामुळे त्यांच्या घरातच त्यांनी या सर्वांची थांबण्याची व जेवणाची सोय केली होती.

नंतर त्यांना माळशिरस हे गाव लागले होते. तेथेही हनुमानाचे भव्य व प्राचीन मंदिर होते. तेथेच त्यांनी मुक्काम केला होता. ती मूर्ती बहिणा पाहतच राहिली होती. मंदिर दिसले की तेथील मूर्ती पाहण्याची तिची सवय सर्वांना माहिती होती. त्यामुळे ती संधी सोडत नसे.

सिद्धेश्वर कुरोलीला एका माणसाला औषध देण्यासाठी अखेर आऊजींना बोलावणे आले. बहिणाला हा योगायोग वेगळाच वाटला. सिद्धेश्वराचीच ही कृपा असे ती समजू लागली. आऊजीबरोबर तीही गेली. कधी एकदा हे देवस्थान पाहीन, असे तिला झाले. त्या आजारी माणसाला आऊजींनी तपासून औषधे देईपर्यंतचा काळ म्हणजे महाप्रचंड असा वाटला.

अखेर तो योग आला. मंदिर तर भव्य व आकर्षक होतेच. पण तेथे एक परंपरा होती. प्रत्येकाची ती एक कसोटीच होती. भक्तिभाव पाहण्याची प्रथा होती. शेजारच्या आडातून घागर काढून ती त्या महादेवाच्या पिंडीवर टाकताना विशिष्ट आवाज येतो. तो सिंहगर्जनेसारखा ज्याला ऐकू येतो, तो भाग्यवान समजला जाई!

प्रथम बहिणाने घागर ओतल्यावर तिला तसा सिंहगर्जनेचा आवाज आल्यामुळे ती "बाबा! बाबा!" म्हणून ओरडली!

आऊदेवांना तशी प्रचिती आली नाही! अजूनही काही भाविक होते. त्यांनाही काही ऐकू आले नाही!

फक्त बहिणा भाग्यवान निघाली!

साऱ्या रहिमतपुरातही ही वार्ता समजली!

बहिणाच्या भक्तिभावाची चर्चा वाढू लागली.

जानकीबाईंची बहिणाबाबत चिंता मात्र वाढली!

- ० - ० - ० -

सिद्धेश्वर कुरोलीच्या प्रचितीनंतर जानकीबाईंना भीती वाटू लागली.

रत्नाकरांना काय वाटेल?

आऊजींचे सारे बोलणे त्यांना आठवत होते!

रत्नाकर या बाबतीत आता काय करतील? जानकीबाईंची अस्वस्थता वाढू लागली. त्यांना काही सुचेना. आऊदेवांनी सांगितलेले प्रत्यक्षात रत्नाकरांनी आणले तर? याला उपाय काय? बहिणाच्या प्रगतीला बंधन घालणे हा उपाय निश्चित नव्हता. तिला यासंबंधी काहीच कल्पना नव्हती. तिचा अल्लडपणा बालसुलभ होता. तिला याच्या परिणामाची कल्पना दिली तर? जानकीबाईंचे कोडे सुटेना! बहिणाचा विचार त्यांच्या मनातून काही केल्या जाईना.

एकदा सकाळी त्या व बहिणा दोघीच स्वैपाकघरात होत्या. बहिणा त्यांना मदत करीत होती.

"बहिणा," जानकीबाई म्हणाल्या, "एक गोष्ट तुला विचारू का?"

"विचार की, त्यात काय?"

"रत्नाकर तुझ्याशी बोलतात का?"

"नाही."

"तू तसा प्रयत्न करतेस का?" जानकीबाई म्हणाल्या.

"नाही."

"का नाही?"

"ते बोलत नाहीत. म्हणून मीही नाही बोलत." बहिणा सहज म्हणाली.

‘अगं, ते तुझे पती आहेत.’’ जानकीबाई म्हणाल्या, ‘‘ते जरी नाही बोलले तरी आपण काहीतरी विचारावे, सांगावे. म्हणजे त्यांना बरे वाटेल.’’

‘‘आणि ते तरीही नाही बोलले तर?’’

‘‘दुसरे काहीतरी सांगावे.’’ जानकीबाई म्हणाल्या, ‘‘तू ज्या दिवशी भाजी करतेस, त्या वेळी आवडली का असे विचारावे.’’

जानकीबाईंनी बहिणाला नाना प्रकारे समजावून सांगितले. ते जरी नाही बोलले तरी बोलत राहावे, स्वत:कडे नेहमी कमीपणा घ्यावा. उलटी उत्तरे देऊ नयेत. पत्नीधर्म व्यवस्थित सांभाळावा. त्यांनी अनेक उदाहरणे समजावून सांगितली. प्रसंग पाहून कसे बोलावे हेही सांगितले.

‘‘आई,’’ बहिणा काहीसे आठवून म्हणाली,

‘‘परवा एकदा ते पूजेला बसले होते. नैवेद्याची वाटी वाजवू लागल्याने मी तेथे पळत गेले, तर त्यांनी काहीही न बोलता पुन्हा वाटी आपटली. मी गुळाचा खडा ठेवला होता. पण उंदरांनी तो पळविला असावा. मी पुन्हा गूळ ठेवला व त्यांना खुलासा केला. ते काही बोलले तर नाहीतच, पण डोळे वटारून माझ्याकडे पाहिले व नैवेद्य दाखवू लागले. मग अशा प्रकाराने मी काय करावे?’’

‘‘तू जे केले, तेच योग्य होते.’’ जानकीबाई म्हणाल्या, ‘‘काहीही बोलायचे नाही. गप्प राहून निघून जायचे. पण त्यांना बोलते करण्याचे काम शेवटी तुलाच करायाचे आहे, हे लक्षात ठेव. त्यांच्या स्वभावात तसा फरक पडणे कठीण आहे. पण आपण बोलत रहावे. दुरावा चांगला नाही आणि नसतोही. काळाप्रमाणे तुला सारे कळू लागेल. तू आता मोठी होत जाणार आहेस. तुला आता अकरावे चालू आहे.’’

जानकीबाईंनी अजून थोड्या गोष्टी तिला सांगितल्या.

त्यांनी एक जबाबदारी पार पाडली होती.

जे मनी दाटले होते, ते त्यांनी तिला बोलून दाखविले.

हे आईचे कर्तव्य होते!

ते त्यांनी पाळले!!

- ० - ० - ० -

मारुतबुवा जवळजवळ पळतच भल्या सकाळी आऊजींकडे आले. बहिणा अंगणात सडा टाकीत होती. तिने आऊजींना हाक मारताच ते बाहेर आले.

बुवांच्या मातु:श्री पाय घसरून अंधारात पडल्या होत्या. पायाला बरेच लागले होते. सूज आली. चालता येईना.

आऊजींबरोबर बहिणाही आली. रखमाबाई चांगल्याच कण्हत होत्या. वेदना

वाढल्या होत्या. पाय मुरगळलाही होता.

आऊजींनी तयार केलेले नारायण तेल चोळण्यास त्यांनी आरंभ केला. बहिणा आऊजींनी दिलेल्या मात्रा सहाणेवर उगाळून आईंना देत होती. बराच वेळ हा कार्यक्रम चालू होता.

‘‘आऊदेव,’’ बुवा म्हणाले, ‘‘फार कष्ट घेत आहात, तुम्ही दोघे.’’

‘‘बुवा,’’ आऊदेव म्हणाले, ‘‘हे आमचे कामच आहे. शिवाय मातु:श्रींना लवकर बरे वाटावे हा प्रयत्न आहे माझा. पोटात मात्राही दिली जात आहे. वेदना कमी होत जातील. पण सूज ओसरण्यास थोडावेळ लागेल. परवा जरंड्याहून एक नवी वनस्पती मिळविली आहे. तिचा गुण आता पहायचा आहे. मारुतीरायांच्या कृपेने लवकर परिणाम व्हावा.’’

‘‘निश्चित होईल.’’ बुवा म्हणाले, ‘‘तुमची श्रद्धा जेथे जेथे आहे, तेथे परिणाम होतच राहतो. शिवाय बहिणामुळेही लवकर दुखणे बरे होणार आहे. ती आत गेलीय. त्यामुळे मी पुन्हा एकदा तुम्हाला सांगतो, की ही पोर फार विलक्षण प्रेमळ आहे. पांडुरंगावरची तिची भावभक्ती जगावेगळी आहे. मघाशी आल्याबरोबर ती अगोदर विठ्ठलाचे दर्शन घेऊन आली व मगच कामाला लागली. या वयात हे दुर्मीळ आहे.’’

‘‘या भटजीबुवा.’’ बुवा म्हणाले, ‘‘आज एकादशी नसतानाही तुम्हाला यावे लागले.’’

‘‘आईंची प्रकृती पाहून जावी म्हणूनच आलो. नाहीतर सायंकाळच झाली असती.’’ रत्नाकर म्हणाले, ‘‘मला दम निघेना. उपचार योग्य वेळी चालू असल्याने आता मला काळजी नाही. निघतो मी. सर्व पूजा अजून व्हावयाच्या आहेत.’’

‘‘आऊदेव,’’ रत्नाकर गेल्यावर बुवा म्हणाले, ‘‘परवा एकदा रस्त्यावर त्यांची भेट झाली आणि आश्चर्य म्हणजे ते थोडावेळ बोलत उभे राहिले.’’

‘‘काय म्हणता?’’

‘‘खरे आहे हे.’’

‘‘त्यांना बोलण्यास कमी लागते.’’

‘‘ते मला माहीत आहे.’’ बुवा म्हणाले, ‘‘पण त्या दिवशी ते चक्क बोलले.’’

‘‘काय म्हणाले?’’

‘‘बोलता बोलता बहिणाबाईंचा विषय निघाला.’’ बुवा म्हणाले, ‘‘मी तिच्याबद्दलच्या काही वार्ता सांगितल्या त्यांना.’’

‘‘बुवा,’’ रत्नाकर म्हणाले, ‘‘हे सारे मला ठाऊक आहे. पण मी कुणाला बोलून दाखवू? तिचा मला अभिमानही वाटू लागला आहे. लहानपणातच या साऱ्या

गोष्टी तिने मिळविल्या आहेत. तिची विठ्ठलभक्ती तर सर्वांना माहीत झालीय. पंढरपूरला तर ती सारखी मंदिरातच असायची. आता तुमच्या घरी त्यासाठीच सारखी येत असते. या गावात तुमच्यामुळे तिची चांगली प्रगती चालू आहे.''

''आश्चर्य आहे!'' आऊदेव म्हणाले, ''यातील एकही शब्द त्यांनी आम्हाला कधीही बोलून दाखविलेला नाही. मला आश्चर्याचा धक्काच बसला आहे. गावात फक्त तुमच्याशीच ते हे बोलले आहेत. यात आश्चर्य तर आहेच; पण त्यांचे कौतुकही करावे लागेल. तुमच्याजवळ त्यांनी आपले मन मोकळे केले, हे चांगले झाले. हे तुमच्याजवळच ठेवा. कुणाला सांगू नका.''

''आज प्रथमच तुम्हाला सांगत आहे.'' बुवा म्हणाले,

''मलाही अजून आश्चर्य वाटत आहे. कधीही काही न बोलणारा इतके कसे बोलून गेला?''

''तुमच्यावर त्यांचा विश्वास आहे.'' आऊदेव म्हणाले, ''म्हणून तर आईंना पाहण्यास ते आले. तसे कुणाकडे ते जात नाहीत बोलाविल्याशिवाय.''

तेवढ्यात बहिणा आली व ते निघाले. पुन्हा संध्याकाळी तेल चोळण्यास व औषधे देण्यास यावे लागणार होते.

काही दिवसतरी हे चालणार होते!

- ० - ० - ० -

''काय सोनाकाकू,'' घुगरदऱ्यांच्या कृष्णाकाकू म्हणाल्या, ''एवढ्या घाईघाईत कुठे निघालात?''

''दादा कुलकर्ण्यांच्या सुनेला मुलगा झालाय काल. तिकडे निघाले आहे.'' सोनाकाकू म्हणाल्या, ''लवकर जाऊन आलेले बरे. चांगली आहे बिचारी. त्या बहिणासारखी कामाची आहे. माझ्या मदतीला नेहमी येते.''

''कोण? ती शारदा का?''

''हो, तीच.'' सोनाकाकू म्हणाल्या, ''सगळीकडे जात असते ती. तुमच्याकडेही येऊन गेली असेल.''

''चैत्रागौरीच्या वेळी आली होती ती.'' कृष्णाकाकू म्हणाल्या, ''बोलकी आहे बहिणासारखीच.''

''पण बहिणा ती बहिणाच.'' सोनाकाकू म्हणाल्या, ''कालपरवा गावात आली, पण सगळ्यांची लाडकी बनली. एखादा दिवस नाही आली ती तर चैन पडत नाही.''

''तसे झालेय खरे.'' कृष्णाकाकू म्हणाल्या,

''पण तिची काही वेळा कीव येते!''

"का? काय झाले?"

"इतके सारे चांगले आहे," कृष्णाकाकू म्हणाल्या. पण..."

"पण काय?"

"जोडा विजोड वाटतो." कृष्णाकाकू म्हणाल्या,

"फार अंतर आहे दोघांत. आईवडिलांनी कसे काय ठरविले असेल? हा विचार कसा नाही सुचला?"

"काहीतरी कारण घडले असेल." सोनाकाकू म्हणाल्या,

"नाहीतर जाणीवपूर्वक कोण करील असे?"

"आईवडील तर अगदी सज्जन आहेत." कृष्णाकाकू म्हणाल्या, "त्यांना लोभ कशाचाही नाही. आपणहून काही मागतदेखील नाहीत. आमच्या सासूबाईंच्या आजारपणात किती कष्ट घेतले त्यांनी. त्यांच्यासाठी नवस तर बोललाच, पण तो फेडूनदेखील आले जरंड्याला जाऊन."

"हे खरे आहे." सोनाकाकू म्हणाल्या, "पण बहिणा कधीही नाराज दिसली नाही. कुठे याविषयी चुकूनदेखील ती बोलत नाही. उलट आपल्या पतीबद्दल ती अभिमानाने बोलत असते नेहमी."

"मीही ऐकले आहे." कृष्णाबाई म्हणाल्या,

"आणि हे सारे चांगलेच आहे. मला आपले सहज वाटले म्हणून बोलून दाखविले मी. हा काही चर्चेचा विषय नाही. आहे ते ठीक आहे."

"मी तर असे म्हणेन, की" सोनाकाकू म्हणाल्या, "उलट बहिणासारख्या मुलीचे कौतुक केले पाहिजे. एवढ्या लहान वयात किती समजदारपणाने वागत असते ती. कुठे दुःखाची छायादेखील नाही. कमीपणा नाही."

"यात काहीच शंका नाही." कृष्णाबाई म्हणाल्या,

"आमच्या इकडूनदेखील बहिणाचे कौतुकच चालू असते. ते सारखे तिचेच उदाहरण देत असतात. बराच उशीर झालाय. लगेच येते असे सांगून आलेय मी. बराय. या की घरी एकदा सहज."

"येईन केव्हातरी सहज."

"नक्की, बरं का!"

- ० - ० - ० -

एका रोग्यासाठी आऊदेवांना बेलफळांची आवश्यकता होती. ते आल्यापासून इथेही गरज भासली नाही. त्यामुळे आता बेलाचे झाड शोधणे आवश्यक होते. त्यांनी ओळखीच्या काही लोकांना विचारले. परंतु कुणाला निश्चित असे माहिती नव्हते. गावाच्या जवळपास त्यांनी शोधले, पण ते काही सापडले नाही. बहिणा व

तिच्या काही मैत्रिणींनीही प्रयत्न केला, पण त्यांनाही ते सापडले नाही.

अखेर एके दिवशी भल्या सकाळीच ते कोरेगावच्या वाटेला निघाले. बरेच दूर गेले तरी काही शोध लागेना. एका बाजूला एक छोटी टेकडी होती. तेथे दाट झाडी दिसत होती. तेथे जावे असे त्यांना वाटले म्हणून ते तिकडे वळले. त्या भागात फारसे कुणी त्यांना भेटले नाही. भाग तसा ओसाडच होता. शेतीवाडी नव्हती. रानटी झाडे व वेली फोफावलेल्या होत्या.

त्यातून वाट काढीत ते थोडे पुढे जाताच दूरवर त्यांना एक छोटेसे मंदिर दिसले. त्यांची उत्सुकता वाढली. जवळ जाताच ते महादेवाचे आहे हे स्पष्ट झाले. आऊजींना अत्यानंद झाला. महादेव म्हणजे त्यांचे परमदैवत होते. आत जाऊन त्यांनी दर्शन घेतले. तेथे काही रानफुले व बेल वाहिलेला होता.

म्हणजे कुणीतरी येऊन गेले होते व बेलाचे झाड जवळपास निश्चित आहे हेही समजले. चारी बाजू पाहत ते पुढे निघाले. टेकडीजवळून उतारावर एक छोटा ओहळ वाहत होता. त्याच्या अलीकडे त्यांना हवे असणारे बेलफळाचे डेरेदार झाड होते. सुदैवाने पुष्कळ बेलफळे लागलेली होती. त्यांना हवी असणारी पूर्ण विकसित झालेली काही बेलफळे त्यांनी घेतली.

पुष्कळ वेळ झाला होता त्यांना या भागात येण्यास. साहजिकच त्याच झाडाखाली ते जरा विसावले. आसपासचा भाग चांगलाच हिरवागार होता. त्यांना देवगावची आठवण झाली. बऱ्याच काळानंतर त्यांना असा एकान्त मिळाला होता. देवगावच्या शिवा नदीचा परिसर असाच हिरवागार होता. याच भागात ते अनुष्ठानाला बसत. एका पाठीमागे एक आठवणी दाटू लागल्या. फार सुखाच्या काळात ते तेथे वावरले होते. एवढ्यात पलीकडून एक गाय आली. ते दचकलेच! अगदी त्यांच्या 'हरणी' सारखी वाटली त्यांना. ते पटकन उठले. पलीकडे वाढलेले गवत त्यांनी उपटून तिला खाण्यास दिले! हळूच तिच्याजवळ जाऊन तिला गोंजारले. पाठीवर थाप मारली. गाय शेपूट हलवू लागली. हंबरली. आऊदेवांच्या डोळ्यांतून पाणी तरारले! त्यांनी देवगाव सोडताना हरणीला रात्री केशवरावांच्या दारात बांधली होती! तिला असेच कुरवाळले होते. ती अशीच हंबरली होती! .... केशवरावांवरून त्यांना बऱ्याच गोष्टी आठवल्या. ते आता कसे असतील? राधाकाकू? मुक्ताकाकू? एकापाठोपाठ सर्व चेहरे त्यांना दिसू लागले. नको तो गुंडोजी व कमळी हे डोळ्यांसमोर येताच ते एकदम सावध झाले!

त्याच्यामुळेच त्यांना देवगाव अखेर सोडावे लागले. नको.. त्याचे नाव देखील नको... पण आता त्यांचे ते घर डोळ्यांसमोर आले. त्या रात्री कितीतरी वेळ, आपल्या पूर्वजांच्या वास्तूला त्यांनी व जानकीबाईंनी पुन्हा पुन्हा नमस्कार

केला होता. त्यांची पावले तेथेच अडखळली होती. मिळेल का पाहण्यास पुन्हा ही वास्तू? काय अवस्था झाली असेल तिथे?

त्यांना काही सुचेना. चैन पडेना. देवगाव सोडल्यापासून असे त्यांना कधी झाले नव्हते. पण ते सावरले. आता त्या गोष्टींचा विचार करायचा नाही हे त्यांनी ठरविले. तेथे पुन्हा यायचे नाही. ह्या विचारांनीच ते गाव त्यांनी सोडले होते.

ते पटकन उठले. सरळ महादेवाच्या मंदिराकडे आले. त्यांनी पुन्हा दर्शन घेतले. हात जोडले. प्रार्थना केली.

त्यांना जरा बरे वाटले.

ते लगेचच परत निघाले.

बराच वेळ झाला होता.

आता त्यांच्या मनात सारे विचार त्या बेलफळांचेच होते.

त्यांचे काय काय करून ठेवावे, हे ते ठरवीत होते.

तो महादेवाचा प्रसाद होता.

त्या दिवशी सोमवार होता!

- ०-०-०-

''आई, मी तुझ्या लुगड्याची घडी मोडू?'' बहिणा एकदम म्हणाली.

''तुला येईल नेसायला?''

''मी केव्हाच शिकले आहे!''

''कोणी शिकविले?''

''तुझे रोज पाहून पाहूनच मी शिकले.'' बहिणा म्हणाली, ''आणि परवा मी तुझे नेसून पाहिले होते. तेवढ्यात गंगा आली. तिला मी प्रथम ओळखूच आले नाही!''

''बहिणा, तू?'' गंगा म्हणाली, ''मी ओळखले नाही तुला! केवढी मोठी दिसायला लागली गं! मी फसले चक्क!''

''आईला सांगू नका.'' बहिणा म्हणाली.

''ती काय म्हणते हे मला पहायचंय!''

गंगाने सांगितले नव्हते! जानकीबाईंना काहीच कल्पना नव्हती.

पाहता पाहता बहिणाने लुगडे नेसले. जानकीबाई पाहतच राहिल्या! त्यांचाही विश्वास बसेना. खरे वाटेना!

''बहिणा,'' जानकीबाई म्हणाल्या, ''आता तू हेच नेसत जा. मी तुला सांगणारच होते. पण तेवढ्यात राहून गेले. माझ्याकडे दोन नवीन लुगडी शिल्लक आहेत. ती जोडी तू घेऊन टाक. उद्यापासून नेसायला लाग. बायांना आश्चर्य

वाटेल.''

बहिणा हसली हळूच!

''काही नाही, सहजच हसले.'' बहिणा म्हणाली, ''त्यांना काय वाटेल असे वाटून हसायला झाले!''

तेवढ्यात आऊदेव आले. त्यांच्या हातात एक गाठोडे होते. तेथील व्यापारी केशवदास आजारी पडले होते. त्यांचे कापडाचे मोठे दुकान होते. आऊजींनी त्यांना औषध दिले. ते आता चांगलेच सुधारले होते. दुकानात पुन्हा बसू लागले. त्यांना पाहण्यासाठी आऊजी आले असताना त्यांनी त्यांना हे गाठोडे दिले!

''बहिणा,'' आऊजी म्हणाले, ''पहा सोडून हे गाठोडे. काय दिलेय शेटजींनी बघ.''

''तुम्ही पाहिले नाही का?'' बहिणा गाठ सोडीत म्हणाली. ''बरेच काहीतरी दिसतंय!''

त्यात काही लुगडी, चोळखण, धोतरे व मुलांसाठी कापडही होते.

''शेटजींनी भरपूर दिलंय.'' जानकीबाई म्हणाल्या, ''माणूस चांगला दिसतोय!''

''फारच सज्जन माणसे आहेत.'' आऊजी म्हणाले, ''एकदम ताप आल्याने फार घाबरले होते ते. शिवाय चक्करही आली होती, पण लवकर सुधारल्यामुळे त्यांना अतिशय आनंद झाला. अशाच तापामुळे त्यांचा लहान भाऊ दोन वर्षांपूर्वी गेला होता. त्यामुळे सारे घाबरले होते.

''ही दोन लुगडी बहिणाला व ही तुम्हाला.'' आऊजी जानकीबाईंना म्हणाले, ''बहिणाला आता लुगडे चांगले दिसते.''

''कशावरून?'' जानकीबाई म्हणाल्या.

''ती नेसलेली पाहिलंय मी परवा.''

''केव्हा?'' जानकीबाई म्हणाल्या, ''मला नाही सांगितले!''

''अगं आई!'' बहिणा म्हणाली, ''परवा मी लुगडे नेसल्यावर गंगा आली नव्हती. बाबाच आले होते व त्यांनाच आश्चर्य वाटले होते. तुला सांगू नका, असे मीच त्यांना सांगितले होते.''

''वा! लुगडे नेसल्यावर शहाणपणही आले की तुला!'' जानकीबाई म्हणाल्या, ''आणि मला काय वाईट वाटले असते?''

''अगं तसं काही नाही.'' बहिणा म्हणाली,

''तुला एकदम आश्चर्यचकित करायचे होते मला. दुसरे काहीही नाही!''

बहिणाने एक लुगडे लगेचच नेसले.

प्रथम देवाला व मग आईवडिलांना नमस्कार केला.

आता कधी एकदा रत्नाकरांना दाखविण्यास जाईन, असे झाले तिला!

- ०- ०- ०-

"आई, माझ्या लाडवात सोन्याची अंगठी आलीय." बहिणा जवळजवळ
ओरडलीच!

सर्वजण जेवता जेवता बहिणाकडेच पाहू लागले! ब्राह्मणांच्या पंगतीत हा
लाभ कुणालाही झाला नव्हता!

"माधवा," माधवरावांच्या आई म्हणाल्या, "आता अधिक महिना श्रावणात
चालू होतोय. फार मोठी पर्वणी आहे ही. माझ्या मनात एक गोष्ट आलीय."

"कोणती?"

"तीस आणि तीन ब्राह्मणांना जेवण घालावे आपण."

"पण इतके ब्राह्मण कसे मिळणार?" माधवराव थोडे थांबून म्हणाले.

"प्रयत्न केला तर सारे काही जमून येईल. तसे अवघड काहीही नाही.
वडगाव, पुसेसावळी, किन्हई-कोरेगाव व वर्धनगडात पुष्कळ ब्राह्मणांची घरे आहेत.
धार्मिक कार्यास कुणीही नाही म्हणणार नाही."

"आजपर्यंत हे शक्य झाले नाही आपणाला;" माधवराव म्हणाले, "पण
आता मात्र हे कार्य पार पाडायचेच."

"म्हणून तर मी सांगितले तुला." आई म्हणाल्या.

"पुढील अधिक मी पाहीन की नाही याची शंकाच आहे मला."

"असे का बोलतेस आई?" माधवराव एकदम म्हणाले, "या पुढील प्रत्येक
अधिकात आपण भोजन घालू."

"पुढचे पुढे, आता तरी रत्नाकरांना विचारून त्यातल्या त्यात चांगला दिवस
पहा व सारे ठरवून टाका." आई म्हणाल्या, "ब्राह्मणांना दान म्हणून काय द्यावयाचे
आहे, हे तुम्ही ठरवा. फक्त माझी एकच इच्छा आहे."

"कोणती?"

"लाडूचा बेत करावा, एका लाडवात सोन्याची अंगठी घालावी. ह्या गुप्त
दानाचं महत्त्व व पुण्य देणाऱ्यांना व मिळणाऱ्यांना सारखेच असते!"

"चांगली आहे कल्पना." माधवराव म्हणाले,

"बाळा सोनाराला आजच बोलावून घेऊन एक चांगली मोठी अंगठी तयार
करण्यास सांगतो. शिवाय प्रत्येक ब्राह्मणाला एक चांगले रेशमी सोवळे व चांदीचे
फुलपात्र दान म्हणून द्यावे, असे मला वाटते!"

"तर मग सोन्याहून पिवळे होईल." आई म्हणाल्या, "कोरेगावला नाईकांकडे
चांगली भांडी मिळतील."

माधवरावांनी शेजारच्या सर्व ठिकाणी रत्नाकरांना व आऊदेवांना ब्राह्मणांना भोजनास बोलाविण्यास जाण्यास सांगितले. दिवस नक्की झाला. सारी तयारी झाली.

रत्नाकर व आऊजींनी गावे व दिवस वाटून घेतले. रत्नाकर शक्यतो पूजा लवकर आटोपून जाणार होते. जरा दूरच्या गावांना आऊजी जाणार होते. जानकीबाई व बहिणा स्वैपाकघरातील तयारीसाठी जाऊ लागल्या. हा सोहळा त्या दोघीही प्रथमच पाहत होत्या. रहिमतपुरातही पहिल्यांदाच असे कार्य पार पडणार होते. गावातील ब्राह्मणमंडळींनादेखील उत्सुकता वाटू लागली होती. हा प्रसाद मिळणे फार भाग्याचे समजले जाई.

तो शुक्रवारचा दिवस जवळ येत चालला. गुरुवारी सायंकाळपर्यंत जरा दूरवरची मंडळी मुक्कामाला आली. त्यांच्या साऱ्या व्यवस्थेला रत्नाकर व आऊजी होते. त्यांनी हे काम मागून घेतले होते. शिवाय त्यांच्या ओळखीही झाल्या होत्या. त्या रात्री एकादशीप्रमाणे भजनाचा कार्यक्रम ठेवला होता. तो विशेष रंगला. सर्व पाहुणे त्यात रंगून गेले. माधवरावांची पाहुणेमंडळीही मोठ्या प्रमाणात गोळा झाली होती.

अखेर तो तेहतीस ब्राह्मणांचा भोजनसोहळा पार पडला. भोजनापूर्वी त्यांनी केलेला मंत्रघोष सर्वत्र दुमदुमला. माधवराव स्वतः सर्वांना आग्रह करीत होते. कृष्णाकाकू बरोबर असायच्या. त्यांच्या आई पलीकडेच बसून होत्या. अंगठी असलेला लाडू कुणाला मिळतोय, याची वाट त्या पाहत होत्या! पण या खास पंगतीत तो योग आला नाही!

भजनीमंडळाची व इतर प्रमुख गावकऱ्यांची दुसरी पंगत झाली. त्यात मारुतबुवांनी सुरुवातीला एक अभंग म्हणून वातावरण बदलून टाकलं! याही पंगतीत तो लाडू आला नाही कुणाला!

नंतरच्या पंगतीत बहिणाला तो लाडू मिळताच ती ओरडली! सर्वांना एकदम आश्चर्य वाटले. माधवरावांच्या आई लगेच तेथे आल्या. त्यांनी बहिणाला एक नवीन जरीचे लुगडे व चांदीचे भांडे दिले.

''बहिणा'' आई म्हणाल्या, ''तुझ्या नशिबात ही अंगठी होती, याचा मला फार आनंद झालाय. तुझ्या पाठीशी पूर्वजन्मीचे पाठबळ निश्चित आहे. शिवाय हा शुभशकुनही चांगला झालाय. तुझे पुढील जीवन अतिशय भाग्याचे जाईल असा माझा तुला आशीर्वाद आहे.''

जेवण होताच बहिणाने आईंना नमस्कार केला!

जानकीबाईंना आनंदाश्रू आवरेनात!

- ० - ० - ० -

“आऊदेव...! अहो, आऽऊदेवऽ”

“आलो ऽ आलो ऽ”

“या... मारुतराव.. या बसा.” आऊजी म्हणाले, “तुमचाच विषय चालला होता.”

“हा योगच म्हणायचा! कशी काय झाली आपली आठवण?” मारुतराव म्हणाले.

“माधवरावांच्या पंगतीच्या वेळी तुम्ही म्हटलेला तो नामदेवांचा अभंग बहिणाला फार आवडला.”आऊजी म्हणाले.

“तो पाठ करून तिने म्हणून दाखविला होता नुकताच.”

“आम्हीही ऐकला असता; पण आता अगोदरच रात्र झालीय पुष्कळ,” मारुतराव म्हणाले, “पण पुन्हा आम्ही ऐकण्यास येणार. आत्ता आम्ही वेगळ्या कामासाठी आलोय.”

“बोला, आम्ही उत्सुक आहोत.”

“परवा तुम्ही जयरामस्वामींच्या वडगावला जाऊन आला होता आमंत्रण देण्यास.” मारुतराव म्हणाले.

“त्यासंबंधी बोलणेही झाले होते आपले. तुम्ही म्हटल्याप्रमाणे स्वामी आता आले असतील बहुधा. तेव्हा आपल्या इथे प्रवचनासाठी त्यांना प्रत्यक्ष आमंत्रण देण्यासाठी आपण जाऊया. त्यांची काही विशेष माहिती समजली का?”

“मिळाली की!” आऊदेव म्हणाले,

“वासुदेवराव भंडारे त्या मठाजवळच राहतात. त्यांनी मला सांगितले स्वामींबद्दल. फार वेगळा माणूस आहे हा. ते जर आले इथे, तर आपले भाग्यच समजावे लागेल.”

“म्हणून तर आपण प्रयत्न करणार आहोत.” मारुतराव म्हणाले,

“काय सांगितले वासुदेवरावांनी तुम्हाला?”

“जयरामस्वामींचा जन्मच गोकुळअष्टमीचा. त्यामुळे ते महान विठ्ठलभक्त समजले जातात. त्यांचे लहानपण व विद्याभ्यास पंढरपुरातच झाला. वडील वारल्याने सांभाळ आईनेच केला. ते सारखे पंढरीनाथाजवळच असत. त्यांना वडगावच्या कृष्णाप्पास्वामींचा अनुग्रह घेण्याची आज्ञा झाली. कृष्णाप्पाही कृष्णभक्तच होते. त्यांनी त्यांना गुरूपदेश दिला. त्यांची समाधी तेथेच आहे. जयरामस्वामी कोणताही विषय अतिशय सोपा करून सांगत. त्यामुळे त्यांच्या कीर्तनाला व प्रवचनाला प्रचंड गर्दी असते. ते स्वत: अभंग व पदे लिहितात. गातात.”

“म्हणून तर आपल्याला हे सारे ऐकायचे आहे.” मारुतराव म्हणाले,

"केव्हा निघायचे वडगावला हे सांगा म्हणजे आपण जाऊ. प्रत्यक्ष त्यांना भेटू. फार ओढ लागलीय मला त्यांची."

दोन-तीन दिवसांतच भल्या पहाटे ते निघाले. नको नको म्हणत असताना बहिणाही निघाली. स्वामी महान विठ्ठलभक्त आहेत हे तिला समजल्यावर तिलाही चैन पडेना. माधवरावांनीही त्यांच्याबद्दल पुष्कळ सांगितले होते.

आऊजींना जवळची वाट माहीत झाली होती. त्यामुळे काही प्रश्न नव्हता. शिवाय तेथील काही लोकांचा परिचयही झाला होता. थोडी वाट वाकडी करून ते हिंगणगावला गेले. तेथे नारायणाचे सुंदर मंदिर होते. मूर्तीही अतिशय सुंदर व रेखीव होती. असे मंदिर कुणीच पाहिले नव्हते. त्यामुळे सर्वांना समाधान वाटले.

"पंढरपुराजवळ नारायण चिंचोलीलादेखील असेच एक मंदिर आहे नारायणाचे." मारुतबुवा म्हणाले,

"मागे आम्ही काहीजण मुद्दाम गेलो होतो ते पाहण्यासाठी!"

"आम्हाला नाही समजले." आऊजी म्हणाले,

"नाहीतर आम्हीही गेलो असतो. कसे आहे मंदिर?"

"मंदिर फार प्राचीन असावे." मारुतबुवा म्हणाले, "बांधणी अगदी रेखीव व सुंदर आहे. नारायणाची उभी मूर्ती फारच वेगळी आहे. पाहून अगदी समाधान वाटले. तेथून पाय निघेना."

वडगावला येताच ते कृष्णाप्पांच्या दर्शनाला गेले. परंतु ते ज्या कारणासाठी गेले होते, ते स्वामी आदल्या दिवशीच परगावी गेले होते कीर्तनाला. तेथून ते बऱ्याच ठिकाणी जाणार होते. गोकुळ अष्टमीचा उत्सव फार मोठ्या प्रमाणात ते दरवर्षी साजरा करीत. कृष्णाप्पा महान कृष्णभक्त होते. ते शांत लिंगाप्पांचे शिष्य होते. वडगावच्या मठाची स्थापना शांत लिंगाप्पांनी केली होती. कृष्णाप्पा ज्ञानेश्वरांना कृष्णावतार समजून सतत ज्ञानेश्वरी वाचत असत. त्यांनी समाधी घेतली तेव्हा ज्ञानेश्वरीचा नववा अध्याय ते वाचीत होते. गोकुळ अष्टमीचा उत्सव ते जसा साजरा करीत, तसाच जयरामस्वामी करू लागले. फार मोठ्या प्रमाणात त्यांचे भक्तगण गोळा होत. महाप्रसाद सर्वांना मिळायचा.

मठात त्यांना वासुदेवराव भेटले. ते सहज दर्शनाला आले होते. त्यांनीच ही सारी माहिती सांगितली.

"वासुदेवराव," आऊदेव म्हणाले, "हे जर अगोदर समजले असते, तर आम्ही हा उत्सव चुकविला नसता."

"आपला योगच नसावा." मारुतबुवा म्हणाले.

"शिवाय स्वामींचीही गाठ पडली नाही. आमच्या बहिणाबाई तर खास

स्वामींच्या दर्शनासाठी आल्या आहेत. त्या कमालीच्या नाराज झाल्या आहेत.''

"काका,'' बहिणा म्हणाली, ''प्रत्येक गोष्टीत काहीतरी पूर्वनियोजन असते. यावेळी दर्शन नाही झाले, तरी पुढे केव्हातरी होईल.''

"ते कसे काय होणार?'' आऊजी म्हणाले.

"भगवानशास्त्री आता लवकरच येतील. तेव्हा नंतर आपण कोठे जाणार आहोत, हे काही निश्चित नाही.''

"तरीही मला वाटतंय की स्वामींचे दर्शन पंढरीनाथांच्या कृपेने आपल्याला निश्चित होईल.'' बहिणा म्हणाली. ''मला खात्री आहे.''

"होईलही कदाचित.'' वासुदेवराव म्हणाले,

"पोरीची श्रद्धा अपार आहे. तेव्हा काहीही अडचण येणार नाही.''

वासुदेवरावांनी त्या दिवशी त्या सर्वांना आपल्या घरी ठेवून घेतले.

रात्री मारुतबुवांनी व आऊजींनी भजनाचा कार्यक्रम केला. वडगावची भजनी मंडळी मठात गोळा झाली. ही नवी पर्वणी वडगावकरांना मिळाली.

दुसऱ्या दिवशी भल्या पहाटे सारेजण परतीच्या प्रवासाला निघाले!

वडगावचा मठ पाहून बहिणा भारावून गेली!

तिला आता जयरामस्वामींच्या दर्शनाची ओढ लागली!

- ० - ० - ० -

जेवण करून आऊजी ओसरीवर आले. जानकीबाई व बहिणा स्वैपाकघरात आवराआवरी करीत होत्या. आऊजींचे सहज पलीकडे लक्ष गेले. ताटात पानसुपारी वगैरे साहित्य ठेवले होते. ते ताट त्यांनी अलीकडे ओढले. बऱ्याच दिवसांत पान खाल्ले नव्हते. मारुतबुवांनी पाने पाठविली होती, हे त्यांना माहीत होते.

ते पाने उचलणार एवढ्यात जानकीकाकू आल्या.

"थांबा'' त्या म्हणाल्या, ''मी पान करून देते. मीच ठेवले होते ताट तेथे.''

"वा!'' आऊजी म्हणाले. ''आज चांगला योग दिसतोय. बऱ्याच दिवसांनी पानाचे ताट भरले आहे.''

"म्हणून तर ठेवले होते.'' जानकीबाई विडा तयार करीत म्हणाल्या, ''आपल्याला स्थिरता कोठे आहे? रोज काहीतरी गडबड आहेच. ओसरीवर निवान्त बसलेले काही आठवत नाही मला.''

"यालाच प्रपंच म्हणतात.'' आऊजी म्हणाले,

"यासाठी प्रत्येकाला काहीतरी करावेच लागते. आपण काही जगावेगळे करीत नाही. सगळेजण हेच करतात.''

"हे खरंय, पण....''

"पण, काय?"

"भगवानशास्त्री आल्यावर आपण पुढे कोठे जायचे? तो विचार आता करायला हवा. नाही तर ऐनवेळी कुठे जाणार?"

"मी त्यावरच विचार करतोय. रात्री झोपही लवकर येत नाही. तोच विचार सारखा मनात येतोय." आऊदेव म्हणाले.

"तुम्ही म्हणत आहात ते खरे आहे. एका ठिकाणी राहणेच होत नाही. त्यामुळे एक प्रकारची पोकळी जीवनात निर्माण झालीय."

"बहिणाही मला सारखे विचारीत आहे." जानकीबाई म्हणाल्या, "तिलाही या आयुष्याचा आत्ताच कंटाळा आलाय. देवगावची गोष्ट वेगळी होती."

"ते सारे आता विसरून गेले पाहिजे." जरा गंभीर होत आऊदेव म्हणाले, "ते सोडल्यापासून ही पायपीट चालू झालीय. आपल्याबरोबर जावईबुवांनाही त्यांचे गाव सोडावे लागले. हे थांबायला हवे. ते आत्ता असते तर काही तरी ठरविता आले असते."

"टांकसाळ्यांच्याकडे आज त्यांनी केलेल्या पारायणाचे उद्यापन आहे. जावईबुवा जेवणासाठी तिकडेच गेले आहेत. येतीलच आता." जानकीबाई म्हणाल्या,

"ते आले म्हणजे काहीतरी ठरविता येईल."

तेवढ्यात रत्नाकर आले.

"एवढे गंभीर काय चाललेय?" रत्नाकर तेथे बसत म्हणाले, "काही विशेष घडले काय?"

"छे! काहीच नाही." आऊदेव म्हणाले, "सहज बोलत बसलो आहोत. शिवाय तुमची वाटही पाहत होतो. बराच उशीर झालाय."

"सर्व विधी संपण्यास उशीर लागला." रत्नाकर म्हणाले, "त्यामुळे भोजनास वेळ लागला. तेथे भगवानशास्त्रींचा विषय निघाला. लोकांचे म्हणणे असे पडले, की ते आले तरी तुम्हीही येथे रहावे."

"मग तुम्ही काय म्हणालात?"आऊजींनी विचारले.

"तसे करता येणार नाही, असे स्पष्टपणे मी सांगितले." रत्नाकर म्हणाले, "ते येईपर्यंतच येथील त्यांची सर्व कामे मी करावीत असेच ठरले आहे. त्यात बदल होणार नाही."

"हेच उत्तर अपेक्षित होते." आऊजी म्हणाले,

"आपल्याला हे गाव सोडावेच लागणार आहे. हाच विषय आमचा चालला होता तुम्ही येईपर्यंत."

"मग काय निर्णय ठरला?"

"निर्णय काहीच घेता आला नाही." आऊदेव म्हणाले, "काहीही ठरविताना त्यात तुमचा सहभाग असणे आवश्यकच आहे. सर्वांनुमते ठरवावे लागेल."

"मला आत्ताच तेथे समजले, की भगवानशास्त्री आता लवकरच तेथून निघणार आहेत."

"कोणी सांगितले?"

"टांकसाळ्यांचे कोरेगावचे एक पाहुणे नुकतेच काशीहून आलेत. ते म्हणाले." रत्नाकर म्हणाले, "म्हणजे कदाचित आता ते निघालेही असतील. अजून काही महिने तरी त्यांना येण्यास लागणे शक्य आहे. तोपर्यंत आपल्याला निश्चित निर्णय घेता येईल. आत्तापर्यंत तरी आपली वाटचाल व्यवस्थित होत आहे. तसे पुढेही घडेल."

"यात काहीच शंका नाही." आऊजी म्हणाले, "पंढरीनाथ आपणाला योग्य मार्ग दाखवेल. त्यामुळे चांगलेच होईल."

"एखाद्या तीर्थक्षेत्रालाच जावे." रत्नाकर म्हणाले, "म्हणजे तेथे आपल्याला व्यवस्थित राहता येईल."

"चांगली आहे कल्पना." आऊजी म्हणाले, "तुम्ही पांडुरंग व शिवदासाला सारे व्यवस्थित शिकवीत आहातच. त्यामुळे त्यांना याज्ञिकी व्यवस्थित करता येईल. तुम्हालाही मदत होईल. त्यांची औषधांची माहिती त्यांना झालेलीच आहे."

"दोन्हीही बाबतीत दोघेजण पटाईत झाले आहेत." जानकीबाई म्हणाल्या, "परवा एकदा त्या जोश्यांच्याकडे पांडुरंग अभिषेकाला गेला होता. त्या काकूंनी मला त्याबद्दल चांगले सांगितले."

"शिवदासाला मी त्या शेंडेकाकूंच्या मुलासाठी चंद्राचा जप करण्यास सांगितलेच होते. त्याला चंद्रबळ कमी होते. तो जप त्याने वेळेत पूर्ण केला."

"आमच्या त्या दोन्ही मुलांची मला आता काही काळजी नाही." आऊजी म्हणाले, "आपण कोठेही गेलो तरी तुम्हाला व मला त्यांची चांगली मदत होणार आहे."

त्या मुलांच्याबद्दल प्रथमच त्यांची बोलणी झाली.

आजारी माणसाला पाहण्यासाठी एक बोलावणे आल्यामुळे आऊजी तिकडे लगेच गेले. निर्णय काहीच झाला नाही!

- ० - ० - ० -

कोरेगावातील शिवराम किरपेकरांच्या घरी नवरात्रात ललितापंचमीचे व्रत दरवर्षी मोठ्या भाविकतेने साजरे केले जाई. त्यांच्या घराण्यातच ही परंपरा होती. शिवराम किरपेकर व सौ. दुर्गाताई किरपेकर हे भाविक असल्याने विशेष तऱ्हेने हा

दिवस साजरा करीत. चार पाहुणेमंडळी गोळा होत असत.

माधवराव घुगरदरे त्यांचे जवळचे नातेवाईक होते. या वर्षी किरपेकरांनी माधवराव व कृष्णाकाकूंना निमंत्रण दिले होते. पूजेसाठी रत्नाकर व मेहूण म्हणून रत्नाकर व बहिणाला बोलावले होते. त्यांचे धाकटे बंधू नारायणराव त्यासाठी रहिमतपूरला आले होते. तीन दिवसांचा कार्यक्रम होता.

माधवरावांच्या आईकडून बहिणाविषयी सारी माहिती सौ. दुर्गाताईंना समजली होती. तिच्यासारखी स्त्री आपल्या घरी यावी, अशी त्यांची इच्छा होती. त्यामुळे त्यांनी हा घाट घातला होता. आपले व आपल्या घराचे चांगले व्हावे ही इच्छा त्यामागे होती. टांकसाळ्यांच्या सुनेच्या बाबतीत काय घडले, हेही त्यांना समजले होते. त्यांच्या सुनेला मूल होत नव्हते. पुष्कळ प्रयत्न केले होते. बहिणामुळे काही योग येईल, अशी त्यांची कल्पना होती. त्यांच्या घरीही पंढरीची दसरावारी होती. दरवर्षी दसऱ्याला शिवरामपंत पंढरपुरात असत.

ललितापंचमीच्या आदल्या दिवशीच रत्नाकर सोडून सारे बहिणाला घेऊन कोरेगावी आले. रत्नाकर सकाळी येणार होते. पाहुणेमंडळीही गोळा झाली होती.

रत्नाकर आल्यावर त्यांनी सारी पूजा मांडली. चौरंगावर चांदीच्या करंड्याचे झाकण ठेवले गेले. चौरंग हिरव्या पानाफुलांनी सजविला होता. हे टोपणही परंपरेने चालत आलेले होते. त्यावर ४८ दुर्वा असलेल्या ४८ जुड्या वाहिल्या गेल्या. आदल्या दिवशी त्या तयार करून ओल्या कापडात ठेवल्या होत्या. त्यांवर रंगीबेरंगी फुले वाहिली गेली. ललितादेवीची ही पूजा मंत्रघोषाने बराच वेळ चालली.

गोळा झालेल्या सर्व सवाष्णींनी हळदीकुंकू टाकून फुले वाहिली. दुर्गाकाकूंच्या सुनेला बहिणाने चौरंगावरील कुंकू लावून तिची पाच फळांनी ओटी भरली. ललितादेवीची प्रार्थना केली! पांडुरंगाचा आशीर्वाद मागितला!

दुर्गाताईंनी बहिणाची ओटी भरून तिला साडीचोळी केली!

दुसऱ्या दिवशी उत्तरपूजा रत्नाकरांनी केली.

४८ दुर्वांच्या ५ जुड्या वहाव्या लागतात.

उत्तरपूजा झाल्यावर काही वेळातच सारी मंडळी परत निघाली.

ललितादेवीच्या प्रसादाची किरपेकरांच्या घरातील सर्वजण वाट पाहू लागले!

ही बहिणाची कसोटी होती!

- ० - ० - ० -

"तुम्ही इथून सरळ कोल्हापूरला या. इथे तुमचे कल्याण होईल."

आऊजी एकदम झोपेतून जागे झाले ते ओरडतच...

"होय... होय... येतो."

ते उठून बसले.

या आवाजाने जानकीबाईही उठल्या.

"काय हो? काय झाले? काही बोलला का?"

"होय."

"जागे आहात ना?"

"आत्ताच जागा झालोय."

"स्वप्न पडले का काही?"

आऊदेवांनी मग ते स्वप्न सांगितले. त्यांच्या डोळ्यांसमोर एकदम तेजस्वी प्रकाश पडला. त्यातूनच एकदम त्यांच्याशी कुणीतरी बोलले! व्यक्ती दिसली नाही.

"कोण असावे हे?" जानकीबाई म्हणाल्या

"तेच कोडे पडलेय मला." आऊदेव म्हणाले,

"त्या प्रखर प्रकाशात काहीच दिसले नाही'; पण ज्या अर्थी ते दिव्य प्रकाश वलय दिसले, त्या अर्थी हा दैवी संदेश असावा. परमेश्वर दिसण्याइतकी सेवा आपण केलेली नाही. तरीपण प्रकाशवलय ज्या अर्थी दिसले, त्या अर्थी काहीतरी पुण्य आपल्याकडून घडले असावे, हे निश्चित."

"ते काहीही झाले तरी त्या स्वप्नातील आदेशाप्रमाणे आपल्याला कोल्हापूरला जावेच लागणार आहे." जानकीबाई म्हणाल्या, "एखाद्या तीर्थक्षेत्राला जावे, असे जावईबुवा म्हणाले होते. तसेच घडणार आहे. कोल्हापूर हे महालक्ष्मीचे गाव. तिचे माहात्म्य नुसते ऐकून होतो; पण आता प्रत्यक्षात तेथे राहण्यास मिळणार, यात निश्चित दैवी भाग आहे. मला वाटते, परवा ललितादेवीच्या पूजेला गेलो होतो आम्ही. त्याचाच काहीतरी संबंध असावा. देवीनेच दृष्टान्त दिला."

"सर्व देवी सारख्याच, फक्त रूपे वेगळी." आऊजी म्हणाले, "हा त्या ललितादेवीचाच प्रसाद असावा. खरोखरच काहीतरी चांगले घडणार आहे. बहिणाचाच यात अधिक भाग असणार आहे. तिच्याच पत्रिकेत खरे महायोग आहेत."

पहाटे सर्वांनाच ही सुवार्ता समजली. त्याबाबत रत्नाकरांशी चर्चा झाली. त्यांच्या दृष्टीने कोठे जावयाचे, हा प्रश्न सुटला होता. त्यांना एखादे तीर्थक्षेत्रच हवे होते. ते दैवी शक्तीमुळे मिळाले. रत्नाकरांना आनंद झाला.

"आजचा दिवस परम भाग्याचाच समजावा लागेल." रत्नाकर म्हणाले, "तुम्हाला हा जो साक्षात्कार झालाय, तो प्रकार निश्चित दैवीच आहे. यात काही शंका नाही. आपण नुसते चर्चाच करीत बसलो होतो. ठामपणे काही निर्णय घेता येत नव्हता. त्यामुळे झाले ते चांगले झाले."

"आपली काळजी त्या पंढरीनाथालाच." आऊजी म्हणाले, "बहिणा रोज

त्याला विनवणी करायची. ती फळाला आली.''

बहिणाने तिला झालेला आनंद बोलून दाखविला नाही.

तिची खात्री होती, की त्या प्रखर प्रकाशवलयात पंढरीनाथच असावेत!

घडले ते चांगलेच घडले!

- o - o - o -

रहिमतपूर सोडून कुठे जायचे हे आता निश्चित झाल्यामुळे बहिणाला जरी समाधान वाटले असले, तरी तिला त्यापेक्षा अधिक वाईट वाटू लागले होते!

रहिमतपुरात आल्यानंतर जे काही सारे घडत गेले, ते सारखे तिच्या डोळ्यांसमोर उभे राहू लागले. गावात सर्वत्र जाणेयेणे असल्याने घराघराविषयी आपुलकी वाढत चालली होती. जवळचे संबंध निर्माण झाले होते.

बहिणाला चैन पडेना. ती उदास होऊ लागली. येथून जाणे भागच होते; पण हे लागेबांधे?

वाड्याच्या मागील बाजूला असलेल्या रामफळाच्या झाडाखाली ती एकान्तात बसू लागली. विचार करू लागली. गाव तसे प्रेमळ होते. सर्वांशी जी जवळीक निर्माण झाली होती, ती आता तुटणार होती. माणसे जोडायला वेळ लागतो. पण हा दुरावा...? हा मी कसा सहन करू... या सर्वांना कसे विसरू...? त्यांनी लावलेली माया... ते प्रेम... तो जगावेगळा जिव्हाळा.... घुगरदऱ्यांच्या आईसारखी माऊली पुन्हा कुठे भेटणार? मारुतबुवांसारखे विठ्ठलभक्त? माधवरावांसारखे उदारात्मे? नुकत्याच भेटलेल्या त्या दुर्गाताई? त्या रखमाबाई...?

या सर्वांना सोडून कसे जायचे? कुठे रहिमतपूर, कुठे कोल्हापूर? येथे परत येणे होणार आहे काय? मग येथे आलो कशासाठी? ह्या दुराव्यांसाठी...?

ह्या अवस्थेतून बहिणा कमालीची अंतर्मुख बनली. त्यातून तिला काव्य स्फुरू लागले. उद्याची बहिणा हातात लेखनसाहित्य घेऊ लागली. तिच्या हळव्या मनातून काही ओळी बाहेर पडू लागल्या. ती गुणगुणू लागली. कागदावर लिहू लागली.

कथा आईकानी पुराणश्रवणी
ब्रह्म पूजनी चित्त रिझे!
तेथूनी प्राक्तने ओढुनिया जाण
ते स्थळ सोडून चालियेलो!
उदास अंतर नावडेचि काही
प्राक्तनासी नाही उपाय तो...!

याला उपाय नव्हता. कोठेतरी एके ठिकाणी राहण्याचे तिचे स्वप्न अजून साकारत नव्हते. आज इथे तर उद्या तिथे! ह्याला का जीवन म्हणावे? हे कधी संपणार?

चारचौघींसारखा माझा संसार केव्हा सुरू होणार?

प्रपंचातून परमात्म्याचे चिंतन मी केव्हा करणार?

माझ्या पांडुरंगाची सेवा मी कशी करणार?

नामसंकीर्तनात माझा सर्व काळ केव्हा जाणार?

एखादा क्षणही नामावाचून जाता कामा नये!

नेत्री हरिध्यान मुखी ते कीर्तन!

सर्वदा श्रवण मोक्ष शास्त्रे!

बहेणी म्हणे भक्ति खरी मोक्षदाती

पाहिजे संगती संतसेवा...!

- o - o - o -

अखेर भगवानशास्त्री काशीहून परत आले. येताना माहेरी गेलेल्या त्यांच्या पत्नीला व मुलांनाही घेऊन आले. त्यांचे माहेर जवळच होते. तेथे चार दिवस त्यांनाही राहावे लागले!

"रत्नाकर," भगवानशास्त्री म्हणाले, "तुम्ही येथून पुढे कोल्हापूरला जाण्याची तयारी चालू केली असल्याचे समजले. ते खरे आहे काय?"

"होय."

"केव्हा निघणार?"

"आता लवकरच."

"तसे तुम्हाला जाता येणार नाही लगेच." शास्त्रीबुवा म्हणाले.

"का?"

"आता तुम्ही माझे पाहुणे म्हणून राहणार आहात काही दिवस." शास्त्रीबुवा हसत म्हणाले, "मी येथे नसताना तुम्ही माझे जे कार्य आपुलकीने केले, ते मी कसे विसरणार? सारे गाव तुमचे कौतुक करीत आहे. कुणाचे काहीही अडले नाही. प्रत्येकाचे कसलेही कार्य केले गेले. माझी उणीव भासली नाही. हे तुमचे उपकार मी कसा फेडणार?"

"शास्त्रीबुवा," रत्नाकर म्हणाले, "कोण कोठले आम्ही, येथे आलो असताना आमच्यावर खुशाल विश्वास टाकून तुम्ही काशीला गेलात, हे आम्हीही कसे विसरणार? कोण आम्हाला ह्या गावात आसरा देणार होते? कोण होते आमच्या माहितीचे? ते मारुतबुवा तुमच्याच गावचे! पण त्यांच्या सांगण्यावरून ते नसताना

तुम्ही आमच्यावर सारे सोपवून गेलात, ह्या तुमच्या मोठेपणाला तोड नाही.''

"रत्नाकर,'' शास्त्रीबुवा म्हणाले, "हे सारे खरे असले, तरी माझ्या आग्रहाला मान देऊन तुम्ही निदान काही दिवस तरी रहावे, ही माझी नम्र विनंती समजा.''

आता काय बोलावे, हे रत्नाकरना समजेना. बाहेर गेलेले आऊदेवही तेवढ्यात आले. त्यांनाही शास्त्रीबुवांनी पुन्हा विनंती केली. ती आऊजींनी मान्य केली.

"शास्त्रीबुवा,'' आऊजी म्हणाले, "ज्याला खरी माणुसकी म्हणतात, ती याच गावात आम्हाला मिळाली. आमच्या सहवासात सारीच प्रेमळ माणसे आली. हे या गावातच आम्हाला शिकण्यास मिळाले.''

"आऊदेव,'' शास्त्रीबुवा म्हणाले, "तुमच्या वैद्यकीमुळे साऱ्या गावाचा फायदा झाला आहे. असा वैद्य या गावालाही हवा आहे. रत्नाकर जरी येथे राहिले, तरी त्यांनाही येथे त्यांचे कार्य करता येईल. मला एकट्याला सर्व कामे आवरत नाहीत. म्हणून मी म्हणतो की तुम्ही पुन्हा विचार करा व येथेच थांबण्याचा निर्णय घ्या.''

पण त्यांच्या बोलण्याचा काही उपयोग झाला नाही. शास्त्रीबुवांच्या विनंतीला मान देऊन काही दिवस येथे सर्वांना रहावे लागले. रोज कुणाकडे तरी भोजनाचे आमंत्रण येऊ लागले. नको नको म्हटले, तरी लोकांनी काहीतरी प्रत्येकाला दिलेच.

अखेर येथून निघण्याचा दिवस निश्चित झाला.

परमेश्वरी आदेशाप्रमाणे त्यांना कोल्हापुरी जाणे भागच होते!

- ० - ० - ० -

गुरुवारी भल्या पहाटे सारेजण कोल्हापूरला जाण्यासाठी तयार झाले. सामान-सुमान बांधून ठेवले गेले.

माधवराव, कृष्णाकाकू, सोनाकाकू, मारुतबुवा वगैरे मंडळी गोळा झाली. वातावरण थोडे गंभीर बनले. जानकीबाई व बहिणाभोवती बायकांची गर्दी बरीच झाली. प्रत्येकीच्या डोळ्यांत पाणी तरारले होते. काहीतरी बोलायचे होते म्हणून बोलले जात होते. गळा दाटुनिया येत होता.

कुणाशी बोलावे हा बहिणाला प्रश्न पडला. तिला अश्रू आवरत नव्हते. आता पुन्हा गाठी पडणार नाहीत हे माहिती असूनही "पुन्हा लवकर याऽ'' असे सांगितले जात होते. कुणाला काही सुचत नव्हते.

शास्त्रीबुवा अजूनही आग्रह करीत होते. त्यांना विशेष वाईट वाटू लागले होते. रत्नाकर त्यांना मदतीसाठी हवे होते. हे त्यांनी पूर्वीच बोलून दाखविले होते.

अखेर तो क्षण आला!

सद्गदित आवाजात निरोप दिले गेले!

सर्वांनी प्रवासात उपयोगी पडेल, असे बरेच काही दिले!

सामानाचे ओझे वाढू लागले. रहिमतपूरचे पाहुणे अखेर निघाले.

पुन्हा कधीही परत न येण्यासाठी! वाटचाल चालू झाली! प्रत्येकजण मागे वळून पाहत होता.

मारुतराव, माधवराव, शास्त्रीबुवा चार पावले बरोबर गेले!

वळणावरून सारी मंडळी पुढे गेली. आता उरल्या फक्त आठवणी!

प्रवास सुरू झाला. वाटेत फारसे कोणी बोलत नव्हते. वाटचाल चालू होती. कोरान्न भिक्षा अधूनमधून मागितली जात होती. मुक्काम होत होते. गावापाठोपाठ गावे लागत होती. एखादे मंदिर असायचेच. माणसांचे वेगवेगळे नमुने प्रवासात भेटत होते. जाणेयेणे तसे बरेच चालू होते.

विजापूरच्या बादशहाचा अंमल चालू होता. त्यामुळे यवन अधिकारी प्रमुख रस्त्यावर असत. सैनिकांची वाहतूकही काही वेळा व्हायची. घोडेस्वारही धावायचे. या लहरी राजेशाहीच्या बऱ्याच गोष्टी रहिमतपूरला समजत असत. पण त्या भागात तशी वर्दळ नसायची.

पण या भागात सावधगिरीने प्रवास करावा लागत होता. सर्वत्र चौकशी करून आडमार्गानेच जाणे भाग होते. वाटेत भेटणारे प्रवासीही काही धोका असल्यास सांगायचे. बरोबर बायकामुली असतील, तर विशेष काळजी घ्यावी लागत होती.

कोल्हापूर तसे अजून लांब होते, पण वाहतूक वाढली होती. गावे ही जवळ-जवळ असायची. प्रवासात तशी भीती वाटत नव्हती. आडमार्गाला दगड, धोंडे. काटेकुटे असायचे; पण त्याला इलाज नव्हता. एखादे गाव जवळ आले असावे. शेती दाट होती. एका ठिकाणी काही माणसे झाडाखाली बसली होती.

पलीकडे आगटी पेटली होती. हुरडा भाजण्याचा कार्यक्रम चालू होता. त्याचा खमंग वास सुटला होता. हरबराही पलीकडे ठेवला होता.

"अहो पाहुणे! थांबा. या इकडे. या." हाक ऐकू आली.

तोच एक गृहस्थ उठून वाटेकडे आले.

"या पाहुणे. मी सदाशिव कुलकर्णी. हे माझेच शेत आहे. आपण हुरडा खाण्यास अवश्य चलावे. परकेपणा दाखवू नये."

"उशीर होईल. अंधाराच्या आत आम्हाला गाव गाठायला हवे." आऊदेव म्हणाले.

"ती काळजी करू नका." कुलकर्णी म्हणाले, "मुक्कामाची व्यवस्था आम्ही करू. या तुम्ही."

आता नको म्हणायची सोय नव्हती. सारेजण हुरडा, हरबरा, काकड्या खाऊ लागले. लसणाची खमंग चटणी व गूळही होता. गप्पागोष्टी चालू होत्या.

“आपण कुणीकडे निघाला आहात?”

“कोल्हापूरकडे.” रत्नाकर म्हणाले. “आम्ही रहिमतपूरहून आलोय. या भागाची माहिती नाही आम्हाला.”

“फार लांबून आलाय की!” कुलकर्णी म्हणाले. “थकला असाल. मला वाटतं सातारा भागात हे गाव आहे.”

“सातारा तसे जवळ नाही तिथून. पण तोच भाग.” आऊजी म्हणाले, “हा भाग अधिक शेतीचा दिसतोय. ऊसही आहे सर्वत्र.”

“कृष्णामाईची कृपा आहे ही.” कुलकर्णी म्हणाले

“पाण्याला काही कमी नाही. विहिरी सतत भरलेल्या असतात.”

हुरडा खाता खाता गप्पा बऱ्याच झाल्या. अंधार पडू लागला.

“आता मुक्कामाला आमच्या घरी चला.” कुलकर्णी म्हणाले. “गाव शेजारीच आहे. आमचा वाडा पुष्कळ मोठा आहे. काळजीचे काही कारण नाही. अनमान करू नका.”

“मीही कुलकर्णीच आहे.” आऊदेव म्हणाले, “आपल्या ह्या आग्रहाला मला नको म्हणता येणारच नाही. हुरडा व इतर सारे इतके खाल्ले आहे, की पुढे आता जादा चालणे होणारच नाही.”

रात्री नको म्हटले तरी सदाशिवपंतांनी सर्वांना आटवलेले दूध दिले. जेवणाची भूक नव्हतीच. आग्रह मात्र त्यांनी केला होता. माणसे फारच वेगळी होती.

“सदाशिवपंत,” आऊदेव म्हणाले, “काहीही ओळख किंवा नाते नसताना आपण ही जी आमची व्यवस्था केली त्याबाबत बोलण्यास शब्द नाहीत.”

“अहो, हा धर्मच आहे आपला.” सदाशिवपंत म्हणाले, “दारी आलेल्या माणसांना आपले समजून त्यांची सोय करावीच लागते. शिवाय आपल्याला काय कमी आहे? तुम्ही वेगळे समजू नका अगदी. मला विनाकारण परकेपणा वाटेल.”

भल्या पहाटे पुन्हा नवा प्रवास सुरू झाला!

सदाशिवपंतांच्या आईने दुधातील ताज्या दशम्या करून दिल्या!

ह्या पाहुणचाराला तोड नव्हती!

- ० - ० - ० -

वाटचाल चालूच होती. तसे कोल्हापूर जवळ येत चालले होते. प्रवास बरेच दिवस चालू होता. पण आता त्याची सवय झाली होती. रोज नवीन माणसे दिसायची. भेटायची. काहींशी बोलणे व्हायचे.

आऊजी व रत्नाकर बोलत बोलत पुढे जात. एकदा जानकीबाई व दोन्ही मुले गप्पा मारीत चालले होते. बहिणा जरा मागे रेंगाळली होती.

तिला एकान्त हवा होता. विचारांचे तिच्या डोक्यात काहूर माजले होते. नाना प्रश्न उभे होते. आता कोल्हापुरात त्यांत आणखी भर पडणार होती. काय होणार आहे कुणास ठाऊक?

रत्नाकरांच्या स्वभावाबद्दल मागे एकदा आईबरोबर तिची बोलणी झाली होती. त्यांच्या स्वभावाभोवती एक गूढ वलयच निर्माण झाले होते. ते मोकळेपणाने कधीच कुणाशी बोलत नव्हते.

बहिणाने पुष्कळ वेळा त्यांच्याशी बोलण्याचा प्रयत्न केला होता. पण ते फारसे बोलत नसत. त्यांच्यात काहीतरी वेगळेपणा निर्माण झाला होता. वयाच्या मानाने बहिणा फारच विचारी झाली होती. धार्मिक वातावरणामुळे तिची मानसिकता वेगळी बनत चालली होती. एकान्तात ती प्रत्येक गोष्टीचा सर्व बाजूंनी विचार करू लागली होती. एक प्रकारची विरक्ती तिच्यात येत चालली होती.

तिचा संसार एका अर्थाने अजून चालू व्हायचा होता. तिला त्याचा तसा अनुभवही येत नव्हता. पती हाच परमेश्वर ही भावना मात्र तिची पक्की होती. त्यामुळे रत्नाकर कसेही वागले, तरी त्यातून ती वेगळा अर्थ कधी काढायची नाही. जानकीबाईंनी एकदा तिला सारे समजावून सांगितले होते. ते तिला सारखे आठवत रहायचे.

घुगरदऱ्यांच्या आईंचा प्रभाव तिच्यावर प्रामुख्याने पडला होता. त्यांच्या घरी गेली, की तिला काहीतरी समजावून सांगत. त्यात आपुलकी होती. त्यांच्या पाठीशी अनुभव फार मोठा होता. त्यातील शेलकी उदाहरणे त्या तिला देत व समजावू सांगत.

त्यांच्या घराने अतिथिधर्म प्रामुख्याने पाळला होता. त्यामुळे अनेक मानवी स्वभावांचे दर्शन त्यांना झाले होते. बहिणाला त्यांनी सारे समजावून सांगितले होते.

मारुतबुवांच्या घरी तर साक्षात वारकरीधर्म उभा होता. रखमाबाई जात्यावर अजून दळीत व जनाईचे गोड अभंग म्हणत. भोळ्याभाबड्या वारकरी स्त्रियांनी म्हटलेल्या ओव्याही त्यांना तोंडपाठ होत्या. त्यांचा पगडा बहिणावर बसला होता.

राहून राहून एकच म्हणजे रत्नाकरांचा विचार तिला सतावीत होता. त्यांच्या नजरेतून तिला तो कळायचा! त्यात आपुलकी नव्हती, प्रेम नव्हते!

बहिणा त्यासाठी वाट्टेल ते करण्यास तयार होती.

अंबाबाईला हीच विनवणी करणार होती. कोल्हापूरवासिनीची कृपा तिला हवी होती.

- शरण्ये त्र्यंबके गौरी नारायणी नमोस्तुते!

- ० - ० - ० -

अखेर सर्वांचा कोल्हापुरात भल्या सकाळीच प्रवेश झाला. दुरून अंबाईचे मनोहारी शिखर दिसताच सर्वांनी नमस्कार केला. त्या दिवशी शुक्रवार होता! हा

शुभशकुनच झाला.

नमस्तेऽस्तु महामाये श्रीपीठे सूरपूजिते
शंख चक्र गदा हस्ते महालक्ष्मी नमोस्तुते ।।
रत्नाकरांनी देवीची प्रार्थना केली!

त्वमेव जननी लक्ष्मी

पिता लक्ष्मी त्वमेव च

भ्राता त्वं च सखा लक्ष्मी

विद्या लक्ष्मी त्वमेव च!

आऊदेवांनी देवीला विनविले!

"मला वाटते," आऊदेव म्हणाले, "प्रथम आपण देवीच्या दर्शनाला जाऊया. म्हणजे आईच्या कृपेने सारे व्यवस्थितच होईल. काही काळजी राहणार नाही."

"माझ्याही मनात तेच येत होते." रत्नाकर म्हणाले, "अंबाईच्या नगरीत आपण आलोय. ती अष्टभुजा अंबा कधी एकदा डोळा भरून पाहेन, असे मलाही झाले आहे."

भाविकांच्या पाठोपाठ येऊन अखेर ते मंदिरी आले. ओवरीत सामान ठेवून प्रथम दर्शन घेतले. सगळ्यांचे दर्शन होईपर्यंत बहिणा देवीसमोर हात जोडोनिया उभी राहिली. डोळे मिटले.

तिला जणू म्हणायचे होते..

आईचा जोगवा मागेन

द्वैत सारुनी माळ मी घालीन

हाती बोधाचा झेंडा मी घेईन

भेदरहित वारीसी जाईन...!

सकाळची वेळ. गर्दी तशी कमी होती. त्यामुळे देवीसमोर काही वेळ सर्वांनाच थांबता आले.

प्रदक्षिणा झाल्यावर सारेजण पुन्हा ओवरीत आले.

"आता पहिला प्रश्न आहे राहण्याचा." आऊदेव म्हणाले, "त्यासाठी जरा हिंडावे लागेल. सर्व दृष्टींनी सोयीची जागा असायला हवी, म्हणजे काही काळजी राहणार नाही. काय, रत्नाकर?"

"खराय." रत्नाकर म्हणाले, "कोल्हापूर काही लहान गाव नाही. जागेला येथे काहीच अडचण येणार नाही. वाटेत भेटलेल्या काही लोकांनी आपल्याला सांगितलेच आहे. हे एक मोठे तीर्थक्षेत्र आहे. धार्मिक कार्यक्रम येथे ठिकठिकाणी सारखे चालू असतात. मोठे मठ, वाडे पुष्कळ आहेत. कथा, पुराणे, उत्सव,

पारायणे वगैरे कार्यक्रम चालूच असतात.''

''म्हणजे जागेची अडचण येणार नाही.'' आऊजी म्हणाले,

''गाव धार्मिक प्रवृत्तीचे आहे. जे आपणास हवे आहे, ते येथे सारे मिळेल. गावाची निवड परमेश्वरी इच्छेने झाल्याने आपल्याला चिंता नाही. थोडे हिंडावे लागेल. चार लोकांना विचारावे लागेल. शक्य तो चांगल्या भागात जागा असावी.''

''ते तर महत्त्वाचे आहे.'' जानकीबाई म्हणाल्या

''घरात आम्ही दोघीच असणार, तेव्हा शेजारपाजार चांगलाच हवा.''

''तुम्ही सारे आता थांबा इथेच.'' आऊजी म्हणाले,

''आम्ही जागा शोधण्यास दोघे जातो. वेळ लागला तरी इथून हलू नका. आज जागा मिळणे भाग आहे.''

ते दोघे जाताच बहिणा पुन्हा मंदिरात गेली. देवीकडे सारखे मनोभावे पाहत रहावे, असेच तिला वाटत होते.

जयजय जगदंबे विश्वकुटुंबिनी
मूळ स्फूर्ति प्रणवरूपिणी
ब्रह्मानंदपददायिनी
चिदविलासनी अंबिके तू!!

- ० - ० - ० -

तीर्थक्षेत्र व धर्मक्षेत्र असल्याने त्या वेळी कोल्हापुरात ब्राह्मणवस्ती पुष्कळ होती. एकापेक्षा एक विद्वान ब्राह्मण तेथे होते. कोणतेही कार्य, यज्ञ, होम, पूजा, पारायणे, जप वगैरे धार्मिक गोष्टी करण्यासाठी बाहेरूनदेखील भाविक तेथे येत. त्यांना सर्व सोयी येथे उपलब्ध होत्या.

हिरंभट हे वेदान्ती ब्राह्मण त्या वेळी कोल्हापुरात प्रसिद्ध होते. काशीला जाऊन त्यांनी अध्ययन केलेले होते. अग्निहोत्राचे कार्य त्यांच्याकडे होते. त्यांचा वाडा खूप मोठा असल्याने ते वैदिक पाठशाळा चालवीत. दुरूनदेखील विद्यार्थी तेथे येत. घरोघर माधुकरी मागून त्यांचे अध्ययन पूर्ण होत असे. सणावाराला हिरंभट त्यांना भोजनाला बोलावीत. स्वभावाने ते अतिशय प्रेमळ होते. सर्व समाजाशी त्यांचे संबंध चांगले होते.

इतर वैदिक ब्राह्मण त्यांना योग्य तो मान देत. एखाद्या अवघड गोष्टीवर ते योग्य तो निर्णय देत. प्रापंचिक अडचणीदेखील सोडवीत. त्यामुळे त्यांच्याकडे सारखी वर्दळ असायची. दिवसभर ते गुंतलेलेच असायचे.

रोज सकाळी पूजापाठ झाल्यावर देवीच्या दर्शनाला नित्यनेमाने ते येत. प्रदक्षिणा घालताना त्यांचे लक्ष या कुटुंबाकडे गेले. प्रदक्षिणा झाल्यावर ते पुन्हा ओवरीकडे आले.

"तुम्ही सारे इथे नवीन आहात काय? काही प्रश्न असल्यास मला सांगा. मला शक्य असेल तेवढी मदत मी करेन." हिरंभट जानकीबाईंना म्हणाले, "अनमान करू नका."

जानकीबाईंनी सारी हकिकत त्यांना सांगितली. इतक्या लांबून ही मंडळी येथे आल्याचे ऐकून त्यांना आश्चर्य वाटले.

"माझ्याकडे पुष्कळ जागा वाड्यात मोकळी आहे. तुम्ही खुशाल रहा तिथे. तुमची माणसे आली म्हणजे तुम्ही माझ्या घरी या. माझे नाव हिरंभट आहे." हिरंभट म्हणाले. इथून जवळच वाडा आहे. कुणालाही माझे नाव सांगा. ते माझे घर दाखवतील. अवश्य या. मी आता घरीच निघालो आहे."

जानकीबाई व सर्वांनी हिरंभटांना नमस्कार केला. तेवढ्यात आऊदेव व रत्नाकर आले. जानकीबाईंनी त्यांना हिरंभटांनी सांगितलेल्याची कल्पना दिली. त्या दोघांनीही प्रथम त्यांना वंदन केले.

आऊदेवांनी त्यांचा व रत्नाकरांचा परिचय करून दिला.

"रत्नाकरभट," हिरंभट म्हणाले, "तुम्हाला आता कशाची काळजी नाही. मला पुष्कळ कामे मिळतात. त्यात तुम्हालाही स्थान असेल. शिवाय नित्यपूजाही तुम्हाला मी देईन."

"फार उपकार झाले आमच्यावर." आऊदेव म्हणाले, "आमची प्रथम ओळख होताच तुम्ही लगेच आमची सारी सोय केलीत."

"यात उपकार कसलेच नाहीत. " हिरंभट म्हणाले,

"हे माझे कर्तव्यच आहे. नाहीतर तुमची पंचाईत झाली असती. झाले हे सारे चांगले घडले. तुमच्या ह्या दोन्ही मुलांना माझ्या पाठशाळेत घाला. म्हणजे तेही तयार होतील, त्यांनाही कामे मिळतील."

हिरंभटांबरोबर सारी मंडळी त्यांच्या घरी आली. त्यांनी त्यांची राहण्याची जागा त्यांना दाखविली. ती एका बाजूला होती. चांगली प्रशस्त होती.

त्या दिवशी दुपारचे भोजन हिरंभटांच्या घरीच झाले.

त्यांनी फार आग्रह केला.

उमाबाईही प्रेमळ दिसल्या. सुरुवात तर चांगली झाली!

- o - o - o -

"ताऽई ऽ, ताऽई ऽऽ"

एक अनोळखी बाळ एकदम अंगणात आले. बहिणा दारातच उभी होती ओसरीवर. त्याने दोनतीनदा हाक मारल्यावर तिच्या लक्षात आले, की ते तिलाच हाका मारीत होते.

बहिणा एकदम खाली आली. त्याला कडेवर घेतले!

"काय नाव तुझे बाळा?"

"गोऽपाळ."

"कुठे राहतोस?"

बहिणाने पुन्हा विचारले. त्याला सांगता येईना. ती त्याला आत घेऊन गेली. त्याला खाण्यास एक केळ दिले. तो केळ खात असतानाच बाहेरून आवाज आला.

"आमचा गोपाळ आलाय का होऽ?"

बहिणा धावतच बाहेर आली.

"या.. आत या.. गोपाळ आहे."

आई दिसताच गोपाळ तिच्याकडे धावला.

"बसा की, गोपाळची आई." बहिणा म्हणाली.

ती बसली. बोलता बोलता तिने सगळी माहिती सांगितली. जानकीबाईंनी व बहिणाने तिला बोलते केले.

त्यांचे आडनाव कशाळकर होते. ते शेजारीच पलीकडे राहत होते. त्यांची शेती जवळच होती. सासरे एकनाथबुवा शेती पाहत. ते पंढरीचे वारकरी होते. त्यांचे भजनीमंडळही होते. सासूबाई वत्सलाबाई. गोपाळच्या आईचे नाव मंदाकिनी होते. वडिलांचे महेश होते. मंदाने ते उखाणा म्हणून घेतले! तो हिरंभटांच्या बरोबरीने काम करीत असायचा. त्या बाबतीत तो प्रसिद्ध होता. त्याला महेशभट्टच म्हणत.

मंदा थोडा वेळ बसली. तोच सासूबाई तिला बोलवण्यास आल्या. कुणी पाहुणे घरी आले होते. त्याही गडबडीने गेल्या.

"माणसे बरी दिसताहेत." जानकीबाई म्हणाल्या. "बरे झाले, ओळख लवकर झाली."

"ओळखी झाल्या म्हणजे बरे." बहिणा म्हणाली, "काही अडत नाही. जातायेता बोलता येते. वेळ चांगला जातो."

"इकडे बरीच घरे आहेत आसपास." जानकीबाई म्हणाल्या, "होतील ओळखी हळूहळू."

"आपण नुकतेच आलोत इथे." बहिणा म्हणाली, "रहिमतपूरसारखे झाले पाहिजे. म्हणजे बरे."

"तेथील गोष्टच वेगळी." जानकीबाई म्हणाल्या, "त्या लोकांना विसरताच येणार नाही. सगळ्यांनी विलक्षण लळा लावला होता."

"आई, कशाला उगाच आठवण काढली?" बहिणा म्हणाली, "ते सारे आता विसरायलाच हवे. नाहीतर उगाच चुटपुट लागते. रात्री झोप येत नाही."

“अगं, वेड्या मनाचे हे खेळ असतात” जानकीबाई म्हणाल्या, “काही गोष्टी विसरायच्या म्हटल्या, तरी विसरता येत नाहीत. घडोघडी त्या आठवू लागतात.”

“तू म्हणतेस ते खराय आई.” बहिणा म्हणाली,

“मी ते सहज बोलून गेले.! तो काळच फार चांगला गेला. तेथे सारे रमले होते. आता इथे नव्याने सारे होण्यास वेळ लागेल.”

“ते आपल्या वागण्यावर आहे.” जानकीबाई म्हणाल्या. “आपण जीव लावला तर बाकीचे ही लावतात. वागताना असेच वागायला हवे.”

दोघीजणी थोडावेळ बोलत बसल्या तोच आऊदेव व रत्नाकर आले.

दुसऱ्या दिवशी बहिणा अंबाईच्या देवळात बसली असता एका पोराच्या रडण्याचा आवाज आला! पलीकडे कुणीतरी रडत होते. बहिणा दचकली! गोपाळ तर नसेल?

ती पटकन तिकडे धावली. तो गोपाळच होता. एका पायरीवर रडत होता. येईल त्याची आई या भावनेने कोणी थांबत नव्हते!

तिने त्याला घेताच तो गप्प बसला. बहिणा त्याला घेऊन त्याच्या घरी निघाली. बराच वेळ तो नसल्यामुळे घरातील सारे त्याला सर्वत्र शोधतच होते. वाटेतच मंदा भेटली. इतक्या लांब कधी तो जात नव्हता. गेला नव्हता. सर्वांना आश्चर्य वाटले!

बहिणा जेव्हा देवळाकडे निघाली, तेव्हा तो त्याच्या घराच्या दारात होता. तिला पाहताच तो तिच्यामागे निघाला. ती दर्शनाला आत गेल्यावर त्याला ती दिसली नाही.

तिला इकडेतिकडे पाहत तो सर्वत्र हिंडत होता.

दोघांची चुकामूक होत होती. अखेर कंटाळून तो रडू लागला. हे कुणालाच कळले नाही.

- ० - ० - ० -

भल्या पहाटे उठून आऊदेव कोल्हापूरच्या पश्चिमेच्या कोपऱ्याकडे निघाले. तिकडे दाट झाडी त्यांना दिसली होती. औषधी वनस्पती गोळा करून आणणे भाग होते. तसे जादा काही शिल्लक नव्हते. वैद्यकीबाबत अजून त्यांनी कुणाला सांगितले नव्हते. पण आता हळूहळू सांगावे लागणार होते. त्या दृष्टीने ते तयारीला लागले होते. त्या परिसरात वैद्य कोणी आहे की नाही, याचीही कल्पना त्यांना अजून नव्हती.

त्यांच्या अपेक्षेपेक्षा जास्ती वनस्पती त्याना दिसू लागल्या होत्या. त्यांनी एकेक करून त्या घेण्यास सुरुवात केली. बराच वेळ ते तोडत होते. वाळलेल्या वनस्पतींचे काही कंदही त्यांना मिळाले. अजून पुढे बराच भाग शिल्लक होता.

उशीर झाल्याने ते परत फिरले.

त्यांनी व जानकीबाईंनी मिळून त्या वनस्पती वाळत टाकल्या. पाला, फांद्या, कंद, साली, मुळे, फळे वगैरे पुष्कळ साहित्य तेथे पसरावे लागले. ऊन चांगलेच लागत असल्याने दोन-तीन दिवसांतच त्यांचा उपयोग होणार होता. तरवडाची झुडपे पुष्कळ मिळाली होती. रानआवळे, रानचिंचा, हिरडे, बेहडे, अश्वगंधा, सर्पगंधा, बचनाग, कोरफड, बिब्बे, काळफळ, कडूफळ, कुचल्याचे बी, धोतरा वगैरे गोळा झाले होते. जरंड्यावर सापडलेली एक वनस्पतीही येथे मिळाली.

"हे हो काय? आऊदेव, हे काय गोळा केले आहे?'' बाहेरून येताच हिरंभट इकडे आले व म्हणाले, "तुम्ही वैद्यकी करता काय?''

"होय.''

"मग सांगितले नाही आम्हाला?''

"आता सांगणारच होतो, पण तेवढ्यात तुम्हीच आला.'' आऊदेव म्हणाले, "बरोबर फारसे साहित्य नव्हते. म्हणून बोललो नाही. आता पुष्कळ वनस्पती मिळाल्या आहेत. कुणाला गरज असेल, तर आता उपाय करता येईल.''

"मलाच हवंय औषध!''

"काय झालंय?''

"उजवा गुडघा दुखू लागलाय.''

आऊदेवांनी त्यांना घरात बोलावून त्यांची तपासणी केली. नाडी पाहिली. त्यांना पित्ताचा त्रास वाढला होता. त्यामुळे संधिवाताला सुरुवात झाली होती. त्यांच्याजवळ असलेल्या काही पुड्या तूर्त आऊदेवांनी हिरंभटांना दिल्या.

"बरं झालं आऊदेव,'' हिरंभट म्हणाले, "या भागात आता कोणी वैद्य नाही. ते अण्णाशास्त्री गोडबोले औषधे देत असत. पण आता ते नाहीत. त्यामुळे फार पंचाईत झाली होती. सर्वांना ही वार्ता सांगावी लागेल. पुष्कळजणांना दूरवर जावे लागत आहे. त्यांची सोय झाली.''

"अवश्य सांगा त्यांना.'' आऊदेव म्हणाले, "मला त्यात आनंद मिळतो. आजारी माणूस चांगला सुधारला की जिंकल्यासारखे वाटते मला. प्रत्येकाला गुण कसा येईल, हेच मी पाहत असतो. त्यासाठी सर्व तऱ्हेच्या वनस्पती गोळा कराव्या लागतात.''

पुष्कळ वेळ हिरंभट बोलत होते. आऊदेवांची वैद्यकी पाहून त्यांना अगदी आनंद झाला होता. एका चांगल्या माणसाला आपण जागा दिली, याचे समाधान वाटले. कुणीतरी आल्यामुळे ते गेले!

- ० - ० - ० -

हिरंभटाच्या ओळीतच जरा पुढे गणपतराव अष्टेकर सावकारांचा मोठा वाडा होता. साऱ्या कोल्हापुरात त्यांची सावकारी मोठी होती. शिवाय सोन्या-चांदीचे दागिनेही ते तयार करीत व विकीत. घरातच पलीकडे पुष्कळ सोनार हे काम करीत बसलेले असत. चोख सोन्याचे अलंकार हे त्यांचे वैशिष्ट्य. वाड्याला नेहमी हत्यारी रामोश्यांचा पहारा असायचा.

गणपतराव व नंदाताई यांना बरीच वर्षे संतती नव्हती. पुष्कळ इलाज व उपायही झाले होते; पण उपयोग होत नव्हता. हिरंभट पत्रिकेसाठीही प्रसिद्ध होते. त्यांनी त्या दोघांच्या पत्रिका अत्यंत बारकाईने पाहून जे काही दोष होते, त्यांसाठी एक यज्ञ करण्याचे ठरविले.

सावकारांच्या घरी यज्ञ म्हणजे फार मोठे कार्यच झाले. गणपतरावांनी आपली सारी पाहुणेमंडळी गोळा केली. कोल्हापुरातील प्रमुख लोकांच्या उपस्थितीत यज्ञ पार पडला. हिरंभटाच्या जोडीला पैठणचे प्रसिद्ध ब्राह्मणही आले होते. मुख्य भोजनाचा कार्यक्रम फार मोठ्या प्रमाणात साजरा झाला. ह्या यज्ञाचा प्रसाद म्हणजे पुष्कळांना एक पर्वणीच वाटली.

गणपतराव व नंदाताईंना अण्णाशास्त्री गोडबोलेंची औषधे चालू होती. यज्ञामुळे व ह्या औषधांमुळे अखेर नंदाताईंना पुत्रप्राप्ती झाली. त्या मुकुंदाची मुंज जशी कोल्हापुरात गाजली, तसेच आता त्याच्या लग्नाचे होणार होते. लग्नाचाही थाटमाट होणार होता. होणारी सूनही त्याच तोलामोलाची होती.

लग्नाची तयारी करण्याचा मुहूर्त पार पडल्यावर विविध कामांसाठी जानकीबाई व बहिणाला आमंत्रण आले.

"बरे झाले, तुम्ही दोघी आलात ते. त्यामुळे आपली ओळख तरी झाली." नंदाताई म्हणाल्या, "आपल्या या भागातील सर्वांना बोलावले आहे. काहीजणी आल्या नाहीत."

"ओळख व्हावी यासाठीच आम्ही आलो." जानकीबाई म्हणाल्या, "काहीतरी निमित्त लागते ओळखीसाठी. आम्ही नुकतेच आलो आहोत. आता येथे काही काळ राहण्याचा विचार आहे आमचा. आपल्यासारख्यांनी आम्हाला बोलावले, हा तुमचा मोठेपणा."

"असे म्हणू नका जानकीबाई." नंदाताई म्हणाल्या,

"आम्ही सर्वांना सारखेच समजतो. भेदभाव नाहीत आवडत. त्यात माणुसकी नसते. जीव लावला तर दुसरेही तसेच वागतात. मोठेपणाच्या नावाखाली जे काही चालते, ते मला आवडत नाही. तुम्ही कधीही अनमान करू नका. आपले घर समजून येत जा. बहिणा, तुला वेगळे सांगत नाही. तू सारे ऐकले आहेस. आईला

नाही जमले, तर तू येत जा.''

रोज कार्यासाठी येण्याजाण्याने नंदाताईंचा फार जवळून परिचय झाला. वाढला. त्यांना कशाचाही गर्व नाही, हे समजून आले. हे वातावरण दुर्मीळ वाटले.

विवाहसोहळा तीन दिवस चालू होता. पंगतीवर पंगती उठत होत्या. सारा थाट त्यांच्या घराण्याप्रमाणेच होता. दोन्ही बाजू तशाच होत्या. मुलीकडचे वऱ्हाडीही शोभत होते. मुकुंदाप्रमाणे नवी सून गौरीही शोभत होती. उठून दिसली.

''काय ग आई,'' बहिणा लग्नानंतर म्हणाली, ''कशा काय वाटल्या, नंदाताई?''

''फारच वेगळ्या.'' जानकीबाई म्हणाल्या, ''कसलाही गर्व नाही त्यांना. माणसे असावीत तर अशी.''

''मला तर माधवरावांच्या आईंची आठवण झाली.'' बहिणा म्हणाली, ''सारख्या त्याच डोळ्यांसमोर येत होत्या.''

''मला वाटलेच होते.'' जानकीबाई म्हणाल्या, ''तू त्यांची आठवण काढणार! बरे झाले. आपल्याला जाण्यायेण्यासाठी एक घर झाले. देण्याघेण्यात काही नसते.''

''मुकुंदाचे वडीलही मनमोकळे वाटले.'' बहिणा म्हणाली, ''एवढा मोठा माणूस पण माझ्याबरोबरही बोलला आपुलकीने. मला फार वेगळे वाटले हे.''

हे बोलणे थोडा वेळच चालले. तेवढ्यात नंदाताईंकडून फराळाचे व आहेर आला. भली मोठी करंडी होती. त्यांच्या इतमामाला साजेशी!

''ए ऽ आऽई, ऽएऽ आईऽऽ!'' बहिणा जवळ जवळ पळतच स्वैपाकघरात आली.

''काय गं? काय झाले?''

''अगं, देवळात एक वार्ता समजली.''

''कशाची?''

''ओळख पाहू, काय असेल?''

''मी काय ज्योतिषी आहे, जावईबापू सारखी?''

जानकीबाई म्हणाल्या, ''सांग लवकर, उगाच ताणू नकोस!''

''अगं, जयरामस्वामी लवकरच येताहेत इथे.'' बहिणा म्हणाली, ''सगळ्या देवळात हीच चर्चा चालू आहे. त्यांच्याबद्दल फार उत्सुकता आहे इथे.''

''बरे झाले.'' जानकीबाई म्हणाल्या,

''रहिमतपूरला जमले नाही. इथे योग आला.''

''येणारच.'' बहिणा आनंदून म्हणाली, ''मी त्याच वेळी म्हणाले होते, की स्वामींची गाठभेट होणारच!''

"खरी झाली तुझी वाणी." जानकीबाई म्हणाल्या, "तू सहज बोलून गेलीस; पण सारे जमून आले."

"आम्ही वडगावलादेखील जाऊन आलो होतो." बहिणा म्हणाली, "पण तेथेही ते नव्हते. फार चांगली कीर्तने व प्रवचने करतात ते. ते एकदा येथे येऊन गेले आहेत. आता परत येताहेत."

"बरे झाले, देवीने आपणाला कोल्हापूरला आणले ते!" जानकीबाई म्हणाल्या, "नाहीतर कोठे गेलो असतो कुणास ठाऊक?"

"अगं, जे होणार असते, तेच घडते." बहिणा म्हणाली, "त्यालाच नशीब म्हणतात. स्वामींच्याबद्दल पुष्कळ माहिती समजली. एका बाईने मिरजेलाही त्यांची प्रवचने व कीर्तने इथून जाऊन ऐकली होती. त्यांची वाणी इतकी रसाळ आहे की त्यांचा कंटाळा येत नाही. बारीकसारीक गोष्टदेखील ते रंगवून व समजावून सांगतात. त्यांना तीर्थयात्रेत कोणी रामदास म्हणून एक रामभक्त भेटले होते, त्यांची पुष्कळ माहिती ते सांगतात. त्यांचाच प्रभाव स्वामींच्यावर पडलेला आहे."

"रामदास हे नाव कधी ऐकले नाही आपण." जानकीबाई म्हणाल्या, "बाकी कोण सांगणार म्हणा आपणाला. इथे आलो म्हणून समजले तरी."

"त्या रंगनाथस्वामींनादेखील ते भेटले होते." बहिणा म्हणाली, "त्यांचा उल्लेख तेही करतात. म्हणजे कोणी अत्यंत महान सत्पुरुष असले पाहिजेत ते. आपणालाही कधीतरी योग येईल त्यांना पाहण्याचा."

"तू म्हणत आहेस तेव्हा नक्की भेटतील ते." जानकीबाई म्हणाल्या, "फक्त काळ व वेळ नाही सांगता येणार. तुझ्या पुष्कळ गोष्टी खऱ्या होत आहेत."

तेवढ्यात आऊदेव आले. ते एका आजाऱ्याला पाहण्यासाठी देवळापलीकडे गेले होते. तेथे त्यांनाही जयरामस्वामी येणार असल्याचे समजले होते. ते ज्या घरी गेले होते, त्याच घरी गेल्या खेपेला त्यांची प्रवचने झाली होती.

अनंतराव मुंगळे यांचाच वाडा होता तो. त्यांनाच पाहण्यासाठी ते गेले होते. त्यांना दम्याचा त्रास होता. पण या वेळी फार मोठ्या प्रमाणात त्यांना श्वास लागला होता. त्यांना माहिती असलेली सारी औषधे त्यांनी घेतली होती. झोपले की जादा त्रास होत होता. त्यामुळे ते सारखे बसूनच होते. आऊदेवांनी सुरुवातीला दिलेल्या पुड्यांचा तसा उपयोग झाला नव्हता. म्हणून या वेळी त्यांनी एक वेगळा काढा करून नेला होता. त्यात प्रामुख्याने माका ह्या वनस्पतीचा वापर केला होता. शिवाय लेंडीपिंपळीसारखी इतर प्रभावी औषधेही त्यात होती.

गेल्या गेल्या त्यांनी तो काढा लगेच त्यांना दिला होता. थोड्याच वेळात त्याचा परिणाम दिसून आला. त्यांना थोडे बरे वाटू लागले होते. बोलले की त्यांना

धाप लागायची. पण आत्ता त्यांना थोडे बोलता येऊ लागले होते. नुकतेच आऊदेव वनस्पती आणण्यास गेले होते. वाटेत एक ओढा होता व त्याकाठी माका बराच असलेला त्यांना दिसला होता. तो लगेचच त्यांनी पुन्हा जाऊन आणला होता.

"वैद्यबुवा," अनंतराव त्यांना म्हणाले, "तुमच्या या काढ्यामुळे धाप कमी आलीय व मी थोडे बोलू शकतो आहे!"

"अंबाबाईचीच कृपा समजावी लागेल ही." आऊदेव म्हणाले, "येताना मी दर्शन घेऊनच आलो होतो."

"ती तर आमच्यावर आहेच." अनंतराव म्हणाले, "पण नुकतीच जी वार्ता आलीय तिचाही परिणाम असावा हा."

"कोणती आहे अशी वार्ता ही?"

"आमचे जयरामस्वामी येणार आहेत." अनंतराव म्हणाले, "त्यांचीही फार मोठी कृपा आहे आम्हा सर्वांवर. मागे ते जेव्हा आले होते, तेव्हा त्यांची प्रवचने आमच्या वाड्यातच झाली होती. इतकी गर्दी लोटायची, की जागा मोठी असूनही पुरेना. वाड्याबाहेर भाविक थांबायचे."

"जयरामस्वामी म्हणजे वडगावचे का?" आऊजींनी विचारले, "आम्ही वडगावला गेलो होतो. पण स्वामींची गाठभेट झाली नाही."

"तेच हे जयरामस्वामी." अनंतराव म्हणाले,

"तुम्ही वडगावला जाऊन आला म्हणजे फार मोठे भाग्यवान समजावे लागेल तुम्हाला. हा योग आम्हाला केव्हा येईल कुणास ठाऊक? पण त्यांच्या गोकुळ अष्टमीच्या उत्सवाला एकदा जाण्याची इच्छा आहे आमची."

"अवश्य जावे." आऊदेव म्हणाले, "फार सुंदर परिसर आहे. स्वामींना आता केव्हा एकदा पाहतो, असे झाले आहे आम्हाला."

"त्यांची प्रवचने ऐकली म्हणजे तेथून उठावे, असे वाटतच नाही." अनंतराव म्हणाले, "वाणी कमालीची रसाळ व गोड आहे. सांगण्याची पद्धती फार आकर्षक आहे. पंढरीचा महिमा सांगताना अतिशय गोड आवाजात ते निरनिराळे अभंग गातात. समजावून सांगतात. शिवाय..."

पण त्यांचे बोलणे अर्धवटच राहिले. त्यांना एकदम पुन्हा धाप लागली. आऊजींनी पुन्हा एकदा त्यांना काढा दिला. त्यांच्या पत्नींना-गोपिकाबाईंना-काही सूचना सांगून ते निघाले.

जयरामस्वामी येत असल्याची वार्ता कधी एकदा बहिणाला सांगीन, असे त्यांना झाले!

- ० - ० - ० -

कोल्हापूरजवळील कण्हेर गाव तसे लहान पण शेतीवाडी भरपूर. पाऊस-पाण्याला कमी नसायचे. सर्वत्र हिरवेगार दिसायचे. सर्व तऱ्हेची पिके शिवारात डोलायची. भाजीपालाही व्हायचा.

बंडूतात्या कुलकर्णी कण्हेरकर हे एक त्या गावातील वेगळ्या वृत्तीचे भाविक गृहस्थ होते. त्यांच्या घरी सदैव काहीतरी उपासना चालूच असायची. कसलेतरी पारणे, कसला तरी होम, कशाचे तरी उद्यापन होत रहायचे. सावित्रीबाईही सारे मनापासून करायच्या. त्यांच्या सासूबाईंच्या हाताखाली त्या तयार झालेल्या होत्या. त्यांनी सांगितलेला सारा देवधर्म त्या काटेकोरपणे पाळत असत. त्या आता नव्हत्या तरी पण सारे धार्मिक काम व उत्सव चालूच होते.

बंडूतात्या काशीला गेले असताना त्यांना तेथे रामदासस्वामी भेटले होते. काशीत त्यांची प्रवचने चालू असताना नेमके हे तेथे होते. त्यांचे प्रवचन कोठेही असले, तरी बंडूतात्या समोर बसलेले असायचे.

"नमस्कार." एकदा प्रवचन संपल्यावर मागे रेंगाळलेल्या बंडूतात्यांना स्वामी म्हणाले, "आपण मराठी दिसता. रोज असता म्हणून विचारतो."

"होय, स्वामी." स्वामींना वंदन करून तात्या म्हणाले,"मी कोल्हापूरकडील कुलकर्णी आहे कण्हेरचा. आपल्याशी एकदा बोलण्याची इच्छा होती म्हणून आज थोडा थांबलो होतो."

"ते मी ओळखले." रामदासस्वामी म्हणाले,

"तुम्ही ज्या दिवशी प्रथम प्रवचनाला आलात, तेव्हाच आपणाला मी ओळखले होते. बरे झाले आपली ओळख झाली ते."

"स्वामी, एक इच्छा आहे."

"अवश्य सांगावी."

"आमच्या घरी कुळधर्म पुष्कळ आहेत." बंडूतात्या म्हणाले, "पण एखाद्या देवतेची उपासना करण्याची इच्छा आहे. त्याबाबत मला आपण सांगावे."

"चांगली आहे भावना." स्वामी म्हणाले, "तुम्ही उपासना कशाचीही करा. त्याचे फळ सारखेच आहे. सर्व देव सारखेच."

"तरीही काहीतरी विशिष्ट उपासना सांगावी."

"आपल्या गावात श्रीरामाचे मंदिर आहे?"

"नाही."

"मग आपण ते अवश्य बांधावे. मूर्तींची स्थापना करावी. रामाची सेवा घडली म्हणजे आपली सारी काळजी त्या श्रीरामाकडून केली जाईल. तुम्ही श्रीरामाचे व्हा; म्हणजे तो तुमचा होईल!

"'श्रीराम जयराम जयजयराम' हा मंत्र जपा!"

स्वामी लगेच बाहेर पडले. बंडूतात्यांना पराकोटीची धन्यता वाटली. फार दिवसांची त्यांची इच्छा पूर्ण झाली होती.

काशीहून परत आल्यावर तात्यांनी हिरंभटांना बोलावून घेतले. मंदिर व मूर्तींची प्राणप्रतिष्ठा याबद्दल चर्चा केली. त्यांचा वाडा पुष्कळ मोठा होता. वाड्याच्या समोरच्या बाजूला पूर्वेकडे मंदिर बांधण्यास हिरंभटांनी सांगितले. त्याची रचना अशी करायची होती, की गावकऱ्यांनाही दिवसभर मंदिर दर्शनार्थ उघडे राहणार होते. मूर्तींची नित्यपूजा व विविध उपचार स्वत: तात्याच करणार होते. शिवाय स्वामींनी रामजन्मोत्सवही सांगितला होता. तोही साजरा होणार होता.

तात्यांच्या मळ्यात दगड व लाकूडफाटा पुष्कळ होता. मंदिर बांधून होताच मूर्तींची प्राणप्रतिष्ठा हिरंभटांनी पार पाडली. प्रसाद म्हणून सर्व गावाला त्या दिवशी भोजन मिळाले. गावात राममंदिर नव्हते. भाविकांची सोय झाली. नित्यनेमाने भाविक येऊ लागले. पूजेच्या वेळी सकाळी जर कुणी आले, तर त्याला श्रीरामाचे तीर्थ व असेल तो प्रसादही मिळायचा.

जयरामस्वामी ज्या वेळी सुरुवातीला आले, तेव्हा बंडूतात्यांची ओळख झाली. त्यांची व रामदासस्वामींची गाठभेट झाल्याचे समजताच जयरामस्वामींना अत्यानंद झाला. स्वत: एकदा दर्शनार्थ येतो असे त्यांनी म्हटल्यावर तात्यांनी त्यांचे प्रवचन मंदिरासमोर ठेवले. कण्हेरकर व आसपासचे पुष्कळ रामभक्त गोळा झाले.

रामजन्माचा सोहळाही जवळ आला होता. बंडूतात्यांनी स्वामींना रामजन्मा-दिवशी कीर्तन करण्याचा आग्रह केला. जयरामस्वामींनी होकार देताच तात्यांना विशेष आनंद झाला.

मंदिरासमोर मोठा मांडव त्यांनी टाकला. दुपारी बारा वाजता बरोबर रामजन्माचा सोहळा जयरामस्वामींनी सुरू केला. धार्मिक विधी हिरंभट पार पाडीत होते. तात्याही सोहळ्यात होते. सावित्रीबाईंची धावपळ चालू होती. ग्रामस्थ फार मोठ्या प्रमाणात उपस्थित होते. कोल्हापुराहूनदेखील पुष्कळ भाविक उपस्थित झाले होते.

कण्हेरगावात असा उत्सव प्रथमच साजरा होत होता. जयरामस्वामीसारखा कीर्तनकार उपस्थित होता. नंतर प्रसादही सर्वांना मिळाला. बंडूतात्यांना धन्यता वाटली.

रामजन्माचा हा दिवस लक्षात राहण्यासारखा पार पडला होता!

श्रीरामाच्या कृपेने काही कमी पडले नव्हते!

मळ्यातील केळीचे खुंट सर्वत्र बांधले होते. श्रीराम उठून दिसत होते.

श्रीराम जयराम जयजय राम!!!

अखेर अनंतराव मुंगळ्यांच्या वाड्यातच जयरामस्वामींची प्रवचने, कीर्तने, भागवत सुरू झाले. तुकोबांचे अभंग गाऊन ते प्रवचने करीत. पहिल्याच दिवशी आऊदेव-बहिणा जानकीबाई समोरच बसले होते. प्रवचन फार रंगले. इतकी गर्दी झाली, की कित्येक भाविक बाहेर थांबले होते. अनंतरावांनी जसे सांगितले, तसेच घडले होते.

प्रवचन संपताच आऊदेव स्वामींच्या जवळ गेले, वंदन केले.

''स्वामी,'' आऊदेव म्हणाले, ''आम्ही रहिमतपूरला होतो. पण आपली गाठभेट होऊ शकली नाही. एकदा मी व ही बहिणा वडगावलाही आलो होतो. आपण तेथे आहात असे समजल्याने आलो होतो. पण आपण आदल्यादिवशीच परगावी गेला होता.

''अरेरे!'' स्वामी म्हणाले, ''फार कष्ट घेतले तुम्ही. शेवटी इथे योग आला. आता रोज येत जा. बराच मुक्काम आहे माझा इथे आता.''

''फार चांगला योग आला.'' आऊदेव म्हणाले, ''ह्या बहिणाला म्हणजे हिला आपल्या दर्शनाची फार ओढ लागली होती. अतिशय भाविक आहे ही. पांडुरंगाची सारखी सेवा करते.''

बहिणा व जानकीबाईंनी स्वामींना खाली वाकून नमस्कार केला.

''मुली, येत जा रोज.'' स्वामी म्हणाले, ''हरिकथा तुला आवडेल. मीही पंढरपूरला होतो. रोजच्या दर्शनाशिवाय मला चैन पडायचे नाही. दिवसातून किती वेळा मी देवळात जायचो, हे मोजले नाही कधी. तो माझे सर्वस्वच बनला. त्याचेच गोडवे गात मी सर्वत्र जातो आहे.''

''स्वामी,'' आऊदेव म्हणाले, ''फार महान कार्य आपण करीत आहात. सामान्य माणसांना आज धर्म समजत नाही. ती नवी दिशा आपण दाखवीत आहात. कोल्हापूरचे सगळे भाविक आपणासंबंधी सांगत आहेत. हा लाभ आता आम्हालाही घडणार आहे. ही पर्वणी आम्ही सोडणार नाही.''

आणि तसेच घडले.

स्वामींच्या प्रवचनाला किंवा कीर्तनाला हे सर्वजण उपस्थित राहू लागले.

बहिणा धन्य झाली. तुकोबांच्या अभंगात तिला तिचा पांडुरंग निरनिराळ्या रूपांत भेटू लागला.

गोड गोड अभंगात स्वामी रंगरंगून गाऊ लागत!

ज्ञानदेवांचा हरिपाठ त्यांचा सर्वांत आवडता. हरिकथा म्हणजे त्यांचा जीव की प्राण! त्यासाठी प्रत्येकाला हरीची ओढ हवी.

हरि मुखे म्हणा! हरि मुखे म्हणा!

पुण्याची गणना कोण करी!

- ० - ० - ० -

जयरामस्वामींच्या कार्यक्रमांना रोज एक गृहस्थ आऊजींच्या जवळ बसत. हळूहळू त्यांच्याशी बोलणे चालू होऊन थोडा परिचयही झाला.

ते होते बाबाजी सरनाईक. त्यांच्या ओळीतच पुढे त्यांचा वाडा होता. त्यांचीही शेती भरपूर आणि जवळच होती. त्यांना जनावरांची परीक्षा होती. चांगले जनावर ते बरोबर दाखवीत. त्यामुळे त्यांच्याकडे सारखी लोकांची वर्दळ असायची. गाईच्या शेणाचा व गोमूत्राचा उपयोग शेतीला कसा करायचा, हेही ते सांगत. कोणतेही बी पेरताना ते गोमूत्रात भिजवून लावले, तर उत्पन्न अधिक येते व लवकर कीड लागत नाही, हे ते समजावून सांगत. ''बाबाजी,'' आऊदेव एकदा म्हणाले, ''आम्हाला इथे येऊन बरेच दिवस झाले, परंतु आपला परिचय झाला नाही. आपणासारखा व्यासंगी माळकरी शेजारी राहतो हे माहितही नव्हते. आपले करावे तेवढे कौतुकही थोडेच आहे.''

''वा आऊदेव!'' बाबाजी म्हणाले, ''आणि वैद्यकीचा तुमचा व्यासंग आम्हाला तरी कुठे समजला होता? आपल्या भागात आता वैद्य कोणी नव्हताच. तुमच्यामुळे ही उणीव आता दूर झालीय.''

माळकरी असल्याने बाबाजींच्या घरी कार्तिकी वारी होती. साऱ्या घरादाराची एकादशी असायची. लहान मूल घरात जन्माला आले, की एका वर्षाच्या आत त्याला पंढरीची वारी करावी लागायची. त्यांच्या घराण्यात ही पद्धत होती. एकत्र कुटुंब असल्याने घरात रोज नित्य गडबड असायची. दूधदुभतेही चांगले होते. सर्वांना रोज धारोष्ण दूध मिळायचे.

त्यांच्या वडिलांनी मळ्यातदेखील एक छोटेसे विठ्ठल-रखुमाईचे देऊळ बांधलेले होते. बाबाजी मळ्यात गेले, की सकाळी प्रथम पूजा करीत. मळ्यात तुळशी-फुले लावलेली होती. त्यामुळे घरी व तेथेही त्यांचा उपयोग व्हावयाचा. रोज तुळशीची माळ असायची. तेथे बुक्काही ठेवलेला असायचा. देवळाजवळ शेजारच्या बांधावर एक पांढऱ्या चाफ्याचे झाड लावलेले होते. त्याचा मधुर सुवास सर्वत्र सुटायचा.

एकदा आऊजींना बाबाजी सकाळी मळ्यात घेऊन आले. सारे दाखविले. फार सुबक व देखणा परिसर होता. ऊस असल्याने गुऱ्हाळही होते. ते गूळ तयार करीत. शेजारीपाजारीही गूळ करून नेत. गुऱ्हाळ चालू असल्याने आऊदेवांना ताजा उसाचा रस मिळाला. फार दिवसांनी हा योग आला होता.

''बाबाजी,'' आऊदेव म्हणाले, ''फार सुंदर मळा राखला आहे. निरनिराळी पिके, भाजी-पाला तर आहेच; साऱ्या बांधावर आंब्याची झाडे ही डौलाने लहरत

आहेत. झाडे अतिशय उठून दिसत आहेत. अशी शेती मी प्रथमच पाहत आहे.''

''आऊदेव,'' बाबाजी म्हणाले, ''उगाच जादा वर्णन करू नका. चारचौघां-सारखाच मळा आहे आमचा. जसा वडिलांनी राखला, तसाच वाढविण्याचा प्रयत्न आहे माझा.''

''पंढरीनाथाची कृपा आहे आपणावर बाबाजी.'' आऊदेव म्हणाले, ''ह्या मळ्यातील विठ्ठल-रखुमाईच्या मूर्तीही फार सुबक व देखण्या आहेत.''

''त्या पंढरपुराहूनच आणलेल्या आहेत. आमच्या वडिलांनी.'' बाबाजी म्हणाले, ''त्यांना विठ्ठलाशिवाय दुसरे काहीही सुचायचे नाही. ते सारखे 'पांडुरंग! पांडुरंग!' म्हणत असत.''

''त्याचाच परिणाम तुमच्या मळ्यावर व घरावर झालेला आहे.'' आऊजी म्हणाले, ''फार समाधान वाटत आहे. येथे एक प्रकारचे पावित्र्य आहे.''

बराच वेळ दोघेजण बोलत बसले होते. सारा विषय पंढरीनाथाचाच होता. कोल्हापुरात असूनही पंढरपुरात असल्यासारखे वाटत होते! संध्याकाळी बाबाजींच्या गड्याने ताजा भाजीपाला, गुळाची ढेप व दुधाची कासंडी आणून दिली. बाबाजी व्यवहाराला चुकले नाहीत!

- o - o - o -

रात्री आऊदेवांना झोप लवकर येईना. बाबाजींचा मळा पाहताना व विशेषत: रस पिताना त्यांना देवगावच्या नाथा सातपुतेची आठवण झाली. त्यांच्या मळ्यातून शंकर परटाने त्यांना नाथाच्या मळ्यात नेले होते. तेथेही गुऱ्हाळ चालू होते. परत जाताना नाथाने गुंडोजीच्या नव्या कारस्थानाची माहिती दिली होती. देवगाव आठवले की तो गुंडोजी येतोच! ह्या कटू आठवणी टाळण्याचा त्यांचा प्रयत्न असायचा. पण केव्हातरी देवगाव आठवणारच.

खरे म्हणजे बाबाजींचा मळा पाहून त्यांना त्यांचा मळा आठवला! त्यांनीही मळा तसाच चांगला ठेवला होता. वातावरण प्रसन्न होते. देवगावच्या बऱ्याच आठवणी त्यांच्या डोळ्यांसमोरून जाऊ लागल्या. ते कमालीचे अस्वस्थ झाले.

बाबाजीकडून दूध आल्यावर बहिणा सहज म्हणाली, ''किती दूध आलंय आज! घरचे दूध असले म्हणजे काही कमी नसते!''

''अगं'' जानकीबाई म्हणाल्या, ''तुला आता आठवत नाही. आपल्याकडेही देवगावला असताना दुधाला वा कशालाच कमी नव्हते.''

''अगं आई,'' बहिणा म्हणाली, ''मी आपले सहज म्हणाले. मला सारे आठवतेय तेथील. पण इथेदेखील आपणाला दुधाला काही कमी पडणार नाही! आपल्याकडेही गाय असेल.''

"तुझी वाणी खरी होवो." जानकीबाई म्हणाल्या. "तुला जे जे वाटते ते खरे होत असते."

आऊजींना दोघींचे हे बोलणे आठवले. त्यांची झोप चांगलीच चाळवली होती. सारखे एका अंगावरून दुसऱ्या अंगावर ते होत होते.

"झोप येत नाही का?" जाग्या झालेल्या जानकीबाई म्हणाल्या, "कसला विचार करताय?"

"विचार कसला? तसे काही नाही."

"मुळीच नाही." जानकीबाई म्हणाल्या, "तुम्हाला अजून झोप लागलेली नाही. मध्यरात्र उलटून गेलीय. तुम्ही काहीतरी लपवीत आहात."

"बाबाजींचा मळा पाहून देवगावच्या आपल्या मळ्याची आठवण झाली." आऊजी म्हणाले, "आणि मग एका पाठोपाठ एकेक आठवणी येऊ लागल्या. त्यामुळे झोप गेली."

"मग आता ते सारे विसरून जा." जानकीबाई म्हणाल्या, "जे गेले ते गेले. आता ते पुन्हा येणार नाही व आपणही तिकडे जाणार नाही. मग त्याचा विचार कशाला? मी देखील आता त्या गोष्टींचा विचार करीत नाही. माझे व बहिणाचे ह्या विषयावर परवाच बोलणे झाले होते. आता शांतपणे झोपा. पुन्हा लवकर उठावे लागते." जानकीबाईंना झोप लागली. पण आऊदेवांनी खूप प्रयत्न केला तरीही त्यांना झोप आलीच नाही!

अस्वस्थता कायम होती. पहाट होत असावी. दारावरून पिंगळा गाणे म्हणत चालला होता! तो 'जागे व्हा! जागे व्हा!' असे सुचवीत होता!

- ० - ० - ० -

आऊदेवांना सहज हसू आले!

पूजा आटोपताच बंडूतात्या बाहेर ओसरीवर येऊन बसले. थोडा वेळ तेथे ते बसत असत. एखादे स्तोत्र म्हणत. त्यांची अनेक स्तोत्रे पाठ होती. शुक्रवार असल्याने त्यांनी देवीस्तोत्र म्हटले.

स्तोत्र नेमके संपताच सावित्रीकाकू आतून हातात ताटली घेऊन आल्या.

"वा! एकदम खमंग वास आला." बंडूतात्या म्हणाले, "एवढे काय केलेय!"

"वासावरून ओळखू आले नाही का?"

"नाही बुवा."

"मग आता खाऊन पहा." काकू म्हणाल्या व त्यांनी ती ताटली त्यांच्यासमोर ठेवली. "राघवदास!" तात्या म्हणाले, "फार दिवसांनी केले."

"परवा तुम्हीच खवा करण्यास सांगितले होते, हे विसरणे झाले काय?"

“खरंच की!” तात्या म्हणाले, “मी आपला सहज म्हणालो होतो.”

“आपण सांगितलेलीच गोष्ट ह्या घरात होत असते.” काकू म्हणाल्या, “कालच झाला खवा. आता तुमची पूजा होईपर्यंत लाडू झाले.”

“फारच छान झालेत.” तात्या म्हणाले, “अगोदरच दोन दिल्याने आता पुन्हा मागणे खरे नाही.”

काकू लगेच आत गेल्या व त्यांनी आणखी एक लाडू दिला.

तात्यांचे दूध पिऊन होताच काकू म्हणाल्या, “एका गोष्टीची पुन्हा आठवण करू का?”

“करा की. त्यात काय विचारायचे?”

“त्या मी केलेल्या गोपद्‌माच्या व्रताचे उद्यापन करायचे राहून जातेय सारखे.” काकू म्हणाल्या, “लवकर केलेले बरे.”

“सवत्स धेनू दान द्यावयाची असल्याने थोडा उशीर झाला.” तात्या म्हणाले, “आता कपिलेची कालवड जरा मोठी झालीय. तेव्हा हिरंभटांना आता बोलावून घेतो. म्हणजे त्यांना दान देता येईल.”

सावित्रीबाईंनी गेल्या चातुर्मासात ‘गोपद्‌मव्रत’ केले होते. हे व्रत फार फलदायी असते. रोज स्नान झाल्यावर तुळशीपुढे ३३ गोपद्‌मे काढून त्यांची कार्तिकी एकादशीपर्यंत रोज पूजा करावी लागते. शिवाय अधूनमधून जमेल तेवढा दानधर्मही करावा लागतो. ह्या साऱ्या गोष्टी सावित्रीकाकूंनी व्यवस्थित केल्या होत्या.

उत्तम दिवस पाहून हिरंभट व उमाबाई कण्हेरला आले. भोजन झाल्यावर त्यांना ती कपिला व तिचे वासरू दान म्हणून दिले! मळ्यातील एक गडी गाय व वासरू घेऊन हिरंभटांबरोबर कोल्हापूरला गेला.

हिरंभटांना दान म्हणून आलेल्या पुष्कळ गाई वाड्यात होत्या.

पण अशी काळी कपिला व काळी कालवड एवढीच होती!

- ० - ० - ० -

“काय हो, आजही घरीच का.” मीराबाई म्हणाली.

“होय.”

“का?”

“मला काम नाही आज.” नारायणभट केळकर म्हणाले.

“परवापासून नेहमीच चालू आहे हे.” मीराबाई आवाज बदलून म्हणाली, “काय कारण?”

“प्रत्येक गोष्टीला कारण नसते.” नारायणभट म्हणाले.

“पण आत्तापर्यंत असे कधी झाले नव्हते!” मीराबाई म्हणाली.

"तेव्हा रत्नाकरभट नव्हता!"

"कोण हा रत्नाकरभट?"

"हिरंभटांनीच त्यांना त्यांच्या वाड्यात जागा राहण्यास दिली आहे." नारायणभट म्हणाला.

"पुष्कळ लांबून आलंय हे बिऱ्हाड."

"मग मला चौकशी करायला हवी!"

"चौकशी म्हणजे तू भांडणारच त्यांच्याशी." नारायणभट म्हणाला, "भांडणा-शिवाय तुला दुसरे काही जमतच नाही. रोज कुठं ना कुठं तू भांडणे लावीत असतेस किंवा स्वत: भांडत असतेस!"

"वा! बायकोचे चांगले गोडवे गाताय की!" मीराबाई मोठ्या आवाजात म्हणाली, "बाकीचे नवरे बघा कसे बोलतात ते! नाहीतर तुम्ही! कुणी ऐकले तर काय म्हणतील?"

"नवरा किती खरं बोलतो पहा, असेच म्हणतील. दुसरेतिसरे काहीही म्हणणार नाहीत! तुझ्या वाटेला तर कुणीच जाणारच नाही! जरा चांगले वागायला शीक."

"तुम्हीच शिका त्या रत्नाकरभटासारखे" मीराबाई तोऱ्यात म्हणाली, "हिरंभटांवर काय मोहिनी टाकलीय त्याने कुणास ठाऊक? एकदा बघायला हवे त्याच्याकडे. हिरंभटांच्या दाराबाहेर परवा एकजण उभा होता कुणाची तरी वाट पाहत. तोच असावा तो! मी आता त्याच्या कुटुंबाची सारी माहिती काढते. त्याशिवाय चैन नाही पडायचे मला."

"मग रत्नाकरभटाशी भांडणार काय तू?"

नारायणभट आश्चर्याने म्हणाला, "तेवढे एकच घर राहिलेय या भागात भांडणाशिवाय. बाकी प्रत्येक घरासमोर तुझी वाणी कडाडली आहेच म्हणा!"

"भांडण न करता त्यांचा कसा काटा काढते ते पहा आता तुम्हीच." मीराबाई दातओठ खात म्हणाली, "फक्त एखाद्या संधीची वाट पहावी लागणार आहे मला."

"आणि ती नाही मिळाली तर?"

"इच्छा आहे तेथे मार्ग मिळतोच." मीराबाई म्हणाली, "तुम्ही बसा घरात. मी आता त्यांच्या घरावरून जाऊन पाहून येते! त्यांची काही माहिती मिळते का ते पाहते."

आणि ती खरोखरच गेली. नारायणभटाला हे नवीन नव्हते. आपल्या बायकोला तो चांगले ओळखीत होता. ही आता काहीतरी कल्पना लढवून रत्नाकरला

त्रास देणार हे त्याने ओळखले. स्वभावाला औषध नसते!

"आई," भल्या पहाटेपूर्वीच बहिणाने आईला हाक मारली. त्या अजून झोपेतच होत्या. बहिणाने पुन्हा हाक मारल्यावर त्या जाग्या होऊन म्हणाल्या, "कायऽगऽ हाऽक मारलीस काय?"

"अगं, मला एक स्वप्न पडले आत्ता."

"काय?" उठून बसत जानकीबाई म्हणाल्या.

"एक ब्राह्मण माझ्या स्वप्नात आला. तो अतिशय तेजस्वी होता. प्रखर प्रकाशात तो उभा होता...

"'बहिणा' तो म्हणाला, "आज तुम्हाला एक सवत्स धेनू मिळणार आहे. तिचा सांभाळ कर.. प्रकाश व आवाज कमी कमी होत गेला. पण एकदम तुळशी बुक्क्याचा सुवास सर्वत्र सुटला. हे बघ माझ्या अंगावर काटा आलाय. आई तो पांडुरंग असेल का गं?"

"दुसरे कोण असणार? साक्षात विठ्ठलच तुझ्या स्वप्नात सांगून गेलाय." जानकीबाई म्हणाल्या, "केवढी भाग्याची तू!"

"आऽई," बहिणा म्हणाली, "खरंच पंढरीनाथ होते ते? मला अजूनही खरे वाटत नाही. मी जागी आहे की झोपेत?"

"अगं, बहिणा, तू चक्क जागी आहेस व मला हे सारे सांगत आहेस."

"काय गप्पा मारताय इतक्या पहाटे?" आत येत आऊजी म्हणाले, "दिवस पुरत नाही काय?"

जानकीबाईंनी त्यांना बहिणाला पडलेले स्वप्न सांगताच आऊजी म्हणाले, "वा बहिणा! तुझी भावभक्ती त्या विठाईमाउलीला पावली. सार्थक झाले तुझे. स्वप्नात साक्षात तो पंढरीराणा येणे ही साधीसुधी घटना नाही. सामान्य माणसाची ही स्थिती नाही. बहिणा, एवढ्या लहान वयात हे परमभाग्य तुला लाभलंय. ही उज्ज्वल भवितव्याची नांदीच आहे. शिवाय आज एकादशी आहे. पंढरीचा राजा आज कोल्हापुरी प्रकटला."

बहिणा उठली व तिने आईवडिलांना मनोभावे नमस्कार केला.

"अहोऽ रत्नाकर भटऽऽ, रत्नाकर भटऽ!" हिरंभटांचा खणखणीत आवाज आला. स्नान करून नुकतेच आलेले रत्नाकर पळत आले.

"रत्नाकरभट," हिरंभट म्हणाले, "ही गाय व वासरू ताब्यात घ्या. हे तुमचे भाग्य आहे."

"मला समजले नाही." रत्नाकर गोंधळून म्हणाले, "ही तर आपणाला नुकतीच मिळालेली गाय व तिचे वासरू आहे. आम्हाला कशासाठी देत आहात?"

"रत्नाकरभट," हिरंभट म्हणाले, "मघाशी थोड्या वेळापूर्वी माझ्या स्वप्नात एक तेजस्वी ब्राह्मण आला व म्हणाला, तुझ्या वाड्यात जो ब्राह्मण राहण्यास आलाय, त्याला ही गाय-वासरू देऊन टाक' त्याप्रमाणे मी हे आपणास देत आहे. स्वीकार करावा."

"हिरंभट," त्यांना साष्टांग दंडवत घालीत रत्नाकर म्हणाले, "ही दैवी घटना आहे. आम्ही ह्यांचा अवश्य सांभाळ करू. सवत्स धेनू आम्हाला मिळाली हे आमच्या भाग्याचे आहे. ही सारी आपलीच कृपा समजावी लागेल."

अजून थोडावेळ थांबून हिरंभट जाताच आऊजी म्हणाले, "रत्नाकर, ही भाग्याची गोष्ट येथे संपत नाही."

"म्हणजे?"

"त्यापूर्वी आणखी एक अत्यंत दैवी शुभघटना घडलेली आहे." आऊदेव म्हणाले व त्यांनी बहिणाला पडलेल्या स्वप्नाची हकिकत सांगितली.

"सारेच अनाकलनीय आहे." रत्नाकरभट सुखावून म्हणाले, "स्वप्नात साक्षात पंढरीचे परब्रह्म येणे ही सामान्य घटना मुळीच नाही. काहीतरी निश्चित चांगले घडणार आहे."

"यात शंकाच नाही" आऊदेव म्हणाले, "दोन्ही स्वप्ने थोड्याफार अंतराने पडावीत ह्या घटनेला शब्दच नाहीत. यात काहीतरी पूर्वजन्मीचे सुकृत नक्कीच असावे."

जानकीबाईंनी व बहिणाने गाय-वासरांना गरम पाण्याने स्नान घालून त्यांना हळदकुंकू लावून पंचारतीने ओवाळले.

तेवढ्यात पांडुरंग व शिवदासांनी जवळून हिरवे गवत आणून ते दोघींना खाऊ घातले.

आऊजींनी धार काढली! कासंडीभरून दूध निघाले! ते देव्हाऱ्यासमोर ठेवून त्याची पूजा केली!

बहिणाची गाय मिळण्याची वाणी खरी ठरली! जानकीबाई ह्या घटनेवर पुन्हा पुन्हा विचार करीत होत्या.

बहिणाचे लहानपणापासूनचे कोडे त्यांना सुटले नव्हते!!

"कोण आहे ही बहिणा?"

हेमवती? सौजिन्या!!

कोण होत्या त्या? जानकीबाई अस्वस्थ झाल्या!!!

- ० - ० - ० -

अष्टेकरांच्या नंदाकाकू अंबाबाईचे दर्शन घेऊन पलीकडे बसल्या तोच कशाळकरांच्या वत्सलाबाई प्रदक्षिणा संपवून आल्या. त्याही बसल्या.

"बऱ्याच दिवसांनी गाठ पडतीय मंदिरात." नंदाकाकू म्हणाल्या.

"कधी सकाळी जमते किंवा कधी संध्याकाळी." वत्सलाबाई म्हणाल्या, "जमेल तेव्हा यावे लागते. आज शुक्रवार. यायलाच हवे. हा नियम मी कधी मोडत नाही."

"कोल्हापुरात असून शुक्रवारी आले नाही तर ते कसे जमणार?"नंदाकाकू म्हणाल्या.

"प्रत्येक सवाष्णीने आलेच पाहिजे. चारचौघी भेटतातही. एवढीच मोकळीक असते."

"हिरंभटाच्या त्या गाईचे समजले का?" वत्सलाताईंनी विचारले.

"समजले की!" नंदाताई म्हणाल्या, "सारा अगदी चमत्कारच आहे. मला वाटते, की असली दैवी घटना कोल्हापुरात प्रथमच घडत आहे. स्वप्नात सांगितलेले हिरंभटांनी प्रत्यक्षात केले, हा त्यांचा मोठेपणा समजावा लागेल. साऱ्या कोल्हापुरात ही वार्ता पसरली आहे."

"मलाही नवलच वाटले" वत्सलाताई म्हणाल्या,

"नुकतीच त्यांना ती गाय मिळते काय आणि लगेच हे असे स्वप्न पडते काय? ज्या बहिणाच्या घरी हे घडले, त्यांचाही काहीतरी पूर्वजन्मीचा योगायोग असावा यात."

"आमच्या घरीही पुष्कळ चर्चा झाली." नंदाताई म्हणाल्या, "तो स्वप्नातील ब्राह्मण कोण असावा? तो साधासुधा नसणार! निश्चित काहीतरी अदभुत प्रकार यात आहे. त्या गायीचेही काहीतरी गूढ असावे! मी काल मुद्दाम बाहेरून ती गाय व ते वासरू पाहून आले. माझे हात जोडले गेले."

"मीही परवा दर्शन घेऊन आले." वत्सलाकाकू म्हणाल्या, "गाय दिसली की आपण तिला हात लावून दर्शन घेतोच. पण या गाईमागे काहीतरी गूढ वलय निर्माण झाले आहे. हे सगळे बाजूला ठेवले, तरी ही घटना वेगळी आहे हे निश्चित!"

अजून थोडावेळ त्या बोलत होत्या. पण लगेच उठल्याच. तसा उशीर झाला होता. दोघी मिळूनच बाहेर पडल्या.

वाटेतही विषय गाईचाच होता.

- o - o - o -

"रत्नाकर," आऊदेव म्हणाले,

"बऱ्याच दिवसांनी आपल्याला जरा एकान्त मिळालाय. रोज काहीतरी गडबड चालूच आहे."

"कपिला आल्यापासून तर सगळ्यांनाच काहीतरी जादा करावे लागत आहे. साऱ्या कोल्हापुरात गाईचीच चर्चा चालू आहे." रत्नाकर म्हणाले.

"त्या दिवशी तो निर्णय आपण घेतला. ही गोष्ट फार चांगली झाली."

“त्याच वेळी माझ्या लगेचच मनात आले, की बहिणाच्या स्वप्नासंबधी मौन बाळगावे.” आऊदेव म्हणाले, “त्यात दोन हेतू होते. हिरंभटाचे स्वप्न अत्यंत महत्त्वाचे होते. ते त्याप्रमाणे वागले, हा त्यांचा मोठेपणा. बहिणाचे स्वप्न जर सगळ्यांना सांगितले असते, तर शास्त्रीबुवांना कमीपणा मिळाला असता. बहिणाकडे पाहण्याचा लोकांचा दृष्टिकोन बदलला असता. ही चर्चा नको आहे.”

“त्याला वेगळे स्वरूप प्राप्त झाले असते.” रत्नाकर म्हणाले, “हिरंभटांचीच महती सर्वांना कळायला हवी. त्यांनी मन फार मोठ्ठे करून गाय आपल्याला दिलीय. ही घटना सामान्य तर मुळीच नाही. शिवाय आपल्याला जागा देऊन सर्व प्रकारे मदत केलीय व यापुढेही करतील.”

“हाच विचार माझ्याही मनात त्या वेळी आला” आऊदेव म्हणाले, “आपण इथे अजून नवीन आहोत. येथे किती काळ रहावे लागेल हे अनिश्चित आहे. आपल्या ज्यांच्या ओळखी झाल्यात, त्यांचे संपूर्ण स्वभाव अजून आपल्याला समजलेले नाहीत. म्हणून झाले ते योग्यच आहे.”

तेवढ्यात एका यजमानाकडून रत्नाकरना बोलावणे आल्याने ते गेले. आऊजी उठताच जानकीबाई बाहेरून आल्या.

“कुठे निघालात?” जानकीबाई म्हणाल्या.

“जावईबुवा आत्ताच गेले म्हणून उठणार होतो.” आऊदेव म्हणाले, “आम्ही बोलत बसलो होतो”

“काही विशेष!”

आऊदेवांनी मग जानकीबाईंना थोडक्यात सारे सांगितले.

“बहिणासंबंधी अजूनही आपण कोड्यात आहोत.” जानकीबाई हळू आवाजात म्हणाल्या, “त्यात पुन्हा तिच्या स्वप्नाची भर नाही घातली, हे चांगलेच झाले. जावईबुवांनाही हे पटले. त्यांना तिच्या जन्मापूर्वीचे माहिती नाही. हे असेच ठेवायला हवे.”

“ते आपले ठरलेलेच आहे.” आऊदेव म्हणाले, “म्हणून तर तिचे लग्न आपण लवकर केले. सारे व्यवस्थित चालू आहे. आता ती त्या गाय-वासरात रमतीय, हे चांगले झाले. त्यांच्या सेवेत सारा वेळ चाललाय तिचा. त्यांनाही लळा लागलाय तिचा.”

“त्या वासराचे बहिणाने बारसे केलेय!” जानकीबाई म्हणाल्या,

“तिला नाव ठेवलंय!”

“कोणते?”

“राधा.”

“वा! फारच छान!” आऊदेव म्हणाले, “आई कपिला आणि ही राधा! चांगली आहे जोडी. म्हणायलाही सोपे आहे.”

"सारखी राधेऽ,ए ऽ राधेऽ, ती म्हणू लागली आहे." जानकीबाई म्हणाल्या, "तसे म्हटले की राधा कान हलविते, रोखून पाहते. बहिणा जरा दूर गेली की ती ओरडते आणि लगेच बहिणा पळत येते. काहीतरी खाऊ घालते!"

"चांगले चाललेय सारे." आऊदेव म्हणाले, "आता दुधाला काही कमी नाही. बहिणाला मात्र नवा उद्योग लागला. हे चांगले झाले."

बराच वेळ त्यांचे बोलणे चालू होते.

तसा वेळही मिळत नसायचा. आजच हा योग आला.

- o - o - o -

बहिणाचे सारे जीवनच बदलून गेले. आत्तापर्यंत तिचा जो जीवनक्रम होता तो सारा बदलत चालला. कपिला, राधा आणि बहिणा! उठल्यापासून बहिणा या दोघींच्याच कामात असायची. दोन्ही मुलांनी हिरवा चारा आणून टाकला की बहिणाचा दिवस सुरू व्हायचा.

"बहिणा," एकदा जानकीबाई म्हणाल्या, "ही राधा आमच्याकडून काहीच करून घेत नाही. प्रत्येक गोष्ट तुझ्याकडूनच झाली पाहिजे. आम्ही चारा टाकला तर ती तोंड लावीत नाही. पाणीही पीत नाही! हे चांगले नाही. तुला हे जड जाणार आहे. वेळेवरच सावध हो."

"आई," बहिणा म्हणाली. "मी तरी काय करू ग! राधा मलाच सारे करण्यास लावते. आईचे दूध पिण्यासदेखील मलाच जावे लागते तिला घेऊन. मी कुठेही निघाले, तरी ती मला सोडीत नाही. माझ्या मागे मागे येते. प्रवचनाला जाताना मी विलक्षण चुकवाचुकवी करून आत्तापर्यंत बाहेर पडत होते. पण आता तीही जादा चतुर होत आहे. मला काही सुचेनासे झालंय."

"हे एक कोडेच आहे." जानकीबाई म्हणाल्या,

"तुम्हा दोघीत काहीतरी गूढ नाते निर्माण झालंय असे लोक समजत आहेत. राधेची सारी माहिती शेजाऱ्यांना समजून ती सर्वांना माहीत होऊ लागली आहे. कालच प्रवचनाला आलेल्या काही बायकांनी मला राधेसंबंधी विचारले. राधा आता रात्रीदेखील तुझ्याजवळ येऊन झोपू लागली आहे घरात!"

"आई, हे सारे मला कळत आहे. पण आता त्याला इलाज काय?" बहिणा म्हणाली, "तिला बोलता येत असते, तर मी तिला समजावून सांगितले असते."

"हा नाइलाज आहे हे मला समजतंय." जानकीबाई म्हणाल्या, "पण रत्नाकरना जर हे आवडले नाही, तर त्याला इलाज काय? हा विचार कधी तू केला आहेस का? ते काही बोलून दाखवीत नाहीत, हा त्यांचा मोठेपणा समजावा लागेल. पण उद्या यातून काही वाद निर्माण होण्याची शक्यताही आहे. मला बाई आता भीती

वाटू लागली आहे. आपण दोघीच आहोत घरात म्हणून हा विषय काढता आला. मागे एकदा आपले या विषयावर बोलणेही झाले होते.''

''आई'' बहिणा म्हणाली. ''तू जे म्हणत आहेस, ते खोटे मुळीच नाही. पण ह्या साऱ्या गोष्टी आता माझ्या आवाक्याबाहेर गेल्यात. असे वासरू दुसरीकडे कोठे असेल, असे मलाही वाटत नाही. आपणही कधी कोठे ऐकले नाही. हिरंभटांना आणि मलाही जे स्वप्न पडले, त्यावरून मला वाटते की हाही काहीतरी दैवी संकेत असावा. त्याशिवाय असे घडणार नाही.''

''पण आपण आपले सावध असलेले बरे, नाही का?'' जानकीबाई म्हणाल्या, ''कुठल्याही गोष्टीचा अंत पाहू नये. सर्व बाजूंनी विचार करावा. काळाच्या उदरात काय लपलेले आहे, हे समजत नाही.''

''आई, मी प्रयत्न करीन.'' बहिणा म्हणाली, ''पण तू तरी मला समजून घे.''

पुढे बहिणा काही बोलणार तोच बाबाजींच्या गड्याने मकवणाचा मोठा भारा आणून टाकला. त्याने हाका मारल्याने तिला एकदम बाहेर यावे लागले! मकवण फारच कोवळे व लुसलुशीत होते. तिने लगेच ते कपिलाला व राधाला घातले. बहिणा पुन्हा राधेच्या जवळ आली. तिला खाऊ घालू लागली!

- o - o - o -

जी गोष्ट बहिणा टाळीत होती, ती अखेर सुरू झाली. राधा तिच्याबरोबर जयरामस्वामींच्या प्रवचनाला जाऊ लागली. ती बहिणाशेजारीच बसायची. एखाद्या शांत मुलासारखी! राधा तिचे नैसर्गिक विधी तेथे करीत नसे. अगदी कान टवकारून शांतपणे प्रवचन ऐकू लागली. प्रवचन संपताच बहिणाने स्वामींच्या चरणी डोके ठेवले, की नंतर राधाही पुढील दोन पाय वाकवून डोके खाली करून स्वामींना वंदन करू लागली! जमलेले सारे भाविक हा चमत्कार रोज पाहू लागले. कधी कोठे न घडलेली ही कथा कोल्हापुरात घडत होती! त्या राधेचा कसलाही उपद्रव भाविकांना व स्वामींना होत नसे. ती हंबरतदेखील नसे. बहिणा व राधा आले, की स्वामी मंदस्मित करीत! काही लोक आश्चर्य व्यक्त करीत, तर काही रागानेही बोलत!

पण स्वामी काहीही बोलत नसत. असा अनुभव त्यांना कधी आलेला नव्हता. त्यांनी ऐकलेलेही नव्हते.

पूर्वजन्माचा काहीतरी संबंध असावा, असे त्यांना वाटू लागले!

पराकोटीची हरिभक्ती असावी ही.. पूर्वजन्मीची!!

बहिणाच्याही पूर्वजन्मीची!!

बहिणाच्याही पूर्वजन्माचा गूढ संबंध असावा त्याच्याशी! स्वामी कृष्णलीला रंगवून सांगत...!

पण ही लीला अगम्य होती.

अनंत जन्मांचे तप एकनाम...

सर्वमार्ग सुगम

हरिपाठ!

ज्ञानदेवा चित्ती हरिपाठ नेमा!

मागिलिया जन्मा!

मुक्त झालो!

- ० - ० - ० -

"ह्या वासराला बाहेर काढा!"

"हे रोज आहे तरी काय येथे?"

"लाडके वासरू असेल तर घरी ठेवा!"

"आम्ही कीर्तनाला आलोय!"

"छे छे! कमाल झाली! लोकांना जागा नाही बसण्यास आणि वासरू कशाला इथे?"

"हे बाहेर काढा! बाहेर काढा!"

एकादशीच्या दुपारच्या हरिकीर्तनात एकच गोंधळ उठला! प्रचंड गर्दी उसळली होती. टाळमृदंगाच्या जयघोषात स्वामी कीर्तनात रंगले होते. मागच्या बाजूला वासराने जागा अडविली होती! काही लोकांना ते सहन झाले नाही! त्यांनी दरा दरा ओढत बहिणाच्या राधेला बाहेर काढले! राधा जोरजोरात हंबरू लागली! बहिणा रडू लागली! तिला काही सुचेना! जानकीबाई व आऊदेव पुढे होते! नेहमीप्रमाणे राधेला घेऊन बहिणा मागेच बसली होती.

कुणाला त्रास नको याची काळजी ती रोजच घेत असे. पुष्कळांना रोज हे आश्चर्यच वाटे. काहीजण कौतुकाने पाहत. चर्चा करीत. हे वासरू अलौकिक असावे! पूर्वजन्मीचा कोणी हरिभक्त असावा हा! अनेकांची अनेक मते! पण हे वेगळेच घडले! गोंधळ वाढला!

स्वामींनी लोकांना शांत करण्याचा प्रयत्न केला. स्वामींना आता राधेची सवय झाली होती. तिचा उपद्रव काहीच नसायचा. ती रोज स्वामींना वंदन करायची! तिच्या त्या डोळ्यांतील निर्व्याज भाव स्वामींना अस्वस्थ करायचे! ती नजर ते चुकवत नसत! त्या डोळ्यांत त्यांना दिसायची पराकोटीची भावभक्ती! स्वामी अंतर्मुख होत! ते पाहत असत हरिभक्तीचा एक अजब उमाळा! मुक्या प्राण्याची अपूर्व श्रद्धा! तिला सांभाळणाऱ्या त्या बहिणाचे राधेवरील जगावेगळे प्रेम! त्या प्रेमाला शब्द नव्हते! त्या दोघींचे ते अद्भुत नाते! खरोखरच गूढ वलयांकित

असावे! मुक्या पशूंनाही भावना असतात, याचे हे जिवंत उदाहरण होते!

या राधेचे मूळ होते गोकुळात. सारे गोकुळ गाई-वासरांनी भरलेले असायचे. श्री मुरलीमनोहरच्या प्रेमळ बासरीवर त्या गाई-वासरांचे भावविश्व हसायचे, फुलायचे! भाववेडा कृष्णकन्हैय्या हेच त्यांचे जीवन! त्याच कुळीतील ही मोहमयी राधा!

पूर्वजन्मीच्या सुकृतात रमलेली. बहिणाबरोबर या जन्मात गुंतलेली! तिला बाहेर चैन पडेना... हंबरू लागली. तिला बहिणा दिसेना. हरिकथा गाणारे स्वामी समजेनात. जयरामस्वामींच्या डोळियांत हे सारे भाव गोळा झाले! त्यांच्या अंतर्मनापर्यंत हे गेले!

स्वामींनी भक्तगणांना सांगितले. "त्या वासराला आत आणून बसवा." राधा परत आली. आता तिचे हंबरणे थांबले. तिच्या दोन्ही डोळ्यांतून अश्रू ओघळत होते. त्या अश्रूंत लपली होती एक असहायता. अनामिक भावभक्ती, हरिभक्ती. तिने सगळीकडे पाहिले. बहिणा दिसली. स्वामी देखिले!

टाळमृदंग सुरू झाले. राधेला जणू म्हणायचे होते

"आता सांभाळी विठ्ठला
मी तुझे गा लेकरू
नको मजसी अव्हेरू!!"

- ० - ० - ० -

कीर्तन पुन्हा रंगले. जयरामस्वामींच्या नेहमीच्या गोड भाषेला भाविक भुलले होते. ही हरिनामाची अपूर्व मेजवानी कोल्हापुरात रोज होत होती. जयरामस्वामींनी साऱ्या कोल्हापुराला एका वेगळ्या विश्वात नेले होते. साक्षात पंढरी इथे अवतरली. विठुनामाचा जयजयकार चालू झाला. विटेवरी उभा असलेला वैष्णवांचा कैवारी साक्षात कोल्हापुरी रमला.

ऊस डोंगा परी रस नव्हे डोंगा
काय भुललासी वरलिया रंगा।।
कमान डोंगी परी जळ नव्हे डोंगे
काय भुललासी वरलिया रंगा।
नदी डोंगी परी भाव नव्हे डोंगा।
चोखा डोंगा परी भाव नव्हे डोंगा ।
काय भुललासी वरलिया रंगा ।।

जयरामस्वामी चोखोबांच्या अभंगात बेभान होऊन नाचत होते, गात होते! जसे दिसते तसे नसते, हे अनेक रूपांनी समजावून सांगत होते. भाविक डोलत होते. ही अमृतवाणी त्यांच्या हृदयी भिडत होती. त्यांनी बहिणाच्या राधेचा उल्लेख

केला. हे वासरू रंगाने काळे आहे म्हणून काही लोकांना ते आवडले नाही. काळ्या रंगाचीच माणसे सगळीकडे मोठ्या प्रमाणात आहेत, ती काय वाईट आहेत? डोंगी आहेत? नाही. मुळीच नाही. तीही कमालीची प्रेमळ आहेत. पंढरीची वारी त्यांच्या रक्तातच आहे. हे वासरू जर पांढऱ्या शुभ्र रंगाचे असते, तर त्याला प्रेमाने कुरवाळले असते! बाहेर काढले गेले नसते. पण माणसाच्या डोळ्यांना रंगाचा भुलभुलैय्या मोठ्या प्रमाणात असतो. चोखोबांना हेच सांगायचे आहे, की वरवरच्या गोष्टींना फसू नका. माणसाच्या काय किंवा जनावराच्या काय, अंतरंगात शिरा म्हणजे तुम्हाला जीवनाचा अर्थ कळेल. कुत्रे काळेकुट्ट असले, तरी ते राखण करतेच! काळ्या गोमातेचे दूध काळे नसते! पांढरेच असते. काळ्या कावळ्याच्यादेखील प्रेमात ज्ञानोबा पडले आहेत.

"पैल तो गे काऊ कोकता हे
शकून गे माये सांगताहेऽ!!"

काळा कावळा ज्ञानियांच्या राजांना पंढरीराऊ येणार असल्याची वार्ता देतो. ज्ञानोबा त्याचे पाय सोनियानी मढवून देण्यास तयार आहेत! म्हणून चोखोबाही पुन्हा पुन्हा सांगताहेत की बाबांनो, वरवरच्या गोष्टींना बळी पडू नका!

कीर्तनाच्या उत्तररंगापर्यंत स्वामींनी ह्या गोष्टीवर भर दिला. निरूपणाचा श्लोक संपताच स्वामींच्या दर्शनाला रांग लागली. सारे भाविक गेल्यावर बहिणाने पायावर डोके ठेवताच तिच्या मस्तकावर व पाठीवर स्वामींनी ममतेने हात फिरविला. तेवढ्याच प्रेमाने त्यांनी राधेलाही कुरवाळले. तिच्याही पाठीवरून हात फिरविला.

आऊदेव व जानकीबाई थांबल्या होत्या. त्यांनीही दर्शन घेतले.

"तुम्ही मातापिता धन्य आहात." जयरामस्वामी त्यांना म्हणाले, "बहिणासारखी चारचौघीपेक्षा वेगळी कन्या तुम्हाला केवळ भाग्य म्हणूनच लाभली आहे. ही बहिणा व हे वासरू यांच्यासंबंधी काहीतरी गूढ असे पूर्वजन्मीचे नाते असावे. हे वासरू म्हणजे मी पाहिलेला पहिलाच चमत्कार आहे!"

"स्वामी" आऊदेव पुन्हा वंदन करून म्हणाले, "आपली कृपा व आशीर्वाद त्यांच्या पाठीशी निरंतर रहावेत हीच सदिच्छा!"

स्वामी हसले!

सारेजण बाहेर पडले!

पलीकडे कोपऱ्यात जळजळीत नजरेने हे सारे पाहत मीराबाई उभी होती.

तो अंगार वेगळा होता.

- ० - ० - ० -

रहिमतपूरला असताना आऊजींनी जानकीबाईंना रत्नाकरसंबंधी सांगितले

होते. दोघांच्या बोलण्यातून रत्नाकरांचा विषय निघाला होता. रत्नाकर फारसे बोलत नसत. कोणत्याही गोष्टीवर त्यांची प्रतिक्रिया समजत नसायची. त्यामुळे त्यांच्या स्वभावाविषयी कुणालाच काही कल्पना येत नव्हती, आली नव्हती. कोणत्याही प्रसंगातून त्यांचा स्वभाव समजत नव्हता.

त्यामुळे रत्नाकर हे एक कोडेच होते. सारे जरी एकत्रित राहत होते, तरी त्यांच्याबद्दल काहीच कल्पना येत नव्हती. बहिणा लहान असल्याने तिच्याशी ते फारसे बोलत नसत किंवा तिच्यापासून त्यांच्या फारशा अपेक्षाही नव्हत्या. तिला शक्य होती तेवढी त्यांची कामे बहिणा वेळेवर करीत असे. त्याबाबत जानकीबाईंनी तिला सर्व सूचना दिल्या होत्या. त्या ती तंतोतंत पाळायची.

कोल्हापूरला आल्यावर सुरुवातीला वातावरण नवीन व वेगळे होते. परंतु कपिला गाय व राधा आल्यानंतर बहिणाचा सारा वेळ त्यांच्या सेवेतच चालला होता. बहिणा कोठेही गेली तरी राधा बरोबर असायचीच!

सर्वांनी त्या गायवासरांच्या आहारी गेल्याचे रत्नाकरना पसंत नव्हते. हिरंभटांसमवेत रोज त्यांचा वेळ विविध कार्यांत जाई. परंतु जो काही वेळ त्यांना घरात काढावा लागे, त्यात त्यांच्याकडे पाहण्यास कुणालाच वेळ होत नसायचा.

त्यामुळे एकान्तात रत्नाकर कुढत असत. काही बोलून दाखवीत नसत. राग दाखवीत नसत. परंतु संतापाने ते भारून गेलेले होते. जेवढे गप्प होते, तेवढेच ते वरून शांत वाटायचे.

त्यांचे त्यांनाच याचे कारण तसे म्हटले तर कळत नव्हते. आपल्याला काहीतरी वेगळे वाटतेय, ही जाणीव त्यांना होत होती. पण त्याचे उत्तर त्यांच्याजवळ नव्हते.

त्यांची ही व्यथा समजण्याइतकी बहिणा मुळीच मोठी नव्हती. नवरा आणि बायको या नात्यातही ती अजून मुरलेली नव्हती. त्यांची जी कामे ती करायची, ती चालूच होती. त्यामुळे आपले काही चुकतेय, याची जाणीव तिला अजिबात नव्हती. तिच्या भावविश्वात राधा आल्याने दुसऱ्या कोणाचा विचार करण्यास तिला वेळ नव्हता. तयारीही नव्हती. नेमकी हीच गोष्ट अलीकडे रत्नाकरला खटकत होती. त्यामुळे ती कपिला व राधा यांच्याबद्दल त्यांना काहीही आपुलकी वाटत नव्हती. त्यांचा कसलाच विचार ते करायचे नाहीत किंवा त्यांच्यासंबंधी कधी विचारायचेही नाहीत कुणाला.

हे सारे वातावरण चांगले नव्हते. यातून काहीतरी वेगळे निष्पन्न होण्याची शक्यता होती. रत्नाकर लोकांचे भविष्य सांगत.

पण स्वतःचे त्यांना सांगता येत नव्हते!

कोणता ग्रह वक्री झाला असावा?

- ० - ० - ० -

वत्सलाबाई ओसरीवर काहीतरी शिवीत बसल्या होत्या. बऱ्याच दिवसांनी त्यांना या कामाला वेळ मिळाला होता. एकनाथबुवा कशाळकर जयरामस्वामींच्या एकादशीच्या कीर्तनाला गेले होते. त्यांना बराच वेळ लागला होता.

''एवढे कसल्या शिवणकामात गर्क आहात?'' एकनाथबुवा म्हणाले, ''मी येथे आलोय हे समजलेदेखील नाही!''

''खाली मान असल्यामुळे व सुईत दोरा ओवीत असल्यामुळे इकडेतिकडे पाहता आले नाही!''

''हे ठीक आहे, पण दुसरे कोणी आत गेले असते तर?''

''आत मंदाकिनी आहेच की.'' वत्सलाबाई हसत म्हणाल्या, ''त्यामुळे काही प्रश्न येतच नाही. बरे ते जाऊ द्या, कीर्तन कसे काय झाले?''

''जयरामस्वामींचे कीर्तन म्हटले, की ते होणारच चांगले.'' एकनाथबुवा म्हणाले, ''शिवाय आज एकादशी त्यामुळे कीर्तन रंगणारच. पण थोडा गोंधळ झाला.''

''कसला?''

एकनाथबुवांनी बहिणा व तिच्या वासराबद्दल काय घडले हे सांगितले.

''ते वासरू म्हणजे चमत्कारच आहे एक.'' वत्सलाबाई म्हणाल्या, ''स्वामींनीदेखील त्याची दखल घेतली म्हणजे आश्चर्य आहे. साऱ्या कोल्हापूरला आश्चर्य वाटत आहे.''

''आश्चर्यच नव्हे तर ही दैवी घटना आहे.'' बुवा म्हणाले, ''ते वासरू डोके खाली करून स्वामींना नमस्कार करते रोज. शिकवूनदेखील कोणत्याही जनावराला हे जमणार नाही. पण त्या मुक्या वासराची कमाल आहे. बहिणादेखील त्याला काही कमी पडू देत नाही. सारखी त्याच्या मागे ती व तिच्यामागे ते असते!''

वत्सलाबाई म्हणाल्या, ''हेदेखील जमावे लागते. नवऱ्याचे व घरातील सारे करून त्या पोरीला सारे करावे लागते. तिचेही कौतुकच करावे लागेल.''

म्हैस व्याल्याने शेतातील गडी चीक घेऊन आला.

वत्सलाबाईंनी त्यातील थोडा त्याच गड्याकडून बहिणाकडे पाठविला. बहिणाला चिकाच्या वड्या आवडतात, हे जानकीबाई एकदा सहज बोलल्या होत्या. हे त्यांच्या लक्षात होते!

- ० - ० - ० -

रत्नाकरांना उठण्यास जरा उशीर झाला. त्यांना रात्री लवकर झोप लागली नाही. त्यामुळे नदीवर स्नानास जाण्यासही वेळ लागला. स्नान आटोपून ते परत येत असताना समोरून मीराबाई आली. नारायणभटाकडून तिच्यासंबंधी बरेच त्यांनी

ते ऐकले होते. शिवाय त्या भागातही तिच्याबद्दल कुणाचे मत चांगले नव्हते. तिला टाळण्याचा प्रयत्न त्यांनी पुष्कळ केला; पण तिने गाठलेच.

"उशीर झाला वाटते आज." मीराबाई म्हणाली, "नाहीतर आपली वाटेत कधी गाठभेट होत नाही."

"रात्री जरा जागरण झाल्याने उशीर झाला."

"तब्येत बरी दिसत नाही वाटतं?"

"तसे काही नाही," रत्नाकर म्हणाले, "चांगली आहे."

"मला आपलं वाटलं" मीराबाई म्हणाली, "बायकामाणसांनी लक्ष द्यावे लागते नवऱ्याकडे. तुमच्या बायकोला बाकी वेळ कुठाय तुमची चौकशी करायला?"

"कुणी सांगितले तुम्हाला?"

"सांगायला कशाला हवे, समजतंय की सगळ्यांना." मीराबाई ठसक्यात म्हणाली. "तुमची बायको सारखी त्या काळ्या वासराबरोबर! तुमच्याकडे पाहण्यास वेळ कुठाय त्या बिचारीला?"

"माझी सगळी कामे तीच करीत असते." रत्नाकर म्हणाले, "नंतर वासराकडे जाते."

"ते जरी असले तरी त्या वासराचे कौतुक किती करायचे, याला काही मर्यादा आहेच की." मीराबाई म्हणाली, "प्रवचनासारख्या ठिकाणी त्याला कशाला आणायचे?"

"का? काय झाले?"

"काही नाही का समजले?" मीराबाई हातवारे करीत म्हणाली, "बाकी तुम्हाला कोण सांगणार म्हणा असली गोष्ट."

"काय ते स्पष्ट सांगा."

मीराबाईने त्या वासराला लोकांनी कसे बाहेर काढले व स्वामींनी त्याला पुन्हा कसे आत आणले. हे सांगितले.

"पुढचे सारे आता तुम्हाला न सांगण्यासारखे आहे." मीराबाई डोळे मिचकावीत म्हणाली, "तुम्हाला ते खोटे वाटेल आणि रागही येईल माझा!"

"छे छे! खुशाल सांगा!"

"तसे नाही हो." मीराबाई म्हणाली, "स्वतःच्या बायकोबद्दल असले सांगितले, तर कुठल्याही नवऱ्याला राग येणारच की."

"पण असे काय घडले?"

"अहो, काय घडले नाही?" मीराबाई म्हणाली, "मला बाई लाज वाटते!"

"पण मला ते कळायला तर हवं!"

"नको बाई. उगाच कशाला एखाद्याला दुःख द्यावयाचे?" मीराबाई म्हणाली, "मला नाही तसली सवय!"

"आता तुम्हाला सांगावेच लागेल."

"तुम्ही चांगली माणसं!" मीराबाई म्हणाली, "पण तुमच्या बायकोशी जर असं वागलं, तर गावाला काय वाटेल?"

रत्नाकरांनी जरा मोठा आवाज काढल्यावर मीराबाईने स्वामींनी सर्वांदेखत तिच्या पाठीवरून हात फिरवत तिचे केस कुरवाळले, हे रंगवून सांगितले!

"बायकोला कुरवाळलेले कोणा नवऱ्याला आवडेल, म्हणून मी सांगत नव्हते." मीराबाई दांभिकपणे म्हणाली, "पण आता त्या बिचाऱ्या बहिणाला काही विचारू नका. उगाच कशाला त्रास करून घेता? मी आपलं सहज सांगितले तुम्हाला. वाटेत भेटला म्हणून..."

काहीही न बोलता रत्नाकर एकदम निघाले.

मीराबाई हसत पुढे गेली! रत्नाकरांच्या अंगाचा तिळपापड झाला.

कमालीचा राग आला होता. त्याच नादात ते आता निघाले. काय करू व काय नको, असे त्यांना झाले!

इतक्या लोकांदेखत असले चाळे करण्याची त्या बुवाची ही हिंमत? रत्नाकरांचा तोल सुटला...!

- ० - ० - ० -

"आईऽगं, ऽआऽईऽऽगं"

"मेऽले, ऽमेऽलेऽऽगं."

बहिणाच्या किंकाळ्या...

"अगं ऽ आऽईऽ, येऽ की ये."

बहिणा जोरात कण्हू लागली..

"वाचवा ऽ, मलाऽ वाचवा."

ती गडबडा लोळू लागली.

कपिला व राधा जोराजोरात हंबरू लागल्या. आवाज वाढले.

हिरंभटाच्या वाड्यासमोर गर्दी वाढली. लालबुंद डोळे होऊन बेफाम झालेले रत्नाकर बहिणाला लाथाबुक्क्या घालीत होते. वाट्टेल तसे मारीत होते.

जावयापुढे आऊदेव व जानकीबाई काय करणार?

नवराबायकोच्या प्रकरणात कोण शिरणार?

स्नान करून आल्यावर रत्नाकर ताडताड ओसरीच्या पायऱ्या चढत वर स्वैपाकघरात गेले. बहिणा पालेभाजी निवडीत बसली होती. त्यांनी एकदम जाऊन

तिच्या अंबाड्याला धरून तिला फरफटत बाहेर आणले व तिला बडवू लागले. त्यांना कशाचेच भान राहिलेले नव्हते. महाभयानक संतापाने व द्वेषाने त्यांना कमालीचे भारले होते. आसपास गर्दी झालीय व आपण हे काय करीत आहोत, हेही त्यांना सुचत नव्हते.

"बायकोला कुरवाळलेले कोणा नवऱ्याला आवडेल...?"

हे मीराबाईचे कुत्सित शब्द त्यांच्या कानावर सातत्याने आदळत होते. राग वाढत होता. भान हरपत होते.

हिरंभट... एकनाथबुवा... महेशभट ओरडून रत्नाकरांना आवरण्याचा प्रयत्न करीत होते. पण ते दाद देत नव्हते.

कपिला व राधाचे हंबरणे वाढले. राधा तर ओसरीजवळ येऊन गरागरा फिरत हंबरू लागली. अस्वस्थ झाली. तिच्या डोळियांतून पाणी वाहू लागले!

"अरेऽ, माणूस आहेस की हैवान?" हिरंभट गरजले, "एवढ्याशा पोरीला किती मारतोस? जीव घेणार आहेस काय तिचा? तुला काही लाजच राहिली नाही. अरे निलाजऱ्या, हो बाजूला..!"

महेशभटाने अखेर रत्नाकरच्या कमरेला मिठी मारून त्यांना मागे ओढले. आत नेले! अजून तीन-चार जणांनी त्यांना धरून ठेवले!!

जानकीबाई तातडीने बहिणाकडे गेल्या. त्यांच्यापाठोपाठ वत्सलाबाई, मंदाकिनी, नंदाकाकू वगैरे बायका आल्या. तिचे कपडे वेडेवाकडे झाले होते. फाटले होते. ते व्यवस्थित केले. तिच्या अंगावर दुसरे लुगडे टाकले. तिच्या तोंडावर पाणी टाकून तिला शुद्धीवर आणण्याचा प्रयत्न सुरू झाला. कांदा हुंगण्यास दिला. पण ती डोळे उघडीना. तिच्या नाकातून रक्त वाहत होते. हातापायाला बऱ्याच ठिकाणी रक्त येत होते. ते मंदाकिनीने पुसून काढले. बहिणा अजून थरथरत होती. कण्हत होती. "आईऽआई गंऽ" बडबडत होती. तिच्या सर्वांगावर काळेनिळे होऊन डाग पडले होते.

आऊदेवांनी तिला काही मात्रा व औषधे चाटविली. सर्वांनी मिळून तिला आत नेऊन घोंगडीवर झोपविले. रत्नाकरांनी लगेच बाहेरून कडी घातली!

सर्वांच्या मागे उभी राहून मीराबाई शांतपणे हा गोंधळ पाहत होती! तिच्या आगलावेपणाचा भीषण परिणाम झालेला होता. नवऱ्याला दिलेल्या शब्दाप्रमाणे भांडण न करता तिने व्यवस्थित आग लावली होती!

रत्नाकराची अब्रू जाहीरपणे काढली होती.

बिचाऱ्या बहिणाची मात्र दुर्दशा झाली!

कथा कुणाची व्यथा कुणाला?

- ० - ० - ० -

रत्नाकर मुकाट्याने ओसरीवर बसले होते. सारे वातावरण एकदम शांत होते. बहिणाला ठेवलेल्या खोलीचे दार बंद असल्याने तिचे कण्हणे बाहेर ऐकू येत नव्हते!

दिवेलागण झाली तरी अजून ओसरीवर दिवा लागला नव्हता. हे रोजचे काम बहिणाकडे असायचे. आऊदेव व जानकीबाई दूरवर बसले होते. दोघेही सुन्न होऊन बसले होते. कुणाच्याही तोंडातून शब्द फुटत नव्हता. जे घडू नये ते घडले होते. अघोरीपणाचा कळस झाला होता. माणुसकीला काळीमा लागला होता. रत्नाकरसारख्या माणसाला न शोभणारे वर्तन घडले होते.

हिरंभटाच्या वाड्यात असला गोंधळ कधी घडला नव्हता. त्यांना असले ऐकण्याची सवय नव्हती. हिरंभट व उमाबाई दोघेही शांत स्वभावाचे होते. बहिणावर जो प्रसंग आला होता, त्यामुळे हिरंभट कमालीचे अस्वस्थ झाले होते. तेही ओसरीवर मुकाट्याने बसले होते.

दिवे लावण्यासाठी जानकीबाई आत जाताच आऊदेव रत्नाकरजवळ आले.

"एवढा राग कशाचा आला होता?" रत्नाकर गप्पच बसले. "बहिणाचे काय चुकले, जावईबुवा?"

"काल कीर्तनाला आपण गेला होता." रत्नाकर म्हणाले, "तेथे काय घडले?"

"कीर्तनात काय घडणार? कीर्तन फारच उत्तम झाले!"

"त्या वासराने काय गोंधळ घातला?"

"वासराने काहीच नाही केले. लोकांनीच त्याला बाहेर काढून गोंधळ केला!" आऊजी म्हणाले, "स्वामींनीच त्याला पुन्हा आत आणण्यास सांगितले!"

"कीर्तनानंतर ही दर्शनाला गेल्यावर त्या बुवाने काय वर्तन केले?"

"आशीर्वाद दिला."

"तिला कुरवाळून?" रत्नाकर म्हणाले, "हे असले वर्तन त्या ढोंगी बुवाला शोभले का? सारेजण फिदीफिदी हसले. चार-चौघांत हे वर्तन त्या बुवाला शोभले का? त्याने हिला कुरवाळले म्हणून मी तिचे कौतुक करावे, असे वाटले काय तुम्हाला? माझी बेअब्रू झालीय तेथे. म्हणूनच तिला अद्दल घडवायची होती मला."

"कुणीतरी तुम्हाला खोटेनाटे सांगून विकृत वर्णन केलेले दिसतेय;" आऊजी म्हणाले, "असल्या सांगीवांगीच्या गोष्टीवर विश्वास ठेवायचा नसतो. तुम्ही तेथे प्रत्यक्ष असता, तर तुम्हाला काहीही गैर दिसले नसते!"

"मला हे वर्तन मुळीच खपले नाही." रत्नाकर म्हणाले, "तिला मारणे भागच होते. मी काहीही गैर केलेले नाही."

"मग काय चांगले केले असे वाटते की काय?" हिरंभट तेथे येऊन म्हणाले,

"सारा गाव गोळा झाला होता हा क्रूर प्रकार पाहण्यास. एका लहान पोरीला जनावरासारखे मारताना काही लाज नाही का वाटली? हे चांगल्या माणसाचे घर आहे. असली राक्षसी वृत्तीची माणसे येथे चालणार नाहीत. आत्ताच्या आत्ता हे माझे घर सोडून चालते व्हा. नाहीतर दंडाला धरून बाहेर काढीन... चला व्हा बाहेर..!"

हिरंभटांचा वाढता आवाज व त्यांना आलेला राग पाहून रत्नाकर एक शब्दही बोलले नाहीत.

"आता वाचा बसली की काय?" हिरंभट पुन्हा उसळून म्हणाले, "खाली मान घालून बसल्याने झालेली बेअब्रू कमी होत नसते. हे ढोंग पुरे झाले. चला, उठा. काळे करा इथून. तुमचे थोबाड पाहण्याची इच्छा नाही माझी. उपकाराची फेड चांगली झाली. या घरात राहण्याची तुमची लायकी नाही."

"हिरंभट," आऊदेव नरमाईने म्हणाले, "झालेली गोष्ट मुळीच चांगली नव्हती. ती चूक पुन्हा भरून निघणार नाही. पण अशा रात्रीत आम्ही आता जागा कुठे शोधणार? आम्हाला मुदत द्या थोडी म्हणजे दुसरी जागा पाहता येईल. एवढी कृपा व्हावी."

हिरंभट काहीच बोलले नाहीत. तसेच निघून गेले. त्यांनी मूकसंमती दिली असावी, असा अर्थ आऊदेवांनी घेतला.

रात्री त्या दिवशी कुणी जेवले नाही. बहिणा अजून शुद्धीत आली नव्हती. जानकीबाईंनी गाय-वासरांना चारा टाकला. पण त्यांनी तोंड लावले नाही. सकाळीही तो चारा तसाच होता. त्या मूक जनावरांवरही त्या प्रसंगाचा खोलवर परिणाम झाला. त्यांनीही अन्न वर्ज्य केले! बहिणाही खाऊ शकत नव्हती!

हे कोडे न उलगडणारे होते

- ० - ० - ० -

दुसऱ्या दिवशीही बहिणा विव्हळत होती. संपूर्ण शुद्धीवर आलेली नव्हती. खाऊ शकत नव्हती. जबरदस्त मार बसलेला होता.

कपिला आणि राधाही चारापाणी खात नव्हत्या. त्यांच्यापुढे टाकलेला चारा तसाच पडून असायचा. मुक्या जनावरांच्या भावनाही जागृत होत्या. बहिणाच्या माराचा त्यांच्यावर कमालीचा परिणाम झालेला होता. त्यांना बोलता येत नव्हते. नाहीतर जगाला ओरडून त्यांनीही सांगितले असते. त्यांना चारापाणी घालणारी बहिणा धरणीला खिळून होती. मग ते तरी कसे खाणार?

अजून काही दिवस असेच गेले. कपिला व राधाची परिस्थिती गंभीर होत चालली. त्यांनाही जमिनीचा आसरा घ्यावा लागला. त्यांना उठता-बसता येईना. हाडे दिसू लागली.

मुक्या जनावरांची ही वाताहत सगळीकडे पसरत चालली. त्यांना पाहण्यासाठी

गर्दी होऊ लागली. लोकांची चर्चा चालू झाली. बरोबर चारा आणून तो घालण्यासाठी प्रयत्न काहीजण करू लागले. पण त्यांची निराशाच होत होती. कीर्तनाला येणारे बरेच जण राधाला ओळखत होते. तिचीही अवस्था कोणाला पाहवत नव्हती.

"या जनावरांना आता काय म्हणावे?"

"माणसासारखे ही कशी वागत आहेत?"

"छे! यांना जनावरे म्हणणे गैर आहे."

"हा केवळ दैवी चमत्कारच आहे."

"कोल्हापुरातच काय पण अन्य कोठेही तसे घडले नसेल. घडणारही नाही."

येणाऱ्या लोकांची बोलणी चालू झाली होती. आश्चर्य व्यक्त करीत लोक जात-येत होते.

रत्नाकरांच्या घरात यापेक्षा वेगळी परिस्थिती नव्हती! बोलता येत असून बोलण्याच्या परिस्थितीत कोणी नव्हते. बोलावेसे वाटत नव्हते. बोलण्याच्या पलीकडील घटना घडलेली होती. रत्नाकरांना तर बाहेर पडण्याची लाज वाटत होती. हिरंभटांनी त्यांना बोलावलेही नाही!

बहिणा शुद्धीवर आली. पण तिला जेव्हा कपिला व राधासंबंधी समजले, तेव्हा तिनेही खाणे-पिणे बंद केले! अगोदरच तिची तब्येत एकदम खालावलेली होती. आता तर ती अगदीच ढासळली. कसलेही त्राण तिच्यात राहिले नाही.

गणपतराव अष्टेकरांनी दोन-तीन दिवस जेवण पाठविले. बहिणाबद्दल त्यांना विशेष समजले नव्हते. पण तिने खाणे बंद केल्याचे कारण समजताच आज ते स्वत: व नंदाकाकू त्यांच्या बाईसमवेत जेवण घेऊन आले.

"रत्नाकर," गणपतराव म्हणाले, "जे काही तुमच्या हातून घडले आहे, त्याची शिक्षा सर्वांनाच भोगावी लागली आहे. ती मुकी बिचारीही यात सामील आहेत. आता हे सारे विसरून जाऊन नव्या जीवनाला आरंभ तुम्ही सर्वांनी करावा. मी एक शेजारी व तुम्हा सर्वांपेक्षा वडील या नात्याने विनंती करीत आहे. माणसाच्या हातून चुका होत असतात. परंतु शेवटी तो पश्चात्तापाने पोळल्यावर क्षमेला पात्र ठरतो."

"गणपतराव," आऊदेव म्हणाले, "आपण जे काही सांगत आहात, त्यात गैर काहीच नाही. उलट, तुमच्यासारख्या लोकांनी आतापर्यंत आम्हाला जेवण पुरविले. आज तुम्ही स्वत: आमच्याकडे आलात. ही घटना आम्ही विसरू शकणार नाही. आम्ही सामान्य माणसे आहोत. पण तुम्ही ही जी माणुसकी दाखविली, ती अत्यंत दुर्मीळ आहे. तेव्हा रत्नाकरांच्या वतीने मी तुमची माफी मागतो. आमच्या घरात जे काही घडले, ते अत्यंत लाजिरवाणेच होते."

असे म्हणून आऊदेवांनी गणपतरावांना साष्टांग नमस्कार घातला! त्यांच्या

पाठोपाठ रत्नाकरांनी तसेच केले! त्यांनी बोलण्याचा प्रयत्न केला, पण त्यांना हुंदका आवरला नाही. ते रडू लागले. "रत्नाकर!" गणपतराव म्हणाले, "तुम्ही आता काही बोलण्याची गरज नाही. तुमच्या डोळियांतून अश्रू आले म्हणजे तुम्हाला संपूर्ण पश्चात्ताप झाला आहे, यात काही शंका राहिलेली नाही. आता माझी एकच विनंती आहे, की नव्या दमाने पुन्हा संसाराला लागा."

"मला तोंड राहिलेले नाही." रत्नाकर डोळे पुशीत म्हणाले, "ते काळं तोंड झाले आहे. संतापाला बळी पडून माझ्या हातून जे महान पाप घडले आहे, ते कधीही क्षम्य असणार नाही. माझ्या बायकोवर मी पराकोटीचा अन्याय केला आहे. तरी तिने तोंडातून माझ्याविरुद्ध एकही शब्द काढलेला नाही. किंवा काही तक्रारही केलेली नाही. ती पराकोटीची पतिव्रता आहे, हे मी आज बोलून दाखवतो."

सर्वांनीच गणपतराव व नंदाकाकूंना पुन्हा एकदा वंदन केले. नंदाकाकूंनी स्वैपाकाच्या बाईकडून सर्वांची पाने वाढली.

गणपतराव व नंदाकाकू बहिणाच्या खोलीत गेले, तेव्हा तिने उठण्याचा प्रयत्न केला; पण ती खाली कोसळली!

"पोरी," नंदाकाकू म्हणाल्या, "तू आता काही औपचारिकपणा करू नकोस. तुझा नमस्कार आम्हाला मिळाला म्हणून समज."

जानकीबाई व नंदाताईंनी बहिणाला हळूच उचलून भिंतीला टेकवून बसविले. जानकीबाई नको नको म्हणत असतानाही नंदाकाकूंनी बहिणाला जिरेसाळीचा गरम भात, तूप, मेतकूट व दूध मिसळून खाऊ घातला!

बहिणाच्या डोळियांतून अश्रू आले! कोण कोठल्या नंदाकाकू, तिला मायेने भरवीत होत्या! ना नाते ना गोते! तिच्याही तोंडातून शब्द फुटेना.

गणपतराव व नंदाकाकू गेल्या. एक मोडत आलेला संसार त्यांनी सावरला. समाजाला एक नवीन उदाहरण दाखविले.

पैशावर जीवन अवलंबून नसते. त्यासाठी माणुसकीची गरज असते. गणपतराव व नंदाकाकूंनी हे औदार्य दाखविले.

- ०-०-०-

दुपारी थोडेफार खाण्यात आल्याने बहिणाला थोडी तरतरी आली. चेहराही सुधारला. भावाच्या मदतीने ती कपिला व राधेकडे गेली. काही दिवस तिच्यात व त्यांच्यात ताटातुटी झाली होती. बहिणा नसल्यामुळे त्यांनी दुसऱ्या कोणाकडून काहीही खाल्ले नसल्याने ती दोन्ही जमिनीवरच पसरली होती. त्राण कसलेच राहिले नव्हते. हंबरणेही बंद होते.

बहिणाला पाहताच त्या मायलेकरांनी हंबरडा फोडला. उठण्याचा प्रयत्न

केला. परंतु ते जमले नाही. बहिणालाही धड चालता येत नव्हते. जवळ आल्यावर तिने दोघींनाही कुरवाळले. आणलेला चारा दोघींच्याही तोंडात घातला.

पण त्यांनी खाल्ला नाही. त्यांचे डोळे बहिणावर रोखले होते. त्या डोळ्यांत बहिणाला युगायुगाची माया दिसली. प्रेम दिसले. दिसली असहायता, कारुण्य.

बहिणाला हे सहन होईना. त्या मुक्या जिवांकडे पाहून तिला रडू आवरेना.

नेहमीप्रमाणे तेथे काही माणसे जमली होती. हे दृश्य पाहून त्यांचेही डोळे पाणावले. माणसामाणसांचे प्रेम दिसून येते; पण दोन मुक्या जिवांची ही प्रेमकहाणी ते प्रथमच पाहत होते.

कितीवेळ तरी बहिणा त्या दोघींना कुरवाळीत बसली होती. तिने पुन्हा पुन्हा त्यांना खाऊ घालण्याचा प्रयत्न केला.

पण दोघींनी चाऱ्याला स्पर्श केला नाही!

बहिणाची जी अवस्था झाली होती, ती त्यांना सहन झाली नव्हती. त्यांना बोलता येत असते तर... तर...?

- ० - ० - ० -

''पूर्वजन्मी ही गाय, वासरू व बहिणा एकत्र बसून अनुष्ठान करीत असत. परंतु ह्या दोघींच्या अनुष्ठानात खंड पडला. बहिणाचे मात्र वेळेवर पूर्ण झाले! चित्तशुद्धी झाली. त्यामुळे तिला मानवजन्म लाभला. अशा तऱ्हेने या तिघांचे पूर्वजन्माचे संबंध आहेत.''

जयरामस्वामींच्या भक्तांनी बहिणाची सारी हकीकत व त्या गायवासरांची झालेली केविलवाणी परिस्थिती जयरामस्वामींना त्यांच्या प्रवचनानंतर सांगितली. बहिणा, व तिचे वासरू किंवा तिचे आईवडील काही दिवस प्रवचनाला येत नसल्याचे पाहून स्वामींनी त्यांची चौकशी केली. त्यांनाही चैन पडेना. भाविकांनी खरे सत्य सांगितल्याने स्वामींना बहिणाबद्दल फार वाईट वाटले. तिच्यासारख्या धार्मिक वृत्तीच्या मुलीवर अशी वेळ यावी, ही खंत त्यांना वाटली. रात्रभर ते बहिणा व तिच्या गायवासराचा विचार करीत असताना त्यांना हे त्या तिघांचे पूर्वजन्मीचे कोडे उलगडले! त्यांना पहिल्यापासून असल्या काहीतरी ऋणानुबंधाची शंका येतच होती. पण ते सत्यच निघाले!

दुसऱ्या दिवशीचे प्रवचन संपताच स्वामी आपल्या काही शिष्यांसमवेत हिरंभटांच्या घरी आले. हिरंभटांना अत्यानंद झाला. जयरामस्वामी घरी येणे म्हणजे महापर्वणी समजली जात होती कोल्हापुरात.

हिरंभटांनी त्यांना तातडीने बसण्यास चौरंग दिला. तोपर्यंत उमाबाईंनी त्यांच्या पूजनाची तयारी केली.

हिरंभटांनी जयरामस्वामींची विशिष्ट पद्धतीने पूजा केली. चांदीच्या ताम्हनात त्यांचे पाय धुऊन सारा विधी केला. हिरंभट व उमाबाईंनी त्यांना साष्टांग नमस्कार घातला. स्वामींनी त्यांच्या पूजेच्या ताटातील प्रसाद हिरंभटांना दिला व नारळ उमाबाईंच्या ओटीत घातला! दोघांनाही आशीर्वाद दिले. हिरंभट व उमाबाई धन्य झाले.

ही पूजा पाहण्यास बरीच गर्दी जमली. आऊदेव व जानकीबाई समोरच उभे होते. रत्नाकर मात्र सगळ्यात मागे, न दिसेल अशा ठिकाणी उभे होते.

आऊदेव व जानकीबाई नमस्कार करताच पुढे येऊन रत्नाकरांनी नमस्कार घातला.

''स्वामी,'' रत्नाकर खाली मान घालून म्हणाले, ''मला क्षमा असावी. माझ्या हातून जे कृत्य घडले, त्याबद्दल मला आता संपूर्ण पश्चात्ताप होतो आहे. माणुसकीला काळिमा लागणारी घटना होती ती. त्या मुक्या जिवांनाही त्याचे परिणाम भोगावे लागले. ते तर महाभयंकर आहेत. त्यांनीही खाणेपिणे सोडले. मी फार गोंधळून गेलोय. मला जीवनाचा खरा मार्ग दाखवा. तुमचीदेखील मी निंदा केली. मला त्याबद्दल फार वाईट वाटत आहे. मी तुम्हाला व तुमच्या भावभक्तीला ओळखू शकलो नाही. मला क्षमा करा. क्षमा करा.''

''रत्नाकर,'' स्वामी म्हणाले, ''तू हे बोलून दाखविलेस यातच तुला झालेला पश्चात्ताप स्पष्ट होतोय. आम्ही रागालोभाच्या पुढे गेलेलो असल्याने आम्हाला कधीही कशाचेही वाईट वाटत नाही. किंवा खंतही वाटत नाही.''

ती गाय व वासरू आणि बहिणा यांच्या पूर्वजन्माची हकिकत सांगून स्वामी म्हणाले, ''रत्नाकर, तू बहिणाचा पती आहेस. हा साधासुधा योग नाही. ही योगभ्रष्ट आहे. तू तिच्याशी चांगले वागण्याचा प्रयत्न कर. तिला कष्ट देऊ नकोस. ती आपला स्वधर्म पाळून तुझी निरंतर सेवा करीत राहील. तुझ्या काहीतरी पूर्वसुकृतामुळे या जन्मी तुला ती पत्नी म्हणून लाभलेली आहे. त्याला साजेल असे तुझे वागणे हवे आहे. तू आता कुणाच्या सांगीवांगीवर विश्वास ठेवून वागू नकोस; तर विवेकाचा वापर करून प्रपंच नेटका कर. यामुळे तुझा भविष्यकाळ सौख्याचा जाईल. पांडुरंगावर विश्वास ठेव. श्रद्धा ठेव. म्हणजे तो तुझे कल्याण करील.''

स्वामी नंतर बहिणाकडे गेले. तिची अवस्था पाहून त्यांना फार वाईट वाटले. त्याही स्थितीत तिने स्वामींना वंदन केले. तिच्या डोळ्यांत अश्रू तरारले.

''मुली,'' स्वामी म्हणाले, ''अश्रू ढाळू नकोस. धीराने तोंड दे. ही परिस्थिती फार काळ मुळीच राहणार नाही. तुझा विठ्ठलावर विश्वास आहे. भक्ती आहे. तू त्याचाच ध्यास घे. मी आता तुकोबांच्या अभंगातून विठ्ठलदर्शन तर घडवीत आहेच;

पण तुकोबांची वाणी समाजाला समजावून सांगत आहे. जरा बरी झालीस की तू रोज येत जा. तुकोबांचे अभंगच समाजाला तारणारे आहेत. ते तुला जीवनाचा नवा मार्ग दाखवतील. तो पंढरीनाथ तुझे रक्षण करील.''

स्वामींनी तिच्या मस्तकावर हात ठेवून तिला आशीर्वाद दिला. सांत्वन केले. तो हात वत्सल पित्याचा होता. त्या स्पर्शात एक वेगळी शक्ती होती. बहिणाच्या शरीराला एक वेगळी चेतना मिळाली. तिच्या मस्तकापासून पायापर्यंत त्या शक्तीचा सळसळणारा संचार जाणवला. नवा जोम तिला प्राप्त झाला. हा पंढरीनाथाचा आशीर्वाद होता.

''मुली,'' जाताना स्वामी म्हणाले, ''त्या मुक्या जिवावर तू प्राणापलीकडे प्रेम केलेस. त्यांच्या आत्म्याला तू ओळखले. त्याचे फळ तो परमात्मा तुला निश्चित देईल. तोच तुझा पाठीराखा राहील. कल्याण!''

स्वामी निघून गेले. पण त्यांची ती प्रेमळ वाणी बहिणाच्या कानात सारखी दुमदुमू लागली. ती उठून बसली.

स्वामींनी एकदा गायिलेला तुकोबांचा अभंग तिच्या कानात दुमदुमू लागला.

घेई घेई माझे वाचे
गोड नाम विठोबाचे!
तुम्ही घ्यारे डोळे सुख!
पहा विठोबाचे मुख
तुम्ही आईकारे कान
माझ्या विठोबाचे गुण!
मना तेथे धाव घेई
राहे विठोबाचे पायी
तुका म्हणे जीवा! नको सोडू या केशवा॥

- ० - ० - ० -

कसेतरी धडपडत बहिणा गाय-वासराजवळ आली. दिवसाकाठी तीन-चार वेळा ती यायची. पण अजूनही त्यांनी काही खाल्ले नव्हते. ना चारा ना पाणी! काय करावे, हे तिला सुचेना. आत्ताही तिने पाणी पाजण्याचा अतोनात प्रयत्न केला पण दोघींनीही पाणी घेतले नाही. त्यांच्याकडे तिला पाहवत नव्हते. दोघींच्याही शरीरात काहीही त्राण राहिले नव्हते! अस्थिपंजर झाल्या होत्या!

तोच राधा डोळे कसेतरी फिरवू लागली. तडफडू लागली. बहिणाला हे पाहवेना. ती जोराने ''आईऽ, ए ऽआईऽ'' असे ओरडताच जानकीबाई, रत्नाकर, आऊदेव, तिचे दोन्ही भाऊही पळत आले. पलीकडून हिरंभट चालले होते. तेही

आले. पाहता पाहता गर्दी जमली.

हिरंभटांनी एकूण परिस्थिती पाहिली. त्यांच्या तोंडून सहज एका श्लोकाचा पूर्वार्ध आला.

"मूकं करोति वाचालम्
पंगुं लंघयते गिरीम्"

शेवटच्या क्षणाला पोचलेल्या राधेने मानवी भाषेत श्लोकाचा उत्तरार्ध म्हटला.

"यत्कृपा तमहं वंदे
परमानंद माधवम्"

राधेच्या तोंडातून माणसाचे शब्द! सर्वांनी हे ऐकले. सर्वांचा विश्वास हे ऐकूनही बसेना! हा महान चमत्कार घडलेला होता...!

हिरंभटांना खरे वाटेना. संस्कृत जाणणाऱ्या माणसासारखे खणखणीत शब्द होते.

"बहिणा," हिरंभट कसेतरी म्हणाले. "अग, तुझी राधा चालली गं..." आणि त्यांचे डोळे पाणावले.

बहिणाने राधेचे डोके आपल्या मांडीवर घेतले. राधा तडफडू लागली. तिने कसेतरी बहिणाकडे पाहिले

आणि अखेरचा श्वास घेतला.

बहिणाने प्रचंड हंबरडा फोडला.

आणि ती बेशुद्ध झाली!

आऊदेवांनी व दोन्ही भावांनी राधेला खाली ठेवले व बहिणाला उचलून आत नेले.

जमलेल्या साऱ्या लोकांनाही अश्रू आवरेनात. प्रवचनाच्या वेळी जयरामस्वामींच्या चरणावर माणसाप्रमाणे डोके खाली ठेवून वंदन करणारी राधा आठवली! तिच्या त्या कृतीचा खरा अर्थ लोकांना आज समजला. राधेच्या तोंडून मानवी भाषा प्रकटली होती. ज्ञानियांच्या राजाने रेड्यामुखी वेद वदविले होते. स्वामींनी एकदा तो प्रसंग रसभरीत वर्णन करून सांगितलेला होता!

आज तशीच घटना प्रत्यक्षात इथे कोल्हापूरात घडली होती. सर्वांनी ती मानवी वाणी ऐकली होती. हा चमत्कार नव्हता. हे सत्य होते. मानवी जन्माचे रहस्य इथे उलगडले होते. पूर्वजन्मीचा काहीतरी संबंध निश्चित असावा! ती सांगीवांगीची कथा नव्हती. हे इथे प्रत्यक्षात घडले होते. गाईच्या वासराची मानवी वाणी –

"यत्कृपा तमहं वंदे!
परमानंद माधवम्"

इथे अजून दुमदुमत होती. साऱ्या कोल्हापूरात ही वार्ता पसरली. लोकांच्या

झुंडीच्या झुंडी त्या दैवी वासराचे अखेरचे दर्शन घेण्यासाठी येऊ लागल्या.

जयरामस्वामींनाही ही वार्ता भाविकांनी जाऊन सांगितली. त्यांचेही डोळे पाणावले. ते लगेच बहिणाच्या घरी आले. पण ती शुद्धीवर नव्हती. स्वामींच्या बरोबर पुष्कळसे शिष्यही होते. त्यांना स्वामींनी सांगितले,

"या योगभ्रष्टाच्या अनुष्ठानाची पूर्तता आत्ता संपूर्ण झालेली आहे. ह्या असामान्य देहातील आत्मा आता पूर्णत्वात मिसळला आहे. याचे सर्व अंत्यसंस्कार संपूर्ण पावित्र्यात करा. हे आता आपले कर्तव्य आहे."

स्वामींच्या शिष्यांनी व जमलेल्या भाविकांनी तयारी चालू केली. साहित्य गोळा करण्यासाठी निरनिराळ्या ठिकाणी शिष्य गेले.

पानाफुलांनी सजविलेल्या गाडीत राधेला मध्यभागी ठेवले गेले. तिच्या अंगावर लोकांनी गुलाल व फुले उधळली. भजनी मंडळांनी टाळ-मृदंगाच्या तालावर अभंग म्हणण्यास आरंभ केला. एका मुक्या जिवाचा अखेरचा प्रवास सुरू जाहला. आऊदेव, रत्नाकर, बहिणाचे दोन्ही भाऊ व असंख्य भाविक या महायात्रेत सामील झाले. गर्दीच गर्दी झाली. शिवाय वाटेत सर्वत्र भाविक उभे होते. राधेला अखेरचे वंदन करीत होते. ज्यांनी ज्यांनी तिचे वागणे पाहिले होते, त्यांचे डोळे पाणावत होते.

जन्म मृत्यु फार झाले माझ्या जीवा
ऐक माझा धावा पांडुरंगा ।
शिणलो बहुत करिता येरझारा
रखुमाईच्या वरा पावे वेगी ।
तुका म्हणे तूं गा पतितपावन
घेई माझा शीण जन्मांतर ।।

टाळमृदंगांच्या आवाजात यात्रा वेशीबाहेर आली. सर्वामागून कपिला कशीतरी चालत होती. तिच्याही शरीरात काही त्राण राहिलेले नव्हते. काय झाले आहे, हे तिला कळून आले असावे! ती हंबरत नव्हती! त्यामुळे तिचे अस्तित्व कोणाला समजत नव्हते. मुक्या जिवांच्या दुनियेतील एका मातेची आपल्या कन्येला ही जगावेगळी आदरांजली होती! याच देही याच डोळा तिला हे सारे पाहावे लागत होते.

हिरंभटांचे शेत जवळच होते. तेथे काही भाविक अगोदरच पोचले होते. त्यांची सारी तयारी झाली होती. ही महायात्रा येथे येताच टाळमृदुंग गर्जू लागले. हरिनामाचा गजर चालू झाला.

पुन्हा राधेच्या अंगावर गुलाल-फुले उधळली गेली. अखेर तिच्यावर अंत्यसंस्कार करण्यात आले.

मातीत माती मिसळली गेली!

काही जणांना शोक आवरेना.

पुन्हा एकदा अश्रूधारा वाहिल्या.

जड अंत:करणाने सारे परतू लागले.

कपिला तेथून हलेना!

तिला तेथून नेण्याचा पुष्कळ प्रयत्न आऊदेवांनी केला. पण ती तेथून उठेना. तिचे हंबरणे आता थांबेना. आतापर्यंत ती गप्प होती. हे हंबरडे दूरपर्यंत ऐकू येत होते.

मातेचिये चित्ती

अवघी बाळकाची व्याप्ती

देह विसरे आपुला।

जवळी घेता सीण गेला ॥

- ० - ० - ० -

रत्नाकर सकाळी लवकरच नदीवर गेले. बहिणा अजून बेशुद्धीतच होती. आऊजींनी अनेक मात्रा देऊन पाहिल्या; पण उपयोग होत नव्हता. आऊजींना आश्चर्य वाटत होते. असे कधी होत नाही.

"थांबा जरा." जानकीबाई स्वैपाकघरातून बाहेर पडणार तोच आऊजी म्हणाले, "जरा बोलायचे आहे मला. रत्नाकर यायच्या आत बोलता येईल."

"मी तुम्हालाच हुडकिण्यास निघाले होते." जानकीबाई म्हणाल्या, "माझ्याही मनात नेमका हाच विचार आला. पुन्हा वेळच सापडत नाही."

"रत्नाकरांसंबंधी मी मागे काय म्हटले होते, हे तुमच्या ध्यानात असेलच." आऊजी म्हणाले, "वरून शांत वाटणारे लोक केव्हा काय करतील, याचा काही नेम नसतो. परवा तर याची प्रचितीच आली! हा माणूस फार पुढे गेलेला आहे. बहिणाचे काही खरे नाही. हा पुढे असाच वागू लागला, तर पंचाईत आहे. ती तिच्या कर्तव्याला कधीच चुकत नाही. पत्नीधर्म ती व्यवस्थित पाळतेय. पती म्हणून नवऱ्याला कसलाही कमीपणा ती देत नाही. असे असतानाही जी मारहाण केली, तिला तोडच नव्हती. असले मारणे आपण कधीच पाहिलेले नाही."

"याला उपाय काय आता?"

"मी त्याचाच विचार करतोय." आऊदेव म्हणाले,

"पण मलाही संभ्रम होतोय. चार लोकांपुढे आपली मान जी खाली झालीय, ती आता काहीही केले तरी वर येणार नाही. त्याच्यामागचे कारण मी शोधतोय; पण ते निश्चित सापडत नाही अजून. हा त्याचा स्वभाव बदलायला हवा. त्यांचा राग

एकदम अनावर होतोय. या रागाचे खरे कारण काय?''

"ते मला कालच समजले आहे!''

"कुणी सांगितले?''

"मंदाकिनीने.''

"काय झाले?'' आऊजींनी विचारले.

"त्या भांडखोर मीराबाईने ही कळ लावली आहे.'' जानकीबाई म्हणाल्या, "ज्या दिवशी तो प्रकार झाला, त्याच सकाळी जावई नदीवर चालले होते व ती बया नदीवरून परत येत होती. अजून तसा प्रकाश नव्हता. तिने त्यांना थांबविले व त्या दिवशी कीर्तनात काय घडले, हे तिखटमीठ लावून सांगितले. त्याच वेळी मंदाकिनी नदीवर चालली होती. पण दोघांचेही लक्ष नाही हे पाहून ती एका मोठ्या झाडामागे उभी राहिली व तिने सगळे ऐकले. तुमचे जावई तिच्या भाषेमुळे खवळले. भांडणे लावण्यात ती पटाईत आहे. विकृत दृष्टीने पाहून तिने बहिणाबद्दल जे सांगितले त्याचा त्यांना राग आला.''

"आणि हा प्रकार घडला.'' आऊजी म्हणाले,

"असल्या कपटी व नीच बाईच्या सांगण्यावर यांनी विश्वास ठेवावा, हेच आश्चर्य आहे. पण त्याचे कारण काय?''

"तेच मलाही समजत नाही अजून.'' जानकीबाई म्हणाल्या, "तिचे व आपले काहीही भांडण झालेले नाही. ती नालायक आहे हे मला जेव्हा समजले, तेव्हापासून मी तिला टाळत आहे. पण शेवटी ती आपल्या वाटेला गेलीच.''

"या असल्या लोकांना विघ्नसंतोषी म्हणतात.'' आऊजी म्हणाले, त्यांना कुणाचेही चांगले पाहवत नाही. तिच्या मनात काय आहे हे कुणाला माहीत? काही कारण नसले तरी ही माणसे दुष्टपणा करतातच. बरे झाले. आता सावधतेने वागले पाहिजे.''

"ते खरे आहे.'' जानकीबाई म्हणाल्या, "पण जावईबुवांचा स्वभाव कसा बदलणार?''

"तोच प्रश्न अवघड आहे.'' आऊजी म्हणाले, "ते हलक्या कानाचे असावेत. कुणी काहीही सांगितले तर ते अशा लोकांना खरे वाटते. आपण तरी त्यांना काही सांगण्याचा भानगडीत आता पडू नये. फक्त बहिणाला सावध करायला हवी. बाकी ती तरी काय करणार म्हणा?''

"आता पुढे काय वाढून ठेवलेय कुणास ठाऊक?'' जानकीबाई म्हणाल्या, "कशाकशाची काळजी करायची?''

"बहिणा आता बरी झाली म्हणजे पुन्हा आपण रोज स्वामींकडे जात जाऊ.

बहिणाला पांडुरंगच आता तारणार आहे. स्वामींच्या प्रवचनातून काहीतरी बोध आपणाला निश्चित मिळेल, असे मला वाटते. शेवटी स्वामीच आता तारणार आपल्याला. त्यातून काहीतरी मार्ग सापडेल.''

अजून थोडे बोलणे होत आहे तेवढ्यात हिरंभट आल्याने आऊजी बाहेर आले. रत्नाकरही समोरून आले!

- o - o - o -

बहिणा बेशुद्धच होती. वासरू अगदी शेवटच्या अवस्थेत गेल्यावर ह्या प्रचंड दु:खाने तिची शुद्ध हरपली होती! त्यामुळे पुढे काय झाले, हे तिला समजलेच नव्हते. राधेची अखेरची स्थिती बहिणाकडून पाहवली नाही. याचा अर्थ अगदी स्पष्ट आहे. राधेत व तिच्यात एक अतूट नाते निर्माण झाले होते. त्यामागे पूर्वजन्माचाही भाग होता. शिवाय बहिणावर झालेल्या विविध संस्कारांमुळे, पांडुरंगावरील भावभक्तीमुळे म्हणा किंवा जयरामस्वामींच्या अमोल वाणीमुळे म्हणा, बहिणाची दृष्टी व्यापक बनली होती.

प्राणिमात्रांकडे पाहण्याचा तिचा दृष्टिकोन बदलत चालला होता. तुकोबांच्या विविध अभंगांचा परिणामही तिच्यावर विशेष झाला होता. विठ्ठलावरील तुकोबांचे अभंग तिला वेगळे वाटायचे. सुंदर ते ध्यान विटेवरी उभे असलेले तिच्या लगेच डोळ्यांसमोर यायचे. कर कटावरी ठेवुनिया ते उभेचि आहे. गळा तुळशीहार, कासे पीतांबर! हेचि ध्यान तिला निरंतर आवडायचे. पंढरपुरात असताना ती सारखी याच रूपात रमली होती. हे गोजिरे सगुण रूप तिला आवडे. ते पाहताच लोचन सुखावले जायचे. रंजल्या गांजलेल्यांना आपुले म्हणायची तिची वृत्ती बनली होती.

ती शुद्धीवर आल्यावर तिला तिची राधा दिसणार नव्हती! तिची गेलेली महायात्रा तिला पाहण्यास मिळाली नव्हती. राधा गेल्यावर कपिलेची परिस्थिती काय झाली, हे तिला समजले नव्हते. त्या महायात्रेपाठोपाठ कपिला विमनस्कपणे कशीबशी चालत गेली, हे तिने पाहिले नव्हते. राधा ज्या ठिकाणी कायमची चिरविश्रांती घेणार होती, त्या जागेजवळ ती त्या दिवशी संध्याकाळपर्यंत हंबरत बसली होती. ऐसी कळवळ्याची जाती. करी लाभाविण प्रीती! अजूनही ही अपूर्व श्रद्धांजली वेगळेपण सांगून जाते. बहिणा शुद्धीवर नसल्याने कपिलाही दुसऱ्या कोणाकडून चारापाणी घेत नव्हती!

चौथ्या दिवशी रात्री बहिणाला एक स्वप्न पडले. प्रकाशवलयात एक तेजस्वी सत्पुरुष उभा होता. तो बहिणाला म्हणाला,

''सावध होऽ सावध होऽ...! खऱ्या अर्थाने आता जागी हो... विचाराने वाग... तुझे जीवन आनंदी होईल...! ऊठ.. जागी हो...''

... प्रकाशवलय हळूहळू धूसर होत गेले!

बहिणा झोपेतून उठल्याप्रमाणे एकदम उठून बसली. तिने इकडेतिकडे पाहिले. तिची राधा तेथे नव्हती. तिचे आईवडील, पति-बंधू सभोवताली बसले होते.

"बाबा," स्पष्ट आवाजात ती म्हणाली, "येथील तुळस व बुक्का कुठाय? इथे तर पडला होता. हा सुवास मला अजून येतोय!"

"अगं, इथे काहीच नव्हते!" आऊजी म्हणाले.

"आम्ही येथेच बसून आहोत."

बहिणाने पुन्हा डोळे मिटले. त्या प्रखर प्रकाशामुळे तिला स्पष्ट दिसत नव्हते.

तिच्या डोळ्यांसमोर एकदम दिसू लागली चंद्रभागा. ते पुंडलिक मंदिर, ते विस्तीर्ण वाळवंट.. ते रमणीय घाट. आता दिसू लागले विठ्ठल मंदिर. विटेवरी उभा असलेला तो कैवल्याचा पुतळा. तुळशीमाळा घालुनी कंठी, उभा विटेवरी जगजेठी. विठ्ठल विठ्ठल वाणी-अमृत हे संजीवनी

तिने डोळे उघडले. तरीही तिला पांडुरंगच दिसत होता. पांडुरंग.. पांडुरंग.. पांडुरंग!

बहिणा पांडुरंगमय झाली. जिकडे पहावे तिकडे विठ्ठल विठ्ठल. बोलावा विठ्ठल- पहावा विठ्ठल.. आनंदाचे डोही आनंद तरंग...! आनंदची अंग आनंदाचे!!

बहिणाला एकदम जयरामस्वामी दिसू लागले. प्रवचनात ते तुकोबांचा अभंग गात होते -

तू माझी माऊली तू माझी साऊली

पाहता वाटुली पांडुरंगे ॥

तू मज एकला वडील धाकुला

तू मज आपुला सोईरा जिवा ॥

तुका म्हणे जीव तुजपाशी असे

तुजविण ओस सर्व दिशा ॥

जयरामस्वामींनी केलेले विवेचनही ऐकू येऊ लागले. स्वामी अतिशय सोप्या भाषेत सांगत होते. मुळात तुकाराममहाराजांची भाषा सर्वसाधारण बहुजनसमाजाचीच होती. ती विलक्षण गोड वाटायची. जेथे जातो तेथे विठ्ठल त्यांचा सांगाती! विठ्ठलाला पाहता रूपे जडती लोचन! देहभान हरपते! बा ऽ रे पांडुरंगा केव्हा देसी भेटी? जाहलो हिंपुटी तुजवीण. तुका म्हणे माझी पुरवावी आवडी!

स्वामींच्या विविध प्रवचनांतील तुकोबांच्या अभंगातील ओळी आठवू लागल्या. तुकोबांच्या अभंगांनी बहिणा भारावून गेली. तिला दुसरे काहीच सुचेना. तुकोबांचा

छंद लागला मनासी.

बहिणाला एकदम काहीतरी वेगळे वाटू लागले. तिची मरगळ दूर झाली. नवे चैतन्यच प्राप्त झाले. तुकोबांची वाणी ऐकून अंतःशुद्धी झाली. हे पारमार्थिक उन्नतीचे नवे दर्शन होते. पूर्वजन्मीच्या पुण्याईचा मोठा ठेवा बहिणाला लाभला होता!

बहिणाने डोळे उघडले ते नव्या प्रेरणेने! जानकीबाईंनी तिला आग्रहाने खाऊ घातले. ती लगेच कपिलेकडे गेली. तिला पाहण्यास ती आतुरलेलीच होती. बहिणाने चारा तिच्या तोंडाजवळ नेला. कपिलेने पुन्हा एकदा तिच्याकडे पाहिले! तिने चारा लगेच खाऊन टाकला. तिचेही उपोषण संपले! उद्याचा दिवस दोघींच्याही जीवनात नव्याने उगविणार होता!

- ० - ० - ०-

बहिणाचे तसेच झाले! तिला सकाळपासून सारे जीवन वेगळेचि वाटू लागले. तिला नवा उत्साह, नवा जोम प्राप्त झाल्यासारखे वाटले.

साक्षात पांडुरंगांनी तिचे जीवनच बदलून टाकले. तिला ती स्वप्नातील पांडुरंगवाणी पुन्हा पुन्हा आठवू लागली.

"खऱ्या अर्थाने जागी हो... उठ, जागी होऽऽ..."

तिला आता खरोखरच खऱ्या अर्थाने जागे व्हावे लागणार होते. आत्तापर्यंत ती परिस्थितीच्या अधीन गेली होती. त्याप्रमाणे तिला वागावे लागत होते. नशिबाला दोष द्यावा लागत होता. पण आता तिने खरोखरच नवा निश्चय केला. ती पूर्ण विचाराने वागणार होती. त्यासाठी तिला कितीही कष्ट पडले, तरी ते करण्याची तिची तयारी होती. तिच्या जीवनात आलेली ती अनामिक मरगळ आता ती दूर करणार होती.

जयरामस्वामींनी सांगितल्याप्रमाणे त्यांच्या प्रवचनाला, कीर्तनाला ती आवर्जून जाणार होती. तुकोबांची वाणी ते समजावून सांगणार होते. तुकोबांसंबंधी तिचे आकर्षण वाढले होते. आत्तापर्यंत जे तुकारामांचे दर्शन तिला जयरामांच्या प्रवचनातून झाले होते ते खरोखरच दिव्य असे होते. स्वामी अधूनमधून त्यांच्या वैयक्तिक गोष्टीही सांगत असत. दर आषाढीला तुकारामांची व स्वामींची गाठभेट होत असे. त्यांची अमृतमय कीर्तने स्वामींनी ऐकली होती. त्यामुळे ते धन्य झाले होते. प्रत्यक्षात तुकोबांचे दर्शन होणे आणि त्यांची कीर्तने ऐकणे हे साधे नव्हते. पंढरीच्या वाळवंटी ही किमया घडलेली होती. त्यामुळे स्वामी अक्षरशः भारावून गेले होते.

तुकोबांना देहूतील अनेक लोकांनी विनाकारण छळले होते. त्यांना पराकोटीचा त्रास दिला होता. अखेर त्यांचे सारे अभंग इंद्रायणीत बुडविण्यात आले! तुकोबांचा अपराध काहीही नव्हता. त्यांना अभंग लिहिण्याचा अधिकार नाही असे सांगण्यात

आले. मी अभंग लिहीतच नाही असे तुकोबा म्हणाले! स्वत: पांडुरंगच माझ्या मुखाने बोलतो!

आपुलिया बळे । नाही मी बोलत!
सखा कृपावंत । वाचा त्याची!!

आणि शेवटी तेच खरे ठरले. तुकोबांनी तेरा दिवस अन्नपाण्यावाचून इंद्रायणीकाठी उपोषण केले. देह जावो अथवा राहो त्यांना पर्वा नव्हती. काही दोष नसताना ही शिक्षा त्यांच्या भाळी आली.

अखेर चौदाव्या दिवशी त्यांच्या वह्या साक्षात इंद्रायणीने जशाच्या तशा पृष्ठभागावर आणल्या! पाण्यात न भिजलेल्या बुडलेल्या! पण जशाच्या तशा! कोरड्या!

हा चमत्कार हजारोंनी पाहिला! ही लीला त्या पांडुरंगाचीच होती. हे सर्वांना कळून आले. भाविकांनी तुकोबांचा जयजयकार चालू केला. त्याला उधाण आले. तुकोबा खरोखरच साक्षात्कारी झाले.

तेरा दिवसांच्या उपासाने क्षीण झालेले तुकोबा वह्या पाहून नवचैतन्याने पुन्हा गाऊ लागले.

तू माझी माऊली! तू माझी साऊली।
पाहतो वाटुली पांडुरंगे ॥
तू मज एकुला । वडील धाकुला!
तू मज आपुला सोयरा जीव॥
तुका म्हणे जीव तुजपाशी असे।
तुझियाने ओस सर्व दिशा॥

या जलदिव्यापासून तुकारामांची कीर्ती साऱ्या महाराष्ट्रात झाली. देहूची भूमी पवित्र बनली. त्यांच्या संतत्वाची महान प्रचिती आली. पंढरीच्या पांडुरंगाला नामदेवानंतर महान भक्त भेटला! तो त्यांचा झाला.

जयरामस्वामीसारखे विठ्ठलभक्त ह्या आगळ्यावेगळ्या तुकोबांची अभंगवाणी गात गात साऱ्या महाराष्ट्रात जाऊ लागले. एका कीर्तनात त्यांनी ही जलदिव्याची कथा लावलेली बहिणाने ऐकली होती.

तेव्हापासून तुकोबा तिचे परमदैवत बनले. त्यांच्या दिव्यत्वाची प्रचिती तिला आली. कधी एकदा तुकोबा मला दर्शन देतील ही व्यथा तिच्या मनात घोळू लागली.

स्वामींच्या प्रवचनांना व कीर्तनांना ती आता रोज जाणार होती.

तुकोबांच्या अभंगवाणीची महान पर्वणी अनायासे तिला कोल्हापुरात लाभली

होती!

हेचि दान देगा देवा!

तुझा विसर न व्हावा!!

- ० - ० - ० -

बहिणाच्या घराला आलेली अवकळाही संपत आली. मुख्य म्हणजे तूर्त तरी रत्नाकरांचे वागणे एकदम सुधारले. त्यांना त्या झालेल्या घटनेचा पश्चात्ताप झाला असावा. घरातही ते लक्ष घालू लागले.

रागाच्या भरात हिरंभटांनी या सर्वांना घर सोडून जाण्यास सांगितले होते. पण आऊजींनी विनविल्यामुळे ते जरा शांत झाले. आता त्यांनी काही दिवस रत्नाकरांवर लक्ष ठेवले. त्यांच्यात सुधारणा झाल्याचे दिसून येताच त्यांनी पुन्हा त्यांना त्यांच्या मदतीला बोलावले. ते लगेच जाऊ लागले.

"हे चांगले झाले,'' आऊजी एकदा जानकीबाईंना म्हणाले, "जावईबुवांना हिरंभटांनी स्वत: बोलावून नेले. त्यांना त्यांच्या वागण्यात काहीतरी फरक निश्चित वाटला असावा.''

"त्याला काही कारणेही आहेत.'' जानकीबाई म्हणाल्या, "मागील शुक्रवारी रत्नाकरांनी बहिणासह अंबाबाईचे प्रथमच दर्शन घेतले! तिला त्यांनी पहिल्यांदाच स्वत:बरोबर बाहेर नेले. हिरंभट त्यावेळी देवीजवळच होते. त्यांच्याही ते दोघे पाया पडले! ही घटना त्यांना भावली असावी.''

"खराय हे.'' आऊजी म्हणाले, "माता अंबाईने ही त्यांना सद्बुद्धी दिली असावी. शिवाय बहिणाबरोबर ते स्वामींच्या प्रवचनांनाही येत आहेत. ही एक शुभ घटना आहे.''

"नंदाकाकूंनी परवा या दोघांना मेहूण म्हणून जेवणासही बोलावले होते.'' जानकीबाई म्हणाल्या. "चांगला आहेरही केला त्यांनी. त्यांनी नंतर मला बोलूनही दाखविले. मग मी त्यांना तो पांडुरंगाचा आशीर्वादही सांगितला. त्यांना अगदी आश्चर्यच वाटले.''

"ती घटना खरोखरच दिव्य अशीच घडली आहे.'' आऊदेव म्हणाले,

"राधाच्या तोंडून ती मनुष्यवाणी निघाली तेव्हा बाबाजीही तेथे होते. त्यांना ती घटना विशेष वाटली. ते आता जेव्हा आपल्या दारावरून जातात, तेव्हा कपिलेला वंदन करतात. त्यांनी तेव्हापासून दररोज ओला चारा गड्यामार्फत पाठविण्यास आरंभ केलाय!''

"बाबाजी महान पांडुरंगभक्त आहेत.'' जानकीबाई म्हणाल्या, "या घटनेचा त्यांच्यावर हा परिणाम झालाय. त्यांच्या राहीबाई परवा प्रवचनाला माझ्याजवळच बसल्या होत्या. बहिणाचे गुणगान गात होत्या. त्याही भाविक आहेत. दोन-तीनदा त्या पंढरीला

जाऊन आल्यात. त्यांच्या माहेरीही पंढरीची वारी आहे. लहानपणीही त्या गेल्या होत्या पंढरीला. त्यांची एक गाय गाभण आहे. तिला जर कालवड झाली, तर ती आपल्याला देणार आहेत. राधाची घटना घडल्यावर त्याही तिच्या दर्शनाला आल्या होत्या.''

''रहिमतपूरसारखे वातावरण इथेही सुरू झालेय.'' आऊजी म्हणाले,

''हे असेच रहावे, हीच पांडुरंगचरणी प्रार्थना आहे. आपण जरी आता कोल्हापुरात असलो, तरी स्वामींच्या प्रवचनामुळे पंढरीत असल्यासारखेच वाटत आहे. रोज तुकोबांच्या अभंगावरून आपणाला ही पर्वणी लाभत आहे. परवाच्या एकादशीला शेजारी एकनाथबुवांनी रात्री भजनाला बोलावल्यामुळे अक्षरश: पंढरीच्या वाळवंटाचा भास झाला. एकाहून एक अभंग त्यांच्या भजनीमंडळांनी म्हटले. पहाट होत आली तरी भजन संपले नाही. बऱ्याच दिवसांनी त्यांच्याकडे भजन झाले. मलाही त्यांनी एक अभंग म्हणायला लावला. पुष्कळ दिवसांनी ही संधी आली.''

बराच वेळ दोघे बोलत बसले.

विषय पंढरीचाच होता.

तुका म्हणे देवा! तुम्हा नित्य दिस नवा!

- o - o - o -

काही वर्षांपूर्वी बहिणाने थोड्याफार काव्यरचनेला आरंभ केला होता. काही अभंगही लिहिले होते. परंतु नंतर त्यात खंड पडत गेला. योग्य वातावरण मिळेनासे झाले. मोकळीकही नव्हती.

परंतु आता परिस्थिती बदलत चालली होती. जयरामस्वामींच्या नित्य प्रवचनामुळे तिला नवीन उत्कटता अनुभवण्यास मिळू लागली. जयरामस्वामींचा दृष्टिकोनही तिच्या बाबतीत बदलत चालला होता. तिच्या पांडुरंगभक्तीचा प्रभाव त्यांच्या लक्षात येत होता. ती व राधा यांच्या पूर्वजन्मीचा शोधही त्यांना लागला होता. तिची धार्मिकता व उत्कटता त्यांना पाहण्यास मिळू लागली.

बहिणालाही त्यांचा सहवास प्रेमळ पित्याच्या मार्गदर्शनासारखा वाटू लागला होता. त्यांच्याबद्दल तिला जी जवळीक वाटू लागली होती, त्यामागे स्वामींची तुकोबांबद्दलची आत्मीयता होती. तुकोबांची वाणी सांगत असताना किंवा गात असताना स्वामी देहभान हरपून रंगलेले असत. तुकारामांची भाषा बहुजनसमाजाची होती. अत्यंत सोपी. अनुभवाचे बोल त्यात असत. पांडुरंगावर असलेली त्यांची असीम जवळीक व भावभक्तीही वेगळी होती.

स्वामींच्यामुळे तिचा आत्मविश्वास वाढीला लागला. भक्तिमार्गाचा अनुभव येऊ लागला. परमेश्वराचे अंतरंग कळू लागले. भगवंताचे स्वरूप समजू लागले. निर्गुण निराकार भगवंत जसा आपण समजू, तसाच तो आपल्याला भावतो. सुंदर

रूप मनोहर सहजपणे हृदयी निरंतर राहते. घेई घेईवाचे गोड नाम विठोबाचे पहा विठोबाचे मुख. त्यासाठी मना तेथे धांव घेई. विठ्ठल गीती गावा चित्ती घ्यावा उभा पहावा विटेवरी.

तुकोबांच्या ह्या जवळिकेमुळे बहिणा उत्कटतेकडे भावनावश होऊन पोचू लागली. त्याचा परिणाम तिच्या काव्यशक्तीकडे झाला. तिला अभंग सुचू लागले. तुकोबांचा छंद तिला लागला.

तुकोबांचा छंद लागला मनासी
ऐकता पदांसी कथेमध्ये
तुकोबांची भेटी होईल तो क्षण
वैकुंठासमान होय मज ॥
तुकोबांची कानी ऐकेत हरिकथा
होय तैसे चित्ता समाधान
तुकोबांचे ध्यान करुनी अंतरी
भेटता अपार सुख आहे ॥
बहेणी म्हणे तुका सद्‌गुरू सहोदर
भेटता अपार सुख आहे ॥

"वा! बहिणा, सुंदर अभंग लिहिला आहेस!" त्यांना अभंग दाखविल्यावर जयरामस्वामी म्हणाले, "ही काव्यशक्ती आता तुझ्यात जागृत होत आहे, ही परमेश्वराची देणगी आहे. ती तुला मिळालेली आहे. ही आता वाढायला हवी. रोज काहीतरी लिहीत जा. म्हणजे चांगली सवय होत राहील. एवढ्या लहान वयात तुझ्यात वैशिष्ट्यपूर्ण अंत:शुद्धी झालेली मला स्पष्ट दिसत आहे. हे तुझ्या भावी परमार्थिक उन्नतीचे सुचिन्हच आहे. तुकोबांच्या अभंगामुळे हा परिणाम आणखी वाढत जावा, असा माझा तुला आशीर्वाद आहे."

बहिणाने त्यांना साष्टांग नमस्कार घातला!

स्वामीना आश्चर्य वाटले होते.

बहिणाची प्रगती वाढत होती.

तुका म्हणे डोळा!
विठो बैसला सावळा!

- ० - ० - ० -

जयरामस्वामींची प्रवचने, कीर्तने म्हणजे कोल्हापूरकरांना एक आध्यात्मिक पर्वणीच लाभली होती. सारी नगरी विठ्ठलमय झाली होती. बहुजनसमाजाला अध्यात्माची चांगलीच ओळख स्वामींच्यामुळे होत होती. त्यामुळे विशेषत: स्त्रियांची अलोट गर्दी रोज व्हावयाची.

जयरामस्वामींचे व्यक्तिमत्त्व, पोषाख व विषय मांडण्याची प्रभावी शैली यांचा त्रिवेणी संगम झालेला होता. शिवाय तुकोबांचे गोड गोड अभंग हे एकमेव आकर्षण होते.

पंढरीच्या विठ्ठलाचे मनोहारी वर्णन करावे ते तुकोबांनीच. विठोबाचे दर्शन प्रत्येकजण घेतच होता. पण दुसऱ्याला सांगताना त्या मूर्तीचे वर्णन व्यवस्थित सांगता येत नाही. बारकावे लक्षात राहत नाहीत. तुकोबांचे परमदैवतच विठ्ठल. त्यामुळे त्यांच्या डोळा ते रुपडे कायमचेच साठविलेले आहे.

"सुंदर ते ध्यान उभे विटेवरी ।
कर कटावरी ठेवूनियां ॥
तुळशीहार गळा कासे पीतांबर ।
आवडे निरंतर हेचि ध्यान ॥
मकरकुंडले तळपती श्रवणी ।
कंठी कौस्तुभमणि विराजित ॥
तुका म्हणे माझे हेचि सर्व सुख
पाहीन श्रीमुख आवडीने ॥

गोड आवाजात हा अभंग म्हटल्यावर स्वामी ते वर्णन करण्यात दंग होत.

"पंढरीच्या विठोबाचे वैशिष्ट्य म्हणजे युगानुयुगे हे ध्यान साध्या विटेवरच उभे आहे. महामुनी पुंडलिकानी ही वीट बाहेर फेकली होती व त्यावर उभे राहण्यास सांगितले. ते आई-वडिलांच्या सेवेत गुंतले होते. तेव्हापासून हे सावळे रूप कर कटावरी ठेवूनिया उभेचि आहे. पुंडलिकाची सेवा संपलेलीच नाही अजून! पंढरीनाथाचे ठळक वैशिष्ट्य म्हणजे त्याच्या गळा असलेला तुळशीहार! पांडुरंग म्हटले की तुळस आलीच! त्याशिवाय त्याची पूजा पूर्ण होत नाही. मग फूल नसले तरी चालेल. चार तुळशीदळे त्याच्या चरणावर ठेवली, तरी तो प्रसन्न होतो! मागणे दुजे नाही! पिवळा पीतांबर ही त्याची आवड. त्याच्या त्या रंगाला तो शोभूनच दिसतो. ठसतो. प्रत्येकाला हेच रूप भावते. मग कितीही वेळा दर्शन घेतले, तरी ते अपुरेच वाटते. पुन्हा पुन्हा पाहवेसे वाटले पाहिजे, तरच तुमची तळमळ व्यक्त होईल. मकर कुंडले आणि कंठी कौस्तुभमणि हा असतोच. हेही उठून दिसते. सुखाच्या कल्पना

प्रत्येकाच्या वेगळ्या जरी असल्या, तरी पंढरीनाथाचे दर्शन घेणे हे एकच सुख पंढरीच्या वारकऱ्यांचे असते. अन्य सुखाची इच्छा मग राहतच नाही! कधी एकदा श्रीमुख पाहीन, असे वाटले पाहिजे. ही तळमळ जर पराकोटीची होत असेल, तरच तुमची वारी सफल होईल. तुकोबा एवढे सांगून थांबत नाहीत; तर पाण्याबाहेर पडलेली मासोळी जशी तळमळत असते तीच स्थिती तुकोबांचीही होते! तैसा तुका तळमळी! भाविकांनो ऽ, मला एवढेच सांगायचे आहे, की ही पराकोटीची तळमळ तुमच्या ठायी निर्माण व्हावयास हवी. त्यासाठी जाय जाय तू पंढरी! त्याशिवाय ही उत्कटता पूर्ण होणार नाही. ही प्रत्येकामध्ये निर्माण व्हावयास हवी. सारे सुख पैशात नसते व अन्य कशातही नाही. ते फक्त पंढरीत आहे आणि त्याचा आस्वाद जर घ्यावयाचा असेल, तर अशी वेगळी वृत्ती निर्माण व्हावयास हवी. सगळीकडे पाहण्याचा दृष्टिकोन बदलायला हवा. एक विशिष्ट दृष्टी निर्माण व्हावयास हवी. तशी उत्कटता यावी लागते. लहानमोठा, उच्च-नीच, गरीब-श्रीमंत हा भेदभाव समाजात होता कामा नये. सर्वजण सारखेच.

हे सांगताना तुकोबा म्हणतात —

मुंगी आणि राव । आम्हा सारखाचि जीव ।

गेला मोह आणि आशा । कळिकाळाचा हा फासा ।

सोने आणि माती । आम्हा समान हे चित्ती ।

तुका म्हणे आले । घरा वैकुंठ सगळे ।।

ही सृष्टी लहानमोठ्या जिवांनी भरलेली आहे. प्रत्येकाला जीव आहे. जगण्यासाठी प्रत्येकाची प्रचंड धडपड चालू असते. मुंगी सर्वत्र पळत असते. आणि हत्ती डुलत चालतो. ऐटीत वागतो. विठ्ठलभक्ताला मुंगीसारखा लहानसा जीव व हत्तीसारखा प्रचंड देह सारखाच. लहानमोठा हा फरक केला जाऊ नये. मुंगी दिसली म्हणून पायाखाली तुडवू नये व हत्ती आला म्हणून वाकून नमस्कार करण्याचेही कारण नाही! दोघांमध्येही जीव हा सारखाच असतो. मुंगी मेलेली दिसत नाही; पण हत्तीही कोसळतो! जोपर्यंत चैतन्य आहे तोपर्यंतच ते आपल्याला दिसू शकतात. हे चैतन्य समान समजले पाहिजे. त्यात भेदभाव नको. सगळ्यांकडे एकाच दृष्टीने पाहण्याची मनाला सवय व्हावयास हवी! मानवी जीवनात मोह आणि आशा यांचे फार मोठे प्रस्थ असते. अनेकजण नाना प्रकारच्या मोहात सापडून फसतात. पण तरीही त्यांची आशा सुटत नाही! किरकोळ गोष्टीतदेखील मोहाची अवस्था येते. आणि भाविक हो, ती पराकोटीची घातक आहे. माणूस नेहमी आशेवर जगतो, असे म्हटले तर गैर होणार नाही! चांगल्या आशेहून वाईट आशाच नेहमी फसवीत नेतात. हे जाळे टाळलेले चांगले. निरीच्छ मन ठेवले तर मग कसल्याही प्रकारच्या मोहजाळ्यात

फसत नाही. म्हणूनच हा फास टाळायला हवा. सोन्याचाही मोह नको आणि आणखी कशाचाही नको! चकाकणारे सोने विशेषत: स्त्रियांना मोहात पाडते! त्यामुळे सोन्यासारख्या येणाऱ्या जीवनातील संधीला मुकावे लागते. म्हणून तुकोबांना सोने आणि माती सारखेच वाटते! जीवनाची जर माती होणे नको असेल, तर सोन्यापासून दूर राहणे चांगले. हे जर साधले तर घराचे वैकुंठ होईल आणि वैकुंठ म्हणजे साक्षात पांडुरंगच! तो मनी ठसला की वैकुंठ वेगळे नाही. जीवनात काहीही कमी पडत नाही. म्हणून एके ठिकाणी तुकोबांनी म्हटले आहे की,

'काय उणे मज पांडुरंगापायी ।
रिद्धीसिद्धी ठायी वोळगता!'

भाविकहो, ही अवस्था जर आली तर मग कशालाच काही कमी पडणार नाही. मात्र फक्त एकच तळमळ जीवा लागायला हवी... त्या पांडुरंगाची. व्रत एकादशीची!

तुका म्हणे बरे व्रत एकादशी
केले उपवासी जागरण!

पांडुरंगाची जवळीक म्हणजे एकादशी! हाच वारकरी धर्म...! याचा अवलंब केल्याने ह्या साऱ्या अवस्था सहज प्राप्त होतात... पंढरीची वारी आहे माझे घरी...! हा अभिमान निर्माण होतो! आमुची मिरासी पंढरी! आमुचे घर भीमातीरी ॥

पांडुरंग आमुचा पिता । रखुमाई अमुची माता ।
भाऊ पुंडलिक मुनी । चंद्रभागा अमुची बहिणी ।

ही नाती पक्की होतात. याहून दुसरे जग असतच नाही. फक्त पांडुरंग!

भाविकांना माझे आता एकच सांगणे आहे, की कन्या सासुऱ्यासी जाताना पुन्हा पुन्हा मागे परतोनी पाहते, तशी अवस्था प्रत्येकाची व्हावयास हवी. त्या विठाई माउलीचा विरह सहन होऊ शकत नाही. तो सारखा समोर उभा हवा! आई दूर गेली की तान्हुले जसे बावरते, तसे आपल्याला झाले पाहिजे.

पंढरीनाथाला भेटण्याची जीवा लागलीसे आस पाहे रात्रंदिवस वाट ही अवस्था यायला हवी. पौर्णिमेच्या चंद्राची चकोर जशी वाट पाहतो, तैसे माझे मन वाट पाहे असे तुकोबा म्हणतात. सासुरवाशीण दिवाळीच्या माहेरच्या निरोपाची उत्कटतेने वाट पाहते, तशी मी पंढरीची वाटुली पाहतो असे तुकोबांनी म्हटले आहे. भुकेले तान्हुले जशी आईची वाट पाहते. तैसे तुका म्हणे मज लागलीसे भूक धावुनी श्रीमुख दावी देवा!

भाविक हो... पंढरीचा विठोबा व तुकोबा यांची ही अवस्था आहे.

अशी तुम्हा सर्वांची होओ.

पांडुरंगाची तुम्हाला भूक लागो!
तुका म्हणे माझी
पुरवावी आवडी!

नित्य उपचार होऊन आरतीनंतर प्रवचन संपले. भाविकांनी पंढरीरायाचा जयजयकार केला. स्वामींच्या दर्शनाची रीघ संपल्यावर बहिणाने वंदन केले!

स्वामींनी पुन्हा आशीर्वाद दिला!

तुकोबांच्या वाणीने भारावून गेलेली बहिणा परतली!

दुसरा कोणताच विचार तिच्या मनात येईना!

फक्त तुकोबा!

तुकोबा!!

तुकोबा!!!

- ० - ० - ० -

अभंगवाणी तुकयांची रोज पडू लागली कानी. जयरामस्वामींनी एका पाठोपाठ एक प्रवचने तुकारामांच्या अभंगावर आधारित सुरू केली. विठ्ठलाचा एकच ध्यास घेतलेल्या तुकारामांनी समाजात काय चालले आहे, हेही पाहिले होते. स्वधर्माचे मार्गदर्शन बहुजनसमाजाला व्यवस्थित घडत नव्हते. भाविकांना निश्चित काय करावे, हे समजत नव्हते. ढोंगी लोकांनी याचा फायदा घेतला होता. भोंदू 'साधु ठायी ठायी' आपापले मठ बांधून समाजाचे शोषण करीत होते. भगव्या कपड्यांनी वावरत असलेल्या या भोंदू संधीसाधूंचा तुकोबांनी व्यवस्थित समाचार घेतला आहे.

ऐसे कैसे झाले भोंदू
कर्म करोनी म्हणती साधू
अंगा लावूनियां राख
डोळे झाकुनी करिती पाप
दावुनी वैराग्याची कला
भोगी विषयांचा सोहळा
तुका म्हणे सांगो किती
जळो तयांची संगती।।

जयरामस्वामींनी या भोंदूंचे स्वरूप आणखी उघडे करून दाखविले. या लोकांपासून सावध राहण्याचा इशारा त्यांनी दिला. त्यांच्या गोडगोड वाणीला न भुलण्याचा सल्ला दिला. समाजाचे शोषण करणारे हे लोक चुकीचे मार्गदर्शन करीत होते. स्वामींनी पुष्कळ उदाहरणे देऊन त्यांचा चांगलाच समाचार घेतला. कथा

करोनिया दावी प्रेमकला, परंतु अंतरी जिव्हाळा कुकर्माचा कसा असतो, हे स्वामींनी स्पष्ट केले. यांचा मूळ उद्देश वेगळाच असतो. गोसाव्याच्या रूपे हेरी परनारी । तयाचे अंतरी कामलोभ! हे त्यांचे खरे स्वरूप त्यांनी उलगडून दाखविले. ऐसे संत झाले कळी । तोंडी तंबाखूची नळी । हे त्यांचे आणखी खोटे स्वरूप स्पष्ट करून जयरामांनी खरे संत कोण असतात हे सांगताना अनेक गोष्टी सांगितल्या.

खरे संत सोन्यासारखे शुद्ध अंत:करणाचे असतात. तेच समाजाचा खरा उद्धार करतात. तुका म्हणे गुण चंदनाचे अंगी । तसे तुम्ही जगी संतजन. तेच खरे संत जे समाजासाठी चंदनासारखे झिजतात. संतांचे उपकार इतके असतात, की त्यांचे वर्णनही करता येत नाही. काय द्यावे त्यासी व्हावे कसे उतराई। हे कळत नाही.

कारण संतांचिये गांवी प्रेमाचा सुकाळ. नाही तळमळ दु:खलेश, म्हणुनी तुकोबा म्हणतात, तेथे मी राहीन होऊन याचक. कारण -

संत पाऊले साजिरी ।
गंगा आली आम्हावरी ॥
जेथे पडली रजधुळी ।
तेथे करावी आंघोळी ॥
सेतुबंध वाराणसी ।
अवघी तीर्थे तयापासी ॥
तुका म्हणे धन्य झालो ।
संत सागरी मिळालो ॥

भाविकहो...

संतांचे कौतुक करताना तुकोबा हे देहभान हरपतात. संतांची पाउले दिसली की ज्या स्नानाला अत्यंत पवित्र समजले जाते, असे ते गंगास्नान त्यांना घडते! संतांची चरणधूळ सर्वांगाला लावावी इतकी ती पवित्र आहे. काशीला जाऊन जे पुण्य मिळते, ते तेथील साऱ्या तीर्थांच्यामुळे. पण संत हे त्याहून श्रेष्ठ असे सागर आहेत. त्यामुळे ते धन्य होतात. संतांचे दर्शन हे साधेसुधे नसते; तर तो पूर्वजन्माचा ठेवा असतो! संतांच्या पादुका मी डोक्यावर घेईन आणि दिंडीपुढे नाचत नाचत जाईन! संतमहिमा गाताना तुकारामांनी प्रथम बहुजनसमाजाचा, रंजल्यागांजलेल्यांचा विचार केला आहे.

या पीडिताना जो आपुले म्हणतो, तोचि साधु ओळखला जातो! देव तेथेचि असतो. तो वेगळा असत नाही.

कितीतरी अभंगांतून जयरामस्वामींनी संतदर्शन घडविले. एरवी सारेजण

दिवाळी करतात. परंतु तुकोबांची दिवाळी वेगळी आहे. जेव्हा साधुसंत येती घरा। तेव्हा दिवाळी दसरा। हा दुर्मीळ योग असतो.

म्हणून समाजाने प्रथम खऱ्या संतांना ओळखावे लागते. संतचरण शोधावे लागतात! त्यांच्या दर्शनाने भाग्य उजळते.

स्वामींचे दर्शन घेऊन बहिणा बाहेर पडली, ती संतांच्या आगळ्या दुनियेत रममाण होऊनच! तुकारामांसारख्या महान संताची जगावेगळी ओळख स्वामींनी करून दिली होती. त्यांना त्यांचे दर्शन दरवर्षी होते. मग आपल्याला तुकोबांचे दर्शन होईल का? होईल का?

हा एकच ध्यास बहिणाला लागला. ती त्या पारमार्थिक उत्कर्षापर्यंत पोचली होती. शिवाय तिच्यामागे पूर्वजन्माची पुण्याई होती. स्वामींनी तुकारामांची सर्व बाजूंनी महती गायली होती. तेही तुकोबांच्या वाणीने भारावून गेलेले होते. दुष्टांच्या त्रासातून तुकोबा तावूनसुलाखून निघाले होते. त्यांना पराकोटीचा मानसिक त्रास झाला होता. पण तुकोबांचे वैशिष्ट्य हे, की त्यांनी ह्या सामाजिक उपद्रवाचा व त्यात सहभाग असलेल्यांचा उल्लेख कोठेही केलेला नाही. उलट, त्याच समाजाच्या आध्यात्मिक उन्नतीचा प्रयत्न त्यांनी केला.

बहिणाला याच गोष्टीचे माहात्म्य वाटत होते. असा सत्पुरुष आपणाला दर्शन देईल का? त्यांचा अनुग्रह मिळेल का? सद्गुरू मिळावा तर असाच. त्यांची जर कृपा झाली, तर आपल्या जीवनाचा नव्याने उद्धार होईल! नवीन दिशा सापडेल. संसारातील तापांचा परिहार होईल. यासाठी सद्गुरूचीच आवश्यकता आहे.

तिची झोप उडाली. रात्रंदिवस तिला तुकोबांचाच ध्यास लागला. दुसरा कुठला विचार मनात येईना. काही सुचेना. तिची तळमळ वाढली. उत्कंठा वाढत चालली. स्वामींनी गायलेले अभंग तिचे पाठ झाले होते. ते सारखे ती गुणगुणू लागली... अखेर तिला एक अभंग सुचला...

मत्स्य जैसा जळावाचूनी चरफडी
तैसी ते आवडी तुकोबांची ॥
अंतरीचा साक्ष असेल जो प्राणी
अनुभवे मनी जाणेल तो ॥
तृषितासी जैसे आवडे जीवन
तैसा पिंड प्राणेवीण तया ॥
बहेणी म्हणे हेत तुकोबांचे पायीं
ऐकोनियां देही पदे त्यांची ॥

सदगुरु तुकोबा केव्हा भेटतील? जन्ममरणाचा फेरा कसा चुकेल?

बहेणी म्हणे माझा जाऊ पाहे जीव
का बा नये कींव तुकोबा?

- ० - ० - ० -

रात्रंदिवस बहिणाच्या अंतरंगात एकच नाव निनादत होते. 'तुकाराऽम... तुकाराऽमऽ' त्यांच्या अभंगांच्या ओळी बहिणाच्या मुखातून आपोआप येत होत्या. ती संपूर्णपणे तुकाराममय झाली.

एके दिवशी रात्री तिला झोपही येईना. सारखी कूस बदलत होती. उठून बसत होती. "अग बहिणा, हे काय लावलं आहेस... सारखी ह्या कुशीवरून त्या कुशीवर होते आहेस." झोपेतून जाग आली असताना जानकीबाई म्हणाल्या, "झोप आता, कसलाही विचार करू नकोस..."

"अगं आई," बहिणा म्हणाली, "सारखे तुकोबांचे अभंग ऐकू येत आहेत... टाळ मृदुंग वाजत आहेत... स्वामी गात आहेत... मग मला झोप कशी लागणार? तू झोप... झोप आली की मी झोपेन..."

जानकीबाईंना झोप लागली.

बहिणालाही झोप केव्हा लागली, हे कळले नाही...

...बहिणाच्या डोळ्यांसमोर एकदम एक प्रखर प्रकाशवलय निर्माण झाले... त्यात तिचे परमदैवत तुकोबा उभे होते... त्यांनी तिच्या मस्तकावर हात ठेवला व तिला रामकृष्ण हरी हा महान गुरुमंत्र दिला... निनादत राहिला... प्रकाशवलय धूसर होत गेले...!

बहिणाबाई एकदम जाग्या झाल्या. त्यांना हवा असलेला अनुग्रह तुकोबांकडून मिळाला!

रामकृष्ण ऽ हरी ऽऽ
रामकृष्ण ऽ ह ऽ री ऽ
रामकृष्ण ऽ ह ऽ री ऽऽ

- ० - ० - ० -

"आ ऽ ई ऽ बा ऽ बा ऽ "

बहिणाबाई जवळजवळ ओरडल्याच. लगेचच सर्व जागे झाले...

"काय ग" जानकीबाई म्हणाल्या, "का ओरडलीस?"

"अगं, मला तुकोबांनी दर्शन दिलं- अनुग्रह दिला... गुरुमंत्रही दिला." बहिणाबाई म्हणाल्या, "माझ्या मस्तकी हात ठेवून मला आशीर्वाद दिला... मी धन्य

झाले... मला सद्‌गुरू भेटले..."

बहिणाबाईंनी स्वप्नाची सारी हकिकत सर्वांना सांगितली. त्यांच्या आनंदाला उधाणच आले!

"बहिणा," आऊदेव म्हणाले, "तू धन्य झालीस आता. अनुग्रहित झाली. तुझ्या अंतरीची तळमळ साकार झाली. जयरामस्वामींची कृपा झाली."

"होय, बाबा." बहिणाबाई म्हणाल्या, "त्यांच्यामुळेच मूर्तिमंत तुकाराममहाराज माझ्या डोळ्यांसमोर आले. मला दर्शन मिळाले."

असाध्य घटना अखेर साध्य झाली. ही सारी घटना केवळ त्यांच्या अपूर्व इच्छाशक्तीमुळे घडली. त्यांच्या जीवनात ही नवी पहाट नवे स्वप्न घेऊन उगवली. तुकोबांची मनात उभी केलेली मानसपूजा अखेर साकारली! तुकोबांनी नवी काव्यशक्ती दिली. बहिणाबाईंनी अभंग लिहिला... 'केले समाधान पाजिले अमृत.'

- ० - ० - ० -

बहिणाबाई संपूर्ण तुकाराममय बनल्या. अनुग्रहित झाल्यामुळे ध्यानी, मनी, स्वप्नी तुकारामच! अद्‌भुत घटना घडून सारे काही मनासारखे झाले.

जयरामस्वामींना अंतर्दृष्टीने बहिणाबाईंच्या स्वप्नाची हकिकत समजली. त्यांना अतिशय आनंद झाला. रोज चालू असलेल्या प्रवचनांना बहिणाबाईंची उपस्थिती त्यांना जाणवत होती. त्यांच्यातील प्रगती ध्यानी येऊ लागली होती. तुकारामांसंबंधी प्रवचनातून त्यांना जेवढे सांगायचे होते, ते सारे सांगून झाल्यावरच ही घटना घडली.

जयरामस्वामी अकस्मात घरी आलेले पाहून हिरंभट आनंदित होऊन म्हणाले, "यावे स्वामी...यावे..."

स्वामींना आसनावर बसवून हिरंभटानी त्यांना वंदन केले व बहिणाबाईंची सारी हकिकत सांगितली.

हिरंभटांच्या घरी स्वामी आल्याचे कळताच सारी मंडळी त्यांच्या दर्शनार्थ आली. बहिणाबाईंनीही साष्टांग नमस्कार घालून वंदन केले व मनोमनी स्वामींची पूजा केली.

"बहिणा," स्वामी म्हणाले, "तुकोबांची तू आता अनुग्रहित झालेली आहेस. तुला गुरुमंत्रही मिळाला. आता त्याला शोभेल अशी पारमार्थिक प्रगती तुझी होईल, असा माझा तुला आशीर्वाद आहे. तुकोबांनी तुझ्या मस्तकी हात ठेवून तुला सर्व शक्ती दिल्या आहेत. तेव्हा आता तू कीर्तन करण्यास आरंभ करावास व तुकोबांची पावन वाणी सर्वसामान्यांपर्यंत नेऊन समाजाचे ऋण फेडावेस, अशी माझी इच्छा आहे. तुझी काव्यशक्तीही फुलू दे."

बहिणाबाईंनी पुन्हा स्वामींना वंदन केले! मनातल्या मनात त्यांनी काव्य

केले, ''मजवरी दृष्टी कृपेची ओतली प्रेमाची गुंतली माय जैसी ।।''

- ० - ० - ० -

बहिणाबाई कमालीच्या हरखून गेल्या. त्यांच्या ध्यानीमनी नसतानाही जयरामस्वामी आपणहून आले. त्यांचे दर्शन तर झालेच; पण त्यांनी प्रेमळ आशीर्वादही दिला.

खरे म्हणजे स्वामींची मनोभावे पूजा करावी, असे त्यांना वाटू लागले होते. ही महान पर्वणी आपणहून चालत आली होती. शिवाय ते उचितही दिसले असते !

पण का कुणास ठाऊक, त्यांना रत्नाकरांची भीती वाटली! त्यांना आवडले नाही तर? त्यांना जबरदस्त शंका आली व ती रास्तच होती. त्यांचे मन थोडेसे पालटले होते. पण त्यांचा काय नेम? पुन्हा त्यांना वाईट वाटून राग आला तर? त्यांच्या रागाचा भीषण परिणाम एकदा दिसला होता. आता पुन्हा तसे घडायला नको होते.

अजूनही बहिणाबाई रत्नाकरांबद्दल साशंकच होत्या. तुकोबांचा अनुग्रह स्वप्नात का होईना, पण झाला होता. त्यांचे मनोहारी दर्शनही झाले होते. अंतरीची इच्छा पूर्ण झाली होती. पण रत्नाकरांवर भरवसा ठेवण्याची मुळीच तयारी नव्हती त्यांची.

जयरामस्वामींच्या प्रवचनांना रत्नाकर सुरुवातीला काही वेळा आले होते. पण तो राधाचा प्रसंग झाल्यानंतर प्रवचनांना ते फिरकले नव्हते. त्याबद्दल कुणीही त्यांना विचारले नव्हते. विषयही काढलेला नव्हता. त्यांच्या न येण्याचा अंदाज सर्वांना आला होता.

याच हेतूने आज बहिणाबाईंनी स्वामींची मानसपूजा केली. त्यांच्या हृदयी स्वामी विराजमान झाले होते. तुकोबांचे दर्शन होण्यास व अनुग्रह मिळण्यास स्वामीच मध्यस्थ होते. त्यांनी तुकारामांची अद्वितीय मूर्ती सर्वांच्यापुढे साकार केली होती.

या सर्व एकापेक्षा एक चांगल्या घटनांवर पाणी पडावे, असे त्यांना वाटत नव्हते!

त्यांच्यावर आता वेगळी जबाबदारी येऊन पडली होती. रत्नाकरांना वाईट वाटेल असे काहीही करण्याची त्यांची तयारी नव्हती. अतिशय विचारपूर्वक त्यांना आता दैनंदिन जीवन पार पाडायचे होते.

तुका म्हणे वाणी
प्रेम अमृताची खाणी ।।

- ० - ० - ० -

सायंकाळच्या सुमारास जयरामस्वामी घरी परतले. प्रवचन आटोपूनच ते हिरंभटांकडे गेले होते. बहिणाबाईंना तुकोबांचे दर्शन घडले, याच आनंदात ते होते.

सारखा तोच विषय त्यांच्या मनी घोळत होता.

अशी घटना प्रथमच घडत होती. तुकोबांसंबंधी प्रवचने ऐकून तुकोबांच्या बाबतीत पराकोटीची आपुलकी निर्माण झाली होती. फक्त तुकोबा एवढाच विषय बहिणाबाईंच्या मनात होता. त्याचेच पर्यवसान अखेर तुकोबांच्या दर्शनात झाले होते. ध्यानीमनी ते स्वप्नी हे चक्र खरोखरच घडले होते. बहिणाबद्दल प्रथमपासूनच त्यांच्या मनात एक वेगळे वात्सल्य निर्माण झाले होते. वयाच्या मानाने त्यांची आध्यात्मिक प्रगती खरोखरच आश्चर्यकारच वाटली होती. पुष्कळ गावांतून त्यांची प्रवचने चालू असायची; पण हा एकमेव अनुभव होता.

रात्री स्वामी जेवीत नसत. फळे व दूध घेत. ते झाल्यावर ते सहज बसले. त्याच अवस्थेत त्यांची भावसमाधी लागली...

भजनाच्या पोषाखातील साक्षात
तुकोबा त्यांच्यासमोर उभे राहिले...
त्यांच्या सभोवताली दिव्य प्रकाश तेजाळत होता...
त्यात तुकोबा अत्यंत प्रेमळ भासत होते...
स्वामींनी त्यांना मनोभावे वंदन केले...
ह्या मनीची शब्दांपलीकडील भाषा त्या मनी पोचली...
हृदये हृदयासी मिळाली...
तुकोबांनी मंदस्मित केले...
-------------!

त्याच आनंदाच्या डोही जयरामस्वामी दंग असताना स्वामींची भावसमाधी संपली... ते अलौकिक तेज कमी कमी होत गेले...! उरला फक्त अत्यानंद... समोर कोणीच नव्हते...

तुका म्हणे तैसा ओतलासे ठसा
अनुभव सरिसा मुखा आला...!!

भावसमाधी उतरली तरी तो झालेला परमानंद कमी झाला नाही... तुकोबांचे अशा तऱ्हेचे दिव्य दर्शन स्वामींनाही प्रथमच घडत होते...! आषाढीच्या वेळी पंढरीत होणारी गाठभेट नेहमीची होती... पण ही दैवी भेट?...ही कुणी घडविली...? दुसरे कोण?

विठ्ठल सिद्धीचे साधन ।
विठ्ठल ध्यान विसावा ॥
विठ्ठल प्रेमाचा पुतळा ।
लावियला चाळा विश्व विठ्ठले ॥

तुका म्हणे देह
भरिला विठ्ठले ॥

बहिणाबाईही गाढ निद्रेत होत्या. दिवसभर आज बरीच कामे झाली होती. त्यांना लगेच झोप लागली. झोपेपर्यंत सारे विचार स्वामींचे व तुकोबांचेच होते....

एकदम प्रखर प्रकाश दिसू लागला... त्यातील वलयात अत्यंत तेजस्वी तुकोबा दिसू लागले... ते हळूहळू तिच्यासमोर बसले. त्यांच्या मुखी प्रसादरूपी कवळ घातिला... त्यांनी मंदस्मित केले... आणि अत्यंत गोड आवाजात ते म्हणाले---

"आलो जयराम भेटीसी

तुजही मानसी ओळखले

तुम्ही आता इथे...

राहू नका कदा----

आत्मज्ञान बोधा न संडावे----"

----तेजोवलय धूसर होते गेले....

----तुकोबांचे शब्द मात्र घुमत राहिले

"आता इथे राहू नका कदा

.... राहू नका...

रा ऽ ऽ हू ऽ ऽ न ऽ का ऽ ऽ"

बहिणाबाईंनी संपूर्ण विचारे लगेच कुणाला उठविले नाही. त्या शांतपणे झोपी गेल्या... त्यांना ह्या दुसऱ्या तुकोबाभेटीचा इतका आनंद झाला होता की... त्यात त्यांना काही घोटाळा नको होता...! वेगळी भाषा नको होती---!

"आता इथे राहू नका कदा."

ही तुकोबावाणी आत्ताच कुणालाही त्या सांगणार नव्हत्या. कोल्हापूर सोडण्याचा विचार आता करावा लागणारच होता... पण आत्ता लगेचच हे ठरविता येत नव्हते... येणार नव्हते! रत्नाकरांचा विचार घ्यावा लागणार होता...!

त्यांच्या मनात काय आहे?

तुकोबांच्या आदेशाप्रमाणे देहूला या...! हा याचा अर्थ होता.

पण हा निर्णय कोण घेणार ?

रत्नाकरांनी विरोध केला तर ?

तुका म्हणे करुनी खरे

ठेविता ते पुढे बरे ॥

- ०-०-० -

जयरामस्वामींची बहुतेक प्रवचने अनंतराव मुंगळ्यांच्याच वाड्यात झाली होती. तेथून परत येताना एका घराजवळ एक छोटेसे विठ्ठल-रखुमाईचे मंदिर होते. मूर्ती अतिशय देखण्या होत्या. रोजच्या पूजेत त्यांच्या गळ्यात तुळशीफुलांची आकर्षक माळ असायची. बहिणाबाईंना ह्या मूर्ती अतिशय आवडत. प्रवचनाला गेले, की त्या रोज न चुकता त्यांचे दर्शन घेत.

एरवीही त्यांना पांडुरंगाची आठवण झाली, की त्या दर्शनाला जात! एकादशीला तेथे बरीच गर्दी असायची. त्याही आवर्जून जात. देवळात कधी कुणी असायचे किंवा कधी कधी कुणीच नसायचे. पण जर कोणी असेल तर प्रसाद म्हणून लाह्या मिळायच्या. त्या बहिणाबाईंना फार आवडत. पंढरीत गेल्यासारखे वाटायचे.

आज त्या सकाळीच दर्शनाला आल्या. पूजा नुकतीच संपली होती. धूप अजून जळत होता. त्याचा मंद सुवास व तुळशीचा गोड सुवास सर्वत्र दरवळत होता. फार प्रसन्न वाटले. "काय, ग, आज इतक्या लवकर आलीस?" तेथे बसलेल्या आजींनी त्यांना प्रसाद देताना विचारले, "सारे काम लवकर उरकले म्हणून यावे वाटले. तुमचीही गाठ पडण्याचा योग होता. बऱ्याच दिवसांनी तुम्ही इथे आलात."

"मुलगा पंढरीला गेलाय." आजी म्हणाल्या, "आता तो येईपर्यंत मीच असणार इथे. हा घे बर्फीचा तुकडा. तोंड गोड कर. पूजेच्या वेळीच एका भाविकाने आणली होती. नरसोबावाडीची आहे बर्फी. आवडेल तुला!"

बहिणाबाईंनी ती हातात घेतली व घाईघाईने त्या घरी आल्या.

"कुठे गेली होतीस?" जानकीबाईंनी विचारले.

"रत्नाकर आत्ताच पूजेसाठी बाहेर गेले. ते जरा गडबडीत असल्याने त्यांनी काही विचारले नाही."

"अगं, विठोबाला गेले होते!"

"आज इतक्या लवकर?"

"एक गोड वार्ता आहे." बहिणाबाई म्हणाल्या,

"ओळख!"

"आता मी काय सांगू?" जानकीबाई म्हणाल्या,

"पुष्कळ विषय आहेत. त्यांपैकी कोठे काय घडले, हे मी कसे ओळखणार? सांग लवकर. बरीच कामे पडलीत, सांग."

"तू आजी होणार आहेस!"

"आणि मी आजोबा." स्वैपाकघरात येता येता आऊदेव म्हणाले, "वा! एकट्या आजीलाच गुपचूप सांगत होतीस! काय विचार काय आहे? आम्हालाही आनंद होणारच की!"

"बाबा," बहिणाबाई म्हणाल्या, "तुम्ही नव्हता इथे म्हणून तिला सांगत होते. तेवढ्यात तुम्ही आलाच!"

"वा बहिणा!" जानकीबाई म्हणाल्या, "हे चांगले झाले. फार दिवसांची इच्छा सफल झाली. आता सारे सुरळीत होईल."

"असे एकदम बोलू नकोस." बहिणाबाई म्हणाल्या, "कुणाचे काय केव्हा बिघडेल, याचा काही नेम नसतो."

सारेच जण हसले!

बहिणाबाईंनी मग तो विठोबाचा प्रसाद तुकडा तुकडा करून सर्वांना दिला!

बहिणाबाईंनी ही आनंदाची वार्ता सर्वांना जरी सांगितली, तरी त्यांना स्वत:ला ते विशेष वाटत नव्हते! त्यांच्या आध्यात्मिक प्रवृत्तीला याचे काहीही आकर्षण नव्हते. रत्नाकरांच्या वागण्यामुळे प्रपंचाकडे त्यांचे लक्ष नव्हते. तरी पण त्यांच्याबद्दल त्यांना तिटकारा नव्हता! त्यांच्याबद्दल पती म्हणून कमालीचा आदर होता.

तुका म्हणे देह भरिला विठ्ठले!
कामक्रोधे केले घर रिते!!

- ० - ० - ० -

बहिणाबाईंना तुकारामांनी स्वप्नात दर्शन व अनुग्रह दिल्याची वार्ता जयराम-स्वामींनी एका प्रवचनात सहज दिली. ही घटना अगदी प्रत्यक्ष घडल्याचे स्वामींनी सांगितले. शिवाय बहिणाबाईंच्या आध्यात्मिक प्रगतीचीही कल्पना त्यांनी दिली.

ही वार्ता सर्वत्र पसरली. कोल्हापुरात तर अशा तऱ्हेची अलौकिक घटना प्रथमच घडत होती. त्यामुळे सर्वत्र बहिणाबाईं विषयी चर्चा चालू झाली होती.

बहिणाबाईंच्या दर्शनाला काही भाविक सारखे घरी येऊ लागले. बहिणाबाईंना वंदन करू लागले.

रत्नाकर तेथे असले, तरी त्यांची चौकशी कुणीच करीत नव्हते. किंवा त्यांच्याशी साधे बोलण्याचीही कुणाची तयारी नव्हती.

बहिणाबाईंना दिवस गेल्याची वार्ताही जवळच्या लोकांना समजली. त्यांचे डोहाळे पुरविण्याच्या निमित्ताने रोज कुणाकुणाकडून खाण्याचे पदार्थ येऊ लागले. नंदाकाकू तर रोजच काहीतरी पाठवू लागल्या. काही वेळा त्या स्वत:ही येत. हिरंभटांच्या उमाकाकूही येऊ लागल्या.

सगळ्या घरांत काही ना काही हेतूने बहिणाबाईंचे नाव घेतले जाऊ लागले. जानकीबाईही सारख्या त्यांच्या आसपास वावरू लागल्या. बहिणाबाईंच्या नावाशिवाय दुसरे काहीच ऐकू येईना...!

याचा व्हायचा तोच परिणाम रत्नाकरांवर झाला! त्यांचा संताप होऊ लागला.

ह्या गोष्टी त्यांना सहन होईनात. ते सारखे बोलून दाखवू लागले. बहिणाबाईंना टोचून बोलू लागले. पराकोटीचा द्वेष निर्माण झाला. जयरामस्वामी, तुकोबा एवढेच नव्हे तर पांडुरंगाबद्दलही ते बोलू लागले.

त्यांना काहीच सहन होईना. हा नवरा-बायकोमधील संघर्ष होता. रत्नाकरांचा अहंकार कमालीचा दुखविला गेला होता. बहिणाबाईंबद्दल त्यांच्या मनात प्रचंड द्वेष निर्माण झाला. घरातील प्रेमळ वातावरण केव्हाच संपले!

आऊजी व जानकीबाईंची कमालीची कोंडी झाली. काय करावे, हे त्यांना सुचेना. जावईबुवांना बोलायचे कसे? त्यांच्या चुका त्यांना कशा समजावून सांगायच्या? दोघांनी पुष्कळ विचार केला; परंतु मार्ग सापडेना. मध्यंतरी त्यांनी केलेला प्रकार पुन्हा होऊ न देण्याची खबरदारी घ्यावी लागत होती.

बहिणाबाईदेखील गोंधळून गेल्या. त्यांच्या आध्यात्मिक प्रगतीमुळे या साऱ्या घटना घडत गेल्या होत्या. रत्नाकरांच्या ह्या साऱ्या त्रासदायक वर्तनामुळे त्यांची पराकोटीची कोंडी झाली. पण त्यांनी हे कधीही बोलून दाखविले नाही! स्वत:चा मोठेपणा पतीसमोर मिरविला नाही किंवा कधी त्यांना बोलूनही दाखविले नाही !

"ही असली बाई मेली, तरी मला काहीही वाईट वाटणार नाही!"

"ज्यांना काही समजत नाही, ते लोक हिच्या दर्शनाला येतात."

"हिचे थोबाडदेखील पाहण्याची इच्छा नाही माझी."

"मला ती कमीपणा देतीय."

"असल्या वातावरणात राहणे मला मुश्कील झालेय!"

"असल्या बायकोला का म्हणून सांभाळायचे?"

अशा तऱ्हेची मुक्ताफळे रत्नाकर स्वैरपणे वापरत. सर्वांना यांची सवय झाली होती. रत्नाकरांना कुणाचीच भीती आता वाटत नव्हती. मनाला येईल ते बोलणे चालू केले होते.

आध्यात्मिक व पारमार्थिक गोष्टींचे तसे त्यांना वावडेच होते. त्यामुळे आपली बायको या क्षेत्रात किती पुढे गेलीय हे त्यांच्या गावी नव्हते. त्यांच्या अहंकारापुढे त्यांना बायकोचे महत्त्व वाटतच नव्हते.

"रत्नाकर," एक दिवस न राहवून अखेर आऊदेव म्हणाले, "एक गोष्ट विचारू का?"

"विचारा की!"

"आपणास चालेल ना?"

"विचारा तरी."

"आपण अलीकडे असे त्रासल्यासारखे का झाला आहात?" आऊदेव म्हणाले,

“आमचे काही चुकतंय का? तसे असल्यास स्पष्ट सांगावे; म्हणजे आमच्या वागण्यात सुधारणा करता येईल.”

“छे छे!” रत्नाकर म्हणाले, “तसे काही घडलेले नाही. मलाच काही कळेनासे झाले आहे. या घरात माझे स्थान काय आहे, याची मलाच काही कल्पना नाही.”

“हे घर तुमचेच आहे.” आऊदेव म्हणाले, “आम्हीच या घरात पाहुणे आहोत. आपण म्हणाल तेव्हा आम्ही निघून जाऊ. हा संसार आपला आहे. आपण तो आवडीने करावा. आपली पत्नी आपल्या ऐकण्याबाहेर मुळीच नाही. तुम्ही तिचे सर्वस्व आहात. जयरामस्वामी व तुकाराममहाराज हे तिला पित्यासमान व गुरूच आहेत. तिचे सर्वस्व आपणच आहात. आपल्या आज्ञेबाहेर ती मुळीच नाही.”

“ते काहीही असले, तरी मी आता या घरात राहणार नाही. मी अरण्यात जाणार आहे. आपल्या लेकीचा आपण अवश्य सांभाळ करावा. माझी काही अडचण येणार नाही.”

“हे एका टोकाचे बोलणे झाले.” आऊदेव जरा थांबून म्हणाले, “आपण सुज्ञ आहात. आपली पत्नी गरोदर आहे. अशा अवस्थेत तिला आपल्या आधाराची गरज आहे. घर सोडून जाण्याचा विचार तिच्या ह्या अवस्थेत चांगला नाही.”

“माझा निर्णय पक्का आहे.” रत्नाकर म्हणाले, “त्यात बदल होणार नाही.” आणि ते बाहेर निघून गेले. आऊदेव व जानकीबाई पाहतच राहिले!

रत्नाकरांनी ही नवीन समस्या निर्माण केली.

बहिणा नंदाकाकूकडे गेली होती. तिला आता काय सांगायचे ? हे कोडे सुटण्यासारखे नव्हते!!

- ० - ० - ० -

रत्नाकरांचा निर्णय जानकीबाईंनी जेव्हा बहिणाबाईंना सांगितला, तेव्हा त्या काहीच बोलल्या नाहीत! जानकीबाईंनी पुन्हा पुन्हा विनविले तरी त्या तशाच बसल्या. अखेर जानकीबाई निघून गेल्या.

येणाऱ्या कोणत्याही परिस्थितीला सामोरे जाण्याचा निर्णय त्यांनी घेतला होता. तो कायम होता. माझे काय चुकते आहे? पतिधर्मावर माझी पराकाष्टेची श्रद्धा आहे.

पती हेच दैवत आहे माझे. मग ते कसे का वागेनात! माझा पत्नीधर्म मी कधीच सोडणार नाही. पती हे सर्वस्व आहे माझे. हे माझे कायमचे व्रत आहे. निष्ठा आहे माझी. तिचे मी उल्लंघन कधीच करणार नाही. माझ्या हृदयात अन्य कोणालाही स्थान नाही! भ्रतार हाच माझा सद्‌गुरू! त्याच्याशिवाय अन्य काही नाही मग त्यासाठी वाट्टेल ते करण्याची तयारी आहे माझी.

बहेणी म्हणे माझ्या जीवाचा निर्धार बोले

पै विचार हरिजाणे!!

- ० - ० - ० -

"मी पांडुरंगाची, तुकारामांची, जयरामस्वामींची निंदा केलीय, त्याचे प्रायश्चित्त म्हणून जर हे दुखणे मला लागले असेल तर काही चमत्कार होऊन मला बरे वाटावे, अशी मी त्यांची प्रार्थना करतो व क्षमा मागतो त्यांची."

अखेर रत्नाकरांनी विनवणी केली! क्षमा मागितली!!

घर सोडून जाण्याच्या रत्नाकरांच्या निर्णयाला बहिणाबाईंनी निर्धाराने सामोरे जाण्याचे ठरविले होते. त्या रत्नाकरांच्या बडबडीकडे लक्ष न देता त्यांची सेवा करीत राहिल्या. परंतु रत्नाकरात काही फरक पडण्याची लक्षणे दिसत नव्हती.

बहिणाबाईंनी लोकांना दर्शनार्थ येऊ नका म्हणून सांगितले होते, तरी लोक येतच होते. त्यामुळे रत्नाकरांच्यात काही फरक पडत नव्हता! ते अक्षरश: त्यांच्याविरुद्ध जळत होते. चडफडत होते. बहिणाबाई शांत होत्या. त्या काहीही वेगळी प्रतिक्रिया व्यक्त करीत नव्हत्या!

त्यामुळे रत्नाकरांची जरा कुचंबणा होत होती. प्रतिकार केला असता, तर त्यांना नवा चेव आला असता! बहिणाबाईंनी हेच टाळले होते. त्यामुळे रत्नाकरांचा अहंकार कमी न होता वाढला!

"उद्या मी या घरात न राहता अरण्यात गमन करणार आहे."

रत्नाकरांनी घोषणा केली! तयारी केली!!

परंतु त्याच रात्री त्यांच्या सर्वांगाचा प्रचंड दाह सुरू झाला. आग! प्रचंड आग! जळजळ! ते आतून पोळून निघत होते! अखेर जाहीर केलेला निर्णय तूर्त तरी त्यांना पाळता आला नाही! ते ओसरीवर पडून होते. बहिणाबाई रात्रंदिवस त्यांना वारा घालीत बसलेल्या होत्या. गार पाण्याचे कापड त्यांच्या शरीरावर टाकीत होत्या; पण फरक पडत नव्हता.

आऊदेवही सतत निरनिराळ्या मात्रा व औषधे, काढे करून देत होते. पण थंडावा निर्माण होत नव्हता! अन्नपाणी घेता येत नव्हते. ते विलक्षण थकत चालले होते. अंगी त्राण राहिले नव्हते.

नाना तऱ्हेचे विचार त्यांच्या मनी येऊ लागले होते. आत्तापर्यंत त्यांनी ज्या ज्या गोष्टी केल्या होत्या, त्यांचे चित्र त्यांच्या डोळ्यांसमोर तरळत होते. त्यात चांगले असे काहीच नव्हते. आपल्या या वागण्यामुळेच आता आपले मरण जवळ आले, असे त्यांना वाटू लागले!

त्यांच्या मनाची परिस्थिती दोलायमान झाली. शरीराच्या व्याधीमुळे अंगाचा दाह होत होता व त्यांच्या वृत्तीमुळे त्यांच्या अंतर्मनात आग लागली होती! त्या

आगीत ते भाजून पोळून निघत होते. ही आग त्यांनीच लावली होती----!

---आपल्या बायकोच्या वागण्यात त्यांना काहीच फरक वाटत नव्हता. रात्रंदिवस तीही जागीच होती--- सारखा त्यांना वारा घालीत बसली होती--- औषधे पाजत होती--- अत्यंत सेवाभावी वृत्तीने ती हे सारे करीत होती--- त्यात चिडचिड--- राग-आदळआपट वगैरे काहीही दिसत नव्हते---! मग आपण तिच्याशी असे का वागत आहोत? डोळ्यांवर हे जाड वस्त्र कशासाठी आपण धारण केले आहे? काय मिळाले यात आपणाला?--- उलट, ही महाभयंकर व्याधी आपल्यामागे लागलीय. साक्षात पांडुरंगावर आपण आरोप केले. तुकारामासारख्या महान संताची निंदा केली--- जयरामस्वामीसारख्या प्रेमळ पित्यासमान वागणाऱ्या निर्मळ साधूवर घाणेरडे आरोप केले--- याचेच फळ म्हणून ही व्याधी आपल्या मागे लागली...!

---अरेरे! रत्नाकरा, किती हलक्या मनोवृत्तीचा आहेस तू! हे काय करून बसलास तू--- तुला जर पुत्रमुख पहायचे असेल तर--- या सर्वांची क्षमा माग--- त्यांची विनवणी कर--- पूर्ण पश्चात्ताप झालाय असे दाखवून क्षमायाचना कर....!

आणि मग त्यांनी पांडुरंगाची, तुकारामांची व जयरामस्वामींची क्षमा मागितली- चमत्काराची अपेक्षा केली---!

त्यांचा अहंकार संपला!

त्यांना आता मरण नको होते!

त्यांना नव्या जीवनाची सुरुवात करायची होती.

ही उपरती योग्य वेळी झाली!

पुरता पश्चात्ताप जाहला.

पत्नीकडे पाहण्याची त्यांना आता लाज वाटू लागली होती!

आपण त्या योग्यतेचे आहोत का, हा प्रश्न त्यांना सतावीत होता!

पत्नीच्या मनाचा कधी विचार केला होता का आपण?

तिला काय वाटले असेल?

पर्यायाने जगाला काय वाटेल?

आता स्वतःचाच त्यांना राग येऊ लागला होता...!

रत्नाकरा, काय करून बसलास तू हे ?

ज्या महावैष्णवांची तू निंदा केलीस, त्यांच्यापुढे तुझी योग्यता काय आहे? काय आहे---?

"जरी तुकाराम निंदिला त्यागुणे
असेल दुखणे व्यथा मज
तरी चमत्कार दाखवावा सध्या

जीवी विश्ववंद्या तुकारामा!!''

- ० - ० - ० - ० -

''अरे रत्नाकरा... तुला जर खरोखरच पश्चात्ताप झाला असेल तर पुरता विचार कर... स्वपत्नीचा कशासाठी त्याग तू करणार होतास? काय होता तिचा अपराध? ---आता हे सारे विसरून जा--- तुला जर आनंदाने जीवन जगायचे असेल तर तिचा स्वीकार कर--- ती संपूर्ण विरक्त असून हरिभक्त आहे... तूही तसाच हो...पांडुरंगाला शरण जा... शरण जा...''

---''स्वामी...'' रत्नाकर म्हणाले, ''मला क्षमा करा... क्षमा करा... मी चुकलोय... मला नवी वाट दाखवा... कृपा करा...''

रत्नाकरांनी स्वामींचे पाय धरिले. आळवणी केली.

''तुझी इच्छा पूर्ण होईल... मात्र तू आता देहूला जा... तुकारामांची सेवा कर... त्यातच तुझे खरे कल्याण आहे...''

रत्नाकरांनी पुन्हा वंदन केले... स्वामी हळूहळू अदृश्य झाले...!

रत्नाकर झोपेतून जागे झाले... ''स्वामी स्वामी...'' ते ओरडू लागले...!

''काय झाले?'' बहिणाबाईंनी विचारले, ''काही त्रास होतोय का? पाणी हवंय...''

''नको...'' रत्नाकर म्हणाले, ''मला स्वामींनी खरोखरच जीवनामृत पाजले आहे... त्यामुळे मी तृप्त आहे... माझा दाहही कमी होत चाललाय... स्वामींनी मला क्षमा केलीय... स्वामी... स्वामी... मला तुमची महती समजली नाही... मी पापी आहे...''

आणि रत्नाकर रडू लागले...!

बहिणाबाईंनी त्यांना शांत केले. त्यांचे अश्रू पुसले...!

आता खरोखरच त्यांचे मन निर्मळ झाले... दुरावा संपला...!

नवा रत्नाकर आता निर्माण झाला होता...!

तुका म्हणे सरते करा पांडुरंगी!

शरण आलो मायबापा...

शरण आलो मायबापा!!

- ० - ० - ० -

रत्नाकरांच्या ओरडण्याने सारेच जागे होऊन सभोवती बसले होते.

रत्नाकरांनी त्यांना पडलेले स्वप्न सर्वांना सांगितले!

बहिणाबाईंनी पतीला मनोभावे वंदन केले! आईवडिलांचा आशीर्वाद घेतला !

''रत्नाकर.'' आऊदेव म्हणाले, ''तुम्ही खरोखरच धन्य झाला आहात. तुमच्या डोळियांतून जे अश्रू वाहिले, त्यातून जुने सारे वाहून गेले आहे. आता ही नवी पहाट

उदयाला येत आहे. स्वामींनी तुम्हाला पुनर्जन्म दिलाय. त्यांच्या रूपाने पांडुरंगानेच तुम्हाला हा नवा मार्ग सांगितलेला आहे. त्यातच आता तुमचे कल्याण आहे.''

"मला लाजवू नका.'' रत्नाकर त्यांना वंदन करीत म्हणाले, "माझ्या ब्राह्मण्याचा खोटा अहंकार मी बाळगून होतो. स्वतःला वेदान्ती समजत होतो. पण ते आता सारे संपले आहे. मला कुणाचाच मोठेपणा समजत नव्हता, समजला नव्हता. आता देहूला जाण्यासंबंधी लवकरच ठरवावे लागेल.''

"रत्नाकर'' आऊदेव म्हणाले, "तुमची तब्येत जरा सुधारली म्हणजे मग त्याचा विचार करा. आता तुम्हाला एक गोष्ट सांगतो. तुम्ही आजारी पडण्यापूर्वी तुकोबांनी बहिणाला पुन्हा दर्शन देऊन देहूला येण्याचे सांगितले होते. त्या वेळी बहिणाने हे कुणालाच सांगितले नव्हते. परवा एकदा सहज तिने सांगितले. पण आज आता पुन्हा देहूचे आमंत्रण तुम्हालाही आले आहे. तेव्हा तुम्ही दोघेजण देहूला जा. आम्ही येथूनच देवगावला जातो. तुमच्या दोघांच्या संसाराला नव्याने सुरुवात करा... आमचा आशीर्वाद आहे.''

"नाही. आत्ताच तुम्हाला जाता येणार नाही.'' रत्नाकर प्रेमळपणे म्हणाले, "आमच्या बरोबर तुम्हाला देहूला यावे लागेल. तुकोबांचे दर्शन घेऊन पावन व्हावे लागेल. नातवाचे मुख पाहोन मग हा निर्णय घेता येईल. तोपर्यंत तुम्हाला जाता नाही येणार.''

"जशी आपली इच्छा.' आऊदेव म्हणाले, "बहिणालाही अशा अवस्थेत सोडून जाणे इष्ट नाही. देहू काही जवळ नाही. बराच लांबचा प्रवास आहे. सावकाशच करावा लागेल. तिची काळजी घ्यावी लागेल.''

"रत्नाकर आहेत का?'' बाहेरून एक हाक आली. तो गृहस्थ आत आला. सारेजण ओसरीवरच होते.

"या ऽ या ऽ'' आऊदेव म्हणाले...

"स्वामींनी पंढरपूरचा प्रसाद दिलाय.'' तो म्हणाला, "कालच पंढरीहून एकाने आणलाय, घ्या. रत्नाकरांनी तो प्रसाद कपाळी लावून घेतला व म्हणाले, "आज स्वामींच्या दर्शनाला आम्ही सारे जण येऊ.''

"स्वामी आत्ताच पुढील प्रवासाला गेले.'' तो म्हणाला, "आम्ही निरोप देण्यास गेलो असताना त्यांनी हा तुम्हाला देण्यास मला सांगितले---!''

आणि तो गेला---!

सारेजण पाहतच राहिले!

जयरामस्वामी कोल्हापूर सोडून गेले!

परंतु रत्नाकरांना दर्शन देऊन गेले!

शिवाय पांडुरंगाचा प्रसाद दिला!

सावळे सुंदर
रूप मनोहर
राहो निरंतर
हृदयी माझे!

- ० - ० - ० -

देहूला सारेजण राहण्यास जाणार असल्याची वार्ता सगळीकडे पसरली. बहिणाबाईंच्या दर्शनाला पुन्हा गर्दी उसळली. स्वामींनी त्यांच्या अखेरच्या प्रवचनात बहिणाबाईंचा पुन्हा आदराने उल्लेख केला होता! त्यांना तुकोबांनी देहूला बोलावल्याचेही सांगून टाकले होते!

रत्नाकरांची प्रकृती नवीन औषधांमुळे लवकर सुधारली. ते हिंडूफिरू लागले. चार लोकांशी बोलू लागले. आसपासच्या मंडळींना याचे विशेष वाटले. त्यांच्यात चांगलाच फरक पडल्याचे बोलले जाऊ लागले. गणपतरावांनी सगळ्यांना भोजनाचे आमंत्रण दिले.

"रत्नाकर," जेवण झाल्यावर गणपतराव म्हणाले, "आपण देहूला जात आहात. भाग्यवान आहात. खुद्द तुकोबांनी आमंत्रण दिले असल्याने हे महत्त्वाचे आहे. तुमचा तेथील काळ सुखाचा जावो, हीच सदीच्छा!"

गणपतरावांना सगळ्यांनी वंदन केले. त्यांचा आशीर्वाद घेतला.

मंदाबाईंनी प्रत्येकाला काहीतरी दिले. बहिणाबाईंना लुगडे व चोळीचे कापड दिले.

"पुत्रवती भव," बहिणाबाईंनी नमस्कार करताच मंदाबाई म्हणाल्या, "प्रवासात काळजी घ्या. एकदम जास्ती चालू नका."

तेथून निघताना बहिणाबाईंना व जानकीबाईंना गहिवरून आले. मंदाबाईंनी विलक्षण जिव्हाळा लावला होता.

कशाळकरांच्या घरीही असेच घडले. ते तर अगदी शेजारीच होते.

बाबाजी सरनाईक व राहीबाई घरी येऊन वंदन करून गेले.

कोल्हापुरी जिरेसाळीच्या तांदळाचे भलेमोठे गाठोडे त्यांनी आवर्जून दिले!

"रत्नाकर," हिरंभट जाताना म्हणाले, "जे काही दिवस येथे तुम्ही राहिला, त्या आठवणी आम्हाला पुष्कळ वर्षे पुरतील. तुकारामांच्या सान्निध्यात तुम्ही जात आहात, हे तुमचे भाग्य समजावे लागेल."

उमाबाईंनी तशा भल्या पहाटे सर्वांना गरम केशरी दूध दिले!

कपिलेला चारा घातला!

सारेजण निघाले देहूला...!

सांगाती होती कपिला!

कशाळकर मंडळी दारात उभीच होती.

एकमेकांना नमस्कार झाले. बहिणाबाईंनी पुन्हा एकदा सर्वांना वंदन केले!

मंडळी वाटेला लागली! अंबाईच्या शिखरावर प्रकाशकिरण उजळीत होते...!

कालच तिच्या दर्शनाला सारी मंडळी जाऊन आली...! पुन्हा पुन्हा मागे वळून पाहणे झाले...! वाटचाल सुरू झाली!

धन्य आजि पंथे
चालती पाऊले
टाळिया शोभले
कर दोन्ही!!

- ० - ० - ० -

मजलदरमजल करीत व पुष्कळ ठिकाणी मुक्काम करीत मंडळी पुण्यात पोचली. वाटेत तसा त्रास काही झाला नाही. मंदिरातून रहावे लागे. कोरड्या भिक्षेवर भागवावे लागले.

"बाबा," बहिणाबाई म्हणाल्या, "येथून आळंदी जवळ आहे. इतक्या लांब आलोय; तेव्हा अगोदर ज्ञानियांच्या राजाचे दर्शन घ्यावे, असे मला वाटते. कधी स्वप्नातही वाटले नव्हते. वाटेत एक पांथस्थ म्हणाला होता की, आळंदीहून देहू अगदी जवळ आहे."

"आऊदेव," रत्नाकर म्हणाले, "कल्पना चांगली आहे. अगोदर आळंदीलाच जाऊ. म्हणजे पुन्हा लवकर तिकडे जाणे होईल किंवा होणारही नाही."

"हे चांगले झाले." आऊदेव म्हणाले, "दोन्हीकडेही इंद्रायणीच वाहत आहे. देहूत रोज तिचे स्नान घडेलच; पण आळंदीतही घडावे."

दुसऱ्या दिवशी भल्या पहाटे निघून ते सारे आळंदीत आले. इंद्रायणीचे पवित्र स्नान करून महावैष्णवाचे दर्शनही घडले.

परिसर फारच रमणीय होता. राहण्याची सोय होईपर्यंत बहिणाबाई वाळवंटी रमल्या. त्यांच्या डोळियांसमोर या साऱ्या भावंडांचे जीवन उभे राहिले. सगळ्यांनी समाजाची छळणूक अपार सोसली; पण त्याचा राग कुणावरही काढला नाही. उलट, त्याच समाजाच्या उन्नतीसाठी भावार्थदीपिका लिहून वारकरी पंथाला चालना दिली.

जयरामस्वामींनी ज्ञानेशांच्या समाधीचे वर्णन अशा तऱ्हेने केले होते, की त्यावेळी हजर असलेल्या संतमेळ्यांच्या डोळियांतील अश्रु जसे थांबले नाहीत तीच परिस्थिती स्वामींच्या वर्णनाने झाली. बहिणाबाईंच्या डोळ्यांपुढे तो नामदेवांचा

अभंग उभा राहिला-

कासावीस प्राण मन तळमळी
जैसी कां मासोळी जीवनाविण !
दाही दिशा वोस वाटती उदास
करिताती सोस मनामाजी !
घातियेली घोण प्राण आला कंठी
ज्ञानदेवासाठी तळमळी !
नामा म्हणे देवा वाटतसे खंती
चालली विभूती योगियांची!!

बहिणाबाईंच्या डोळियांत नकळत अश्रू जमा झाले !

''काय गं? काय झालं?'' त्या डोळे पुशीत असतानाच जानकीबाईंनी विचारले.

''कुठं काय? काही नाही.''

''मग डोळे कशाला पुसतेस?''

''अगं, वाळूचा कण गेला वाटतं.'' बहिणाबाई म्हणाल्या, ''थोडी वाऱ्याची झुळूक आली होती.''

''बरं चल, जागा मिळालीय.''

दोघी चालू लागल्या; पण बहिणाबाईंच्या मनासमोरून समाधीचा प्रसंग जाईना....

कोण जाणे
माझे जीवीचा कळवळा
प्रेमाश्रु डोळा
लोटताती !
नामा म्हणे
येथे बोलवेना मज...!
जातसे निजगुज आवडीचे!!

- ० - ० - ० -

''आषाढी कार्तिकी भक्तजन येती
चंद्रभागेमाजी स्नाने जे करिती
दर्शन हेळामात्रे तया होय मुक्ति
केशवासी नामदेव भावे ओवाळती
जयदेव जयदेव जय पांडुरंगा
रखुमाई वल्लभा राहीच्या वल्लभा

पावे जिवलगा!
जयदेव! जयदेव...!

टाळ मृदुंगांच्या आवाजात साक्षात देहूतील पांडुरंगमंदिरी तुकोबा भक्तिभावे पांडुरंगाची आरती करीत होते... अगदी तल्लीन झाले होते.

जमलेले भाविक वैष्णव टाळ्या वाजवत धन्य होत होते...

अशा वेळी बहिणाबाई व सारी मंडळी इंद्रायणीत स्नान करून तेथे पोचली. वैष्णवांत सारे सामील झाले...!

बहिणाबाई धन्य जाहल्या. त्यांचे जिवीचे सदगुरू त्यांना साक्षात दिसत होते. जसे स्वप्नात दिसले तसेच अगदी. तेच रूप. तेच भाव. तोच कमालीचा प्रेमळपणा. बहिणाबाई ते रुपडे पुन्हा पुन्हा पाहत होत्या. इतक्या लवकर या गुरूमाऊलीचे दर्शन घडेल, असे वाटलेही नव्हते.

पण तो सोनियाचा दिनु आला होता. सदगुरूची कृपा झाली होती. ती मूर्ती सामोरी उभी होती. माझिये मनीचा संकल्प पूर्ण झाला. गुरूने मज दावियेला तारू. कृपेचा सागरू पांडुरंग...!

त्याच अलौकिक चित्तवृत्तीत बहिणाबाईंनी तुकोबांच्या पायावर डोके ठेवले! मनोभावे वंदन केले. गुरूचरणी मिळाला विसावा! त्या भारावून गेल्या. आपण पुन्हा स्वप्नात तर नाही ना, असेच क्षणभर वाटले त्यांना....!

त्यांच्या पाठोपाठ सर्वांनी तुकारामांचे दर्शन घेतले. धन्य जाहले.

तुकोबांनी सर्वांनाच आशीर्वाद दिले!

पूर्वजन्माचे सार्थकचि झाले.

याचसाठी केला होता

अट्टहास....!

एका ओवरीत सारी मंडळी बसली. राहण्याची जागा शोधण्यास व भिक्षा आणण्यासाठी रत्नाकर बाहेर पडले. बराच उशीर झाला होता.

''आई'' बहिणाबाई म्हणाल्या, ''आज मी अगदी धन्य झालेय, तुकोबांनी दर्शन दिल्यापासून. तसे फारच लवकर त्यांचे साक्षात दर्शन आज घडावे, हा दैवी योगच असावा. त्या पंढरीनाथानेच हे सारे घडविले असावे.''

''मलाही तसेच वाटते.'' जानकीबाई म्हणाल्या, ''त्याशिवाय साऱ्या गोष्टी इतक्या सहजासहजी होणार नाहीत. प्रवासही चांगला झाला. तुला काहीच त्रास झाला नाही.''

''औषधेच तशी देत होतो मी.'' आऊदेव म्हणाले, ''प्रवासात लागणारी

सारी औषधे मी जवळच ठेविली होती. त्यांचा उपयोग झाला. वाटेतही काही मिळत गेली. विशेषत: पुण्यापासून बऱ्याच वनस्पती मिळत गेल्या. पाऊसपाणी चांगले होत असल्याने सारी समृद्धी आहे. देहूपरिसरातही डोंगरझाडी भरपूर दिसतेय. लवकरच त्यासाठी मला बाहेर पडावे लागेल.''

''येथे आता सारे व्यवस्थित झाले म्हणजे तुम्हाला हे सारे करता येईल.'' जानकीबाई म्हणाल्या, ''देवगाव सोडल्यापासून आता आपण आणखी नव्या गावात आलो आहोत. गाव तसे लहानच आहे.''

''पण तुकोबा फार मोठ्ठे आहेत.'' बहिणाबाई म्हणाल्या, ''त्यांचे वास्तव्य येथे आहे हेच देहूचे मोठेपण. त्यामुळे ह्या भूमीला पावित्र्य प्राप्त झाले आहे. हेच अलौकिक आहे. केवळ नशिबाने आपल्याला ही पवित्रभूमी दिसत आहे.''

''हेच खरे आहे.'' आऊजी म्हणाले, ''सारे योगायोग असतात. तेच खरे होत जातात. कोल्हापुरात स्वामी होते, त्यामुळे तर हे सारे घडत गेले आणि मुख्य म्हणजे जावईबुवात सारा चांगला फरक पडत गेला. आता त्यांची वृत्ती संपूर्ण बदललेली दिसत आहे. प्रवासात ते फारच वेगळ्या तऱ्हेने वागत होते. हा प्रेमळपणा पूर्वी कधी दिसून आला नाही. विशेषत: तुझी काळजी अधिक घेत होते.''

''मलाही तो फरक चांगलाच जाणवला.'' जानकीबाई म्हणाल्या, ''हे सारे स्वामींचेच उपकार आहेत. कोल्हापुराहून जाताजाताही त्यांनी तो जो पंढरीचा प्रसाद पाठविला, त्याचाच हा परिणाम असावा.''

''आणि स्वप्नात येऊन जो उपदेश केला तो तर सर्वांत महत्त्वाचा समजावा लागेल.'' आऊदेव म्हणाले, ''त्यामुळे तर ते एकदम पळतच गेले.''

बराच वेळ त्यांची बोलणी चालू होती. रत्नाकरांचाच विषय होता. बहिणाबाई सुखावल्या होत्या. त्याचे परब्रह्म त्यांना भेटले होते.

बहेणी म्हणे ज्ञान साधेल संगती संतांचे निश्चिती बुद्धियोगे ॥

- ० - ० - ० -

''ॐ भवती भिक्षां देही''

रत्नाकरांनी थोडी वाट पाहून पुन्हा म्हटले,

''ॐ भवती भिक्षां देही''

''यावे ऽ, या'' आतून एक गृहस्थ म्हणाले, ''या''

''हे घर कुणाचे आहे?'' रत्नाकरांनी विचारले

''माझेच आहे, मी कोंडाजी जोशी'' कोंडाजी म्हणाले, ''पलीकडे माझा भाऊ राहतो-रामजी आमची शेती जवळच आहे. आपण कुणीकडून आलात?''

''कोल्हापुराहून... आजच आलो सकाळी.''

"बऱ्याच दुरून आलात.''

"तुकोबांच्या दर्शनाला आलोत.'' रत्नाकर म्हणाले, "फार ऐकिली कीर्ती त्यांची. त्यांचे अभंगही ऐकले.''

"हे पहा, आता फार उशीर झालाय.'' कोंडाजी म्हणाले, "कोरान्न मिळण्यास आणखी वेळ लागेल,''

"तुम्ही सारेच जण आमच्याकडे मध्यानीनंतर जेवणास यावे.''

"पण आम्ही पाच-सहाजण आहोत.''

"काही हरकत नाही.'' कोंडाजी म्हणाले, "आज तुम्ही आमचे पाहुणे आहात.''

"आपण उगाच तसदी घेत आहात आमच्यासाठी.''

"आमचे हे कर्तव्यच आहे असे समजून यावे.'' कोंडाजी म्हणाले, "आपले नाव नाही समजले.''

"मी रत्नाकर पाठक.'' रत्नाकर म्हणाले, "आम्ही आलोत कोल्हापुराहून. पण आम्ही मूळचे वेरूळकडील आहोत. पुष्कळ लांब राहिले आमचे गाव.''

"आम्ही तर हे ऐकलेही नाही.'' कोंडाजी म्हणाले, "हरकत नाही. आम्ही तुम्हाला कोल्हापूरकरच म्हणू.''

जेवणाचा प्रश्न जरी सुटला होता, तरी जागा पाहणे आवश्यकच होते. ते जागेसाठी हिंडू लागले. गाव तसे लहानच होते. पण गावाची काहीच माहिती नसल्याने वाट फुटेल तिकडे ते जाऊ लागले.

वाटेत एक मोठा वाडा लागला. रत्नाकर आत शिरले. ओसरीवर एक गृहस्थ बसले होते.

"जागा मिळेल का राहण्यास?''

"मिळेल की!''

"कोठे आहे?''

"आपण कुठून आलात?''

"कोल्हापुराहून.''

"इथे कशासाठी आलात?''

"तुकोबांच्या दर्शनासाठी आलो.''

"कुणाच्या?''

"तुकोबांच्या!''

"दुसरा कोणी चांगला माणूस नाही का भेटला तुम्हाला?'' तो गृहस्थ म्हणाला.

"तुकोबाहून चांगले कोण आहे देहूत?''

"मी आहे... मला मंबाजीबुवा म्हणतात.'' मंबाजी म्हणाला.

"आम्ही नाव ऐकले नाही आपले!"

"नाही ना ऐकले?" मंबाजी म्हणाला, "मग चालते व्हा इथून. नाही तर धक्के मारून बाहेर काढीन." असे म्हणून तो खरोखरच रत्नाकरांच्या अंगावर धावून आला!

रत्नाकरांनी लगेच काढता पाय घेतला. ते त्या ओवरीकडे निघाले. मंबाजीच्या वागण्याचे त्यांना सारखे आश्चर्य वाटत होते.

तुका म्हणे खळां नावडे हित ।
अविद्या वाढवीत आपुले मते ।।

- ० - ० - ० -

"आपण फार तसदी घेतली आमच्यासाठी" जेवण झाल्यावर आऊजी म्हणाले, "कोण कोठले आम्ही, पण आपण चांगला पाहुणचार केलात."

"हे माझे सासरे आहेत." रत्नाकर म्हणाले, "चांगले वैद्य आहेत."

"वा! छान!" कोंडाजी म्हणाले, "देहूकरांना चांगला उपयोग होईल. जाणकार वैद्य येथे नाही. तुम्ही येथे आलात हे बरे झाले."

"तेवढीच सेवा होईल." आऊजी म्हणाले, "देहूसारख्या गावात आलो हे भाग्य वाटते आम्हाला."

"खरे आहे" कोंडाजी म्हणाले, "तुकोबांमुळे गावाला पावित्र्य आले आहे. त्यांच्या दर्शनाला व कीर्तनांना रोज गर्दी असते. तुम्हालाही हा योग मिळेल."

"त्यासाठी तर आलोत आम्ही." आऊजी म्हणाले, "आपलाही परिचय झाला."

"हा मंबाजी कोण आहे?" रत्नाकरांनी विचारले.

"कुठे भेटला तुम्हाला तो?"

"त्याच्याकडे जागा मिळेल, असे लोकांनी सांगितल्यामुळे गेलो होतो."

"कोणा नाठाळाने तुम्हाला मुद्दामच खोटे सांगितले असेल." कोंडाजी म्हणाले, "काय म्हणाला तो?"

"तुकोबांच्या दर्शनासाठी येथे आलोय हे सांगितल्यावर तो एकदम माझ्या अंगावर धावूनच आला." रत्नाकर म्हणाले, "तुकोबांना वाट्टेल ते म्हणत होता."

"फार दुष्ट माणूस आहे तो." कोंडाजी म्हणाले, "तुकोबांना पाण्यात पाहतो. त्यांना विविध प्रकारे तो सतावीत असतो. पण तुकोबा लक्ष देत नाहीत."

"फारच नालायक वाटला तो." रत्नाकर म्हणाले, "अशी माणसे प्रत्येक गावात असतातच. गावाला ग्रहण असते यांचे."

"तो वाटेत कुठे भेटला तर त्याच्याकडे ढुंकूनदेखील पाहू नका." कोंडाजी म्हणाले, "कुणाशीच तो सरळ बोलत नाही."

"जागा मिळाली का?"

"मिळाली की.'' रत्नाकर म्हणाले, "तुकोबांच्या आनंद ओसरीत. भाग्यच म्हणायचे आमचे हे!''

बराच वेळ गप्पा चालू होत्या. कोंडाजींना या लोकांची सारी माहिती समजली. आध्यात्मिक वृत्तीही त्यांना आवडली. जयरामस्वामींच्यामुळेच देहूला येणे झाले हेही समजले.

"तुकोबांच्या बरोबर एकदा पंढरीला आषाढीला गेलो असताना तेथे जयराम- स्वामींची ओळख झाली.'' कोंडाजी म्हणाले, "फार चांगला माणूस. त्यांचे कीर्तनही तुकोबांसमवेत ऐकले. फारच रसाळ वाटले. तुकोबांवर त्यांची भक्ती आहे.''

"त्यामुळेच तर आम्हाला तुकोबांची वाणी समजली.'' आऊजी म्हणाले, "जयरामस्वामी गोड आवाजात त्यांचे अभंग गातात.''

"येथेही तुम्हाला रोज तुकोबांची कीर्तने ऐकण्यास मिळतील.'' कोंडाजी म्हणाले, "ही हरिकथा अपूर्व अशीच आहे. तुम्ही इथे अवश्य रहा. तुम्हाला लागणारे सारे धान्य आमच्याकडून मिळेल. ती काळजी करू नका.''

कोंडाजी फारच वेगळे वाटले.

देहूगावाला शोभत होते.

अगत्य तर पराकोटीचे होते.

तुका म्हणे जेणे राहे समाधान!

- ० - ० - ० -

चला पंढरीसी जाऊ

रखुमादेवीवरा पाहू

डोळे निवतील कान

मना येथे समाधान ।

संता महंता होतील भेटी

आनंदे नाचो वाळवंटी ।

ते तीर्थाचे माहेर ।

सर्व सुखाचे भांडार ।

जन्म नाही रे आणिक

तुका म्हणे माझी भाक!!

दिवस एकादशीचा. श्रोतेमंडळींचा महापूर लोटलेला. तुकोबा बेभान होऊन गात होते, नाचत होते. पंढरीमहिमा समजावून सांगत होते. पंढरीची वारी म्हणजे महासुखाची पर्वणी. तेथे गेल्याशिवाय याची कल्पनाच येणार नाही. सुंदर ते ध्यान

उभे विटेवरी! कर कटेवरी ठेवूनिया. ते पाहिल्यावर डोळा समाधान होईल. टाळ मृदुंगांच्या आवाजाने सारी पंढरी दुमदुमून जाते. ते ऐकल्यावरच कान तृप्त होतात. याशिवाय दुसरा आनंद कोणता आहे? मग गातो. सीण जातो. राहतो फक्त आनंदू. हा विठ्ठल म्हणजे आनंदाचा भारा. सुखे मोहरला झरा. ह्या पुण्याची तुलनाच होत नाही. कारण पूर्वजन्मीचे संचित असते ते जन्मोजन्मी पुरते. संतांच्या दर्शनाने ह्या जन्माचे सार्थक तर होतेच; पण जीवनात आनंदीआनंद होतो. वाळवंटी त्या विठ्ठलानंदात मनसोक्त नाचता येते. गाता येते.

भाविकहो! म्हणून तुम्हाला जरा खरे सुख हवे असेल, तर धरा पंढरीची वाट. तेथे सुखाचे भांडार उघडलेले आहे. तो दिवस म्हणजे दिन सोनियाचाच वाटतो. जगाचा जनिता कृपेचा सागरू तो कर कटावरी ठेवूनिया उभाच आहे. पंढरीचा हा अगाध महिमा प्रत्यक्षच डोळा पहावा! पंढरी ही आमची मिरासी आहे. ती याच देही याच डोळा पहा. फिटती पारणी डोळियांची!

तुकोबांच्या अमृतवाणीने सारे वैष्णव भारावून गेले. आपण पंढरीतच आहोत असेच सर्वांना वाटू लागले.

टाळ-मृदुंगांच्या तालावर पंढरीनाथाचा महिमा गर्जला जाऊ लागला! पांडुरंग! पांडुरंग! पांडुरंग!!!

तुकोबांच्या दर्शनासाठी साऱ्या वैष्णवांनी दाटी केली.

बहिणाबाई धन्य जाहल्या. याचसाठी केला होता अट्टहास. साक्षात गुरुदेवांच्या मुखातून त्यांची अमृतवाणी ऐकावयास मिळाली. रोजच मिळत होती. ही पर्वणी अपूर्वच म्हणावी लागेल. कीर्तनाची, प्रवचनाची त्यांची पद्धत फारच वेगळी होती. श्रोते गुंतून जात. त्यांना हे भाग्य नव्यानेच मिळाले होते. त्यांना अगदी धन्यता वाटू लागली होती. जयरामस्वामींनी फार मोठी कामगिरी केली होती. ती आता येथे फळाला आली होती.

सगळ्यात शेवटी बहिणाबाईंनी गुरुचरणी स्पर्श करून वंदन केले.

सदगुरूंनी त्यांच्या मस्तकी हात ठेवला. तो स्पर्श बहिणाबाईंच्या सर्वांगाला नवचैतन्य देऊन गेला! त्यांना संपूर्ण नवजीवनच मिळाले! नवीन शक्ती लाभली! अंतर्मनाला नवीन ओळख पटली! अदभुत प्रेरणेची अनुभूती आली. ते अत्यंत प्रेमळपणे हसले! त्या हास्यातून बहिणाबाईंना एक वेगळीच प्रचिती आली! बहिणाबाईंना त्यांच्या सदगुरूंनी त्या स्वप्नाची जाणीवच जणू दिला!

पांडुरंग ध्यानी! पांडुरंग मनी!
जागृती स्वप्नी पांडुरंग!!

- ० - ० - ० -

मंबाजी साधासुधा सरळ माणूस मुळीच नव्हता. तुकोबांच्या कथा-कीर्तनाला जे भाविक जात, त्यांच्याशी त्याचे हाडवैर जणू असायचे! त्यांना जमेल तेवढा जास्तीत जास्त त्रास कसा होईल, हेच तो पाहत असायचा. तुकोबांच्या कार्यक्रमांना त्याची काही माणसे असायची. संधी मिळाली, की ती गोंधळ घालायची!

कोण कोण रोज उपस्थित असतात, त्यांची नावेही मंबाजीला समजत. तुकोबांबद्दल कोण काय बोलते, हेही त्याला समजायचे. रोज संध्याकाळी हे टवाळ त्याच्या घरी जमत व वार्ता देत. मंबाजी त्यांना रोज काहीतरी खाण्यास देत असे! त्यामुळे हे उनाड त्याच्याशी प्रामाणिक असत.

बहिणा व साऱ्या कुटुंबाबद्दलच्या वार्ता त्याला रोज मिळू लागल्या होत्या. त्यामुळे त्यांच्यावर त्या लोकांनी विशेष लक्ष केंद्रित केले होते. मंबाजीचा रोज अगदी तीळपापड होत असायचा. रात्रंदिवस त्याच्या मनात यांचाच विषय. तो संधीची वाट पाहू लागला. एकदा रत्नाकर नेमके त्याच्या समोरून आले!

"अहो, अहो!"

"तुम्ही कुणाला हाक मारीत आहात?"

"तुम्हालाच, दुसऱ्या कोणाला?" मंबाजी जरा लटके हसून म्हणाला, "तुम्ही त्या दिवशी एकदम निघून गेलात. पुन्हा आपली गाठभेट झालीच नाही."

"काही कारण नव्हते." रत्नाकरही अगदी शांतपणे म्हणाले, "रोज या भागातून मी जात नाही. आजच आलोय!"

"बरं झालं गाठ पडली ते." मंबाजी म्हणाला, "एक गोष्ट तुम्हाला विचारायचीय."

"अवश्य विचारा."

"तुम्ही भाविक दिसता." मंबाजी रोखून पाहत म्हणाला, "माझा अनुग्रह का घेत नाही? उद्या मुहूर्त चांगला आहे, या उद्या सकाळी घरी."

"आता काही गरज नाही." रत्नाकर म्हणाले, "आम्हाला यापूर्वीच गुरूपदेश झालेला आहे."

"कुणाचा?"

"तुकारामांचा!"

"केव्हा मिळाला?" मंबाजी दातओठ खात म्हणाला,

"कोल्हापूरला!"

"हा तिथे कधी गेलेला नाही." मंबाजी म्हणाला. "हा कुठे कुठे जातो ते मला समजत असते. तुम्ही खोटे बोलत आहात!"

"मुळीच नाही." रत्नाकर म्हणाले, "त्यांनी स्वप्नात गुरूपदेश दिला आहे."

"काय बोलता राव?" मंबाजी खवळून म्हणाला, "स्वप्नात कधी कुणाला गुरूपदेश मिळत नसतो."

"साऱ्या कोल्हापुराला हे माहीत आहे."

"तुम्हीच खोटेपणाने उठविले असेल." मंबाजी जोरात म्हणाला, "गुरूची सेवा करावी लागते. तो प्रसन्न व्हावा लागतो. त्याने मस्तकी हात ठेवावा लागतो. तरच अनुग्रह मिळाला असे समजतात."

"तुम्ही काय समजायचे ते समजा." रत्नाकर तेथून काढता पाय घेत म्हणाले, "आम्हाला तुमची गरज नाही."

रत्नाकर निघून जाताच मंबाजी संतापाने लाल झाला! त्याचा भर रस्त्यात अपमान झाला होता!

हे धाडस कुणीही केले नव्हते!

मंबाजी आता गप्प बसणार नव्हता.

तो सूडाने पेटला होता!

त्याची वाट्टेल ते करण्याची तयारी होती.

तुका म्हणे

त्यांच्या थुंका तोंडावरी!

जाती यमपुरी

भोगावया!!

- ० - ० - ० -

औषधांचा साठा संपत आल्याने आऊदेवांना आता वनस्पतीशोधार्थ बाहेर पडणे आवश्यक होते. एकदा मध्यंतरी त्यांनी काही वनस्पती हुडकून आणल्या होत्या. बऱ्याच लोकांना आऊदेवांची माहिती झाल्यामुळे लोक येऊ लागले होते. त्यांना गुणही येत होता.

एके दिवशी आऊदेव सारे उरकून सकाळनंतर निघाले. तसा त्यांना उशीरच झाला होता. त्यांनी भंडारा डोंगरावर जाण्याचे ठरविले होते. तेथे हिरवाई पुष्कळ होती.

त्यांचा अंदाज खरा ठरला. डोंगर चढताना जी पायवाट होती, तेथे दोन्ही बाजूंनी पुष्कळ वनस्पती उपलब्ध होत होत्या. शोध घेत घेत ते बऱ्याच दाट झाडीत शिरले. नीट वाटही नव्हती. चढउतार, खडक पुष्कळ होते. एक अडुळशाची वेली त्यांना दिसली. त्यांना ती हवीच होती. वेलीचा पसारा बराच होता. काही फांद्या बाजूला सारताच ते एकदम चमकले! त्यांचा विश्वासच बसेना.

एका डेरेदार वृक्षाखाली तुकोबा समाधी लावून बसले होते. नकळत त्यांचे हात जोडले गेले. कितीतरी वेळ ते हे अपूर्व दर्शन घेत होते. तरी त्यांचे समाधान

होत नव्हते. हे अलौकिक दर्शन ते डोळियांत साठविण्याचा प्रयत्न करीत होते.

त्यांना सारखे वाटू लागले होते, की 'बहिणा' इथे हवी होती. पण ती डोंगर चढणे शक्यच नव्हते. तिला जर ही वार्ता सांगितली, तर तिला निश्चित आनंद तर होईलच; पण तिला हे दर्शन न झाल्यामुळे वाईटही वाटेल.

कसलाही आवाज न होऊ देण्याची खबरदारी ते घेत होते. तेथून हलावेसे त्यांना वाटेना. एवढ्यात तुकोबांची पत्नी तेथे जेवण घेऊन आल्यामुळे ते हळूच त्या वेलीच्या पलीकडे गेले!

तेथून वाट अवघड होती. काटेकुटे होते. ते सावकाशपणे पायवाटेला आले. एके ठिकाणी त्यांनी काही वनस्पती घेतल्या व ते भंडारा डोंगर उतरू लागले!

त्यांना नेता येतील तेवढ्या वनस्पती त्यांनी घेतल्या. पण पुन्हा येणे आवश्यक होते. त्यांना येथे जे दिव्य दर्शन घडले होते, ते घेण्यासाठी याच वेळी ते पुन्हा येणार होते! जमले तर जानकीबाईंना आणण्याचा विचार त्यांच्या मनात आला!

मन रंगले रंगले!
तुझ्या चरणी स्थिरावले!!

- ० - ० - ० -

"बाजूला हो. मला तुमचे थोबाड पहायचे नाही! तुम्ही ब्राह्मण दिसत नाही! सारा भ्रष्टाचार माजविलाय तुम्ही! तुम्हाला देहूत राहणे अशक्य करून टाकीन. बहिष्कार टाकू तुमच्या कुटुंबावर. जा चालती हो माझ्यासमोरून" मंबाजी गरजला! खवळला! पिसाळला!

बहिणाबाईंना वाटेत नेमका मंबाजी आडवा आला. त्याला आता टाळता येणे शक्य नसल्याने त्यांनी मंबाजीला नमस्कार करण्याचा प्रयत्न करतानाच त्याने आरडाओरडा केला!

बहिणाबाई पटकन बाजूला झाल्या व पुढे गेल्या. कुणीकडून या वाटेला आले, असे त्यांना झाले.

बहिणाबाईंच्या कुटुंबावर मंबाजीने चांगलाच राग धरला होता. त्यांना जास्तीत जास्त कसा उपद्रव होईल, हेच तो पाहत होता. तुकारामांविषयीचा पराकोटीच्या द्वेषामुळे तो देहूत धुमाकूळ घालीत असे. त्याचे हे चाळे गावातील इतर ब्राह्मणांना आवडत नसत. ते त्याच्याशी बोलतही नसत. त्याचे वागणे कुणालाच आवडत नसे. त्यांची तुकारामांविषयी विशेष भक्ती होती, आकर्षण होते. त्यांच्या कीर्तनाला व प्रवचनांना सारे उपस्थित असत.

महादजीपंत कुलकर्णी हे देहूगावचे कुलकर्णी होते. सद्गृहस्थ म्हणून ते ओळखले जात. सर्वांची कामे वेळेवर व व्यवस्थित करीत. ते पंढरीचे वारकरीच

होते. कोंडाजीपंत व ते नेहमी एकत्र असत. त्या दोघांनाही मंबाजीची द्वेषबुद्धी आवडत नव्हती. त्याच्याशी ते संबंध ठेवीत नसत.

बहिणाबाईंना वाटेत त्रास दिल्याची वार्ता रत्नाकरांनी महादजीपंतांना सांगितली. तुकोबांच्या प्रवचनामुळे त्यांची चांगली ओळख झाली होती. ते स्वभावानेही मोकळे होते.

बहिणाबाईंची माहिती त्यांना समजली असल्याने या कुटुंबाबद्दल त्यांना आपुलकी वाटू लागली होती.

"रत्नाकरभट," महादजी म्हणाले, "मंबाजीची जात सर्पाची आहे. किती चांगले वागले तरी तो उलटणारच. तुकोबांच्या अनुग्रहामुळे व आता तुम्ही त्यांच्या आनंद ओवरीत राहत असल्यामुळे त्याचा तुमच्यावर विशेष राग आहे. तुम्ही माझ्याकडे आलात ते चांगले झाले. आता तुम्ही एक गोष्ट करा. ओवरीत न राहता माझ्या वाड्यात राहण्यास या. जागा भरपूर आहे. काळजीचे कारण नाही. म्हणजे त्याला काही करता येणार नाही. आम्हालाही तुमची काळजी घेता येईल. बहिणाबाईंनाही इथे त्रास होणार नाही. सारे व्यवस्थित होईल. त्यांचे दिवस भरत आलेत."

"आपले उपकार कसे मानावेत, हेच मला समजेनासे झाले आहे." रत्नाकर त्यांना वंदन करीत म्हणाले, "आपल्या रूपाने आम्हाला प्रत्यक्ष पांडुरंगच भेटला, असे मला वाटू लागले आहे. आम्ही या भागात नवीन. पण आता मला वेगळे वाटू लागले आहे."

"तुम्ही मला विनाकारण मोठेपणा देत आहात" महादजीपंत म्हणाले, "आपली आध्यात्मिक वृत्ती असल्याने मंबाजीचा उपद्रव सहन होणार नाही. म्हणूनच तुम्ही इथे या. कोंडाजींचा वाडाही जवळ आहे. आपणाला एकत्रपणे राहता येईल. रामजीला तुमच्यासारख्या एका माणसाची गरज आहे. परवा तो मला विचारीत होता. तो भिक्षुकी करतो. पण त्याला सर्व विधी येत नाहीत. तुम्हालाही काम मिळेल. वेळ जाईल."

"मी गाठ घेईन रामजींची" रत्नाकर म्हणाले, "आम्ही उद्याच राहण्यास येऊ. दिवस चांगला आहे."

"अवश्य या," महादजीपंत म्हणाले, "आम्ही वाट पाहू."

दुसऱ्या दिवशी सारे इकडे आले. महादजींनी त्या सर्वांना त्यांच्या घरी भोजनास बोलाविले! कौसल्याबाईही स्वभावाने प्रेमळ होत्या. त्यांनी बहिणाबाईंना हिरवे लुगडे व चोळीचे कापड दिले!

त्यांनी जेवणात उकडीच्या आळूवड्या केल्या! बहिणाबाईंना त्या एकदम आवडल्या! हे डोहाळेजेवणच झाले! कोंडाजीपंतांच्या सखुताईही जेवणास होत्या!

त्यांनी येताना वाटली डाळ करून आणली होती! बहिणाबाईंना ती विशेष आवडायची!

जानकीबाईंची इच्छा पूर्ण झाली!

ओवरीतील वास्तव्य संपल्यामुळे दैनंदिन कार्यक्रमात बदल होत गेला. तुकारामांच्या अत्यंत जवळिकेमुळे तो काही काळ चांगला पार पडला. प्रसन्नता तर लाभली. त्यांना तेथे नवीन काव्यही सुचत गेले. पांडुरंगाच्या जयजयकारामुळे त्यांना पंढरीचाच भास होत असायचा. पंढरीनाथाचे वर्णन करताना बहिणाबाई विठ्ठलमय झाल्या.

माझा दीननाथ दीनबंधु हरि
नांदे भीमातीरी पंढरिचे ।
विटे नीट उभा समचरण साजिरी
पाऊले गोजिरी सुकुमार ।।
वैजयंती माळा रुळतसे गळां
कांसेसी पिवळा पीतांबर ।
भाळी उर्ध्व पुंड्र कुंडले गोमटी
चंदनाची उटी सर्वांगासी ।।
शिरी टोप साजे रत्नाचा साजिरा
काढियेला तुरा मोतियांचा ।।
जैशा हिऱ्याच्या शोभती दंतपंक्ति
बहेणी म्हणे ध्याती हृदयामाजी ।

बहिणाबाईंना विठ्ठलाशिवाय दुसरे काहीच सुचेना. तुकोबांच्या वाणीचा हा परिणाम होता. त्याला उपमा नव्हती.

मात्र त्यांच्या या आनंदी जीवनात मंबाजी हा मिठाचा खडा होता. त्याच्या विविध त्रासांमुळे भावभक्तीत खंड पडायचा. वाईट वाटायचे. काही कारण नसताना त्याने हा छळ मांडला होता. कोणत्याच तुकारामभक्ताला तो सुखाने राहू देत नव्हता. त्याला विरोध करणारे कोणीही देहूत नव्हते, हे दुर्दैव समजावे लागेल!

- o - o - o -

जानकीबाईंनी बाळंतपणाची सारी तयारी करून ठेविली. औषधे व मात्रा घरी होत्याच. सखुताईंच्या पलीकडे पवारांच्या धुरूपाआजी राहत होत्या. सखुताई त्यांना घेऊन आल्या. त्यांनी चारपांच दिवसांत होईल, म्हणून सांगितले.

बहिणाबाईंना त्रास होऊ लागताच आऊजींनी मात्रा दिली, त्यामुळे कळा वाढू लागल्या. धुरूपाआजींना बोलावणे गेले. त्या लगेच आल्या.

थोड्याच वेळात त्यांनी बहिणाबाईंची सुटका केली! कन्यारत्न झाले.

सुखरूप बाळंत झाल्याने सर्वांना हायसे वाटले. आजोबा-आजी धन्य झाले. कोल्हापूरच्या बाबाजींनी दिलेल्या जिरेसाळीचा भात व मेतकूट जानकीबाईंनी खाण्यास दिले.

"ही राधाच माझ्या मुलीच्या रूपाने जन्माला आली आहे." बहिणाबाई म्हणाल्या, "मला सारखी तिची आठवण येतेय."

"खराय." जानकीबाई म्हणाल्या, "फार जीव लावला होता. मलादेखील मघाशी तिचीच आठवण झाली. साऱ्या कोल्हापुराला वेड लावले होते तिने."

"स्वामीदेखील आश्चर्यचकित व्हायचे." बहिणाबाई म्हणाल्या, "आयुष्यात मी प्रथमच असले वासरू पाहत आहे, असे ते नेहमी सांगायचे."

"त्यांना तिचे कौतुक वाटायचे." जानकीबाई म्हणाल्या, "एवढा मोठा साधुपुरुष, पण राधा गेल्यावर त्यांच्याही डोळ्यांत पाणी आले."

"अगं, ते माणूसच आहेत शेवटी." बहिणाबाई म्हणाल्या, "त्यांनाही भावना आवरता आली नाही."

कौसल्याबाई, सखुताई, सीताबाई वगैरे बायका येऊन बसल्या. बराच वेळ गप्पा चालू होत्या. विषय त्या मुलीचाच होता. बहिणाबाई आई झाल्याने भारावून गेल्या!

- o - o - o -

बायका येऊन गेल्यावर बराच वेळ बहिणाबाई एकट्याच होत्या. जानकीबाई नेहमीची तयारी करीत होत्या स्वैपाकाची. बहिणाबाईंना तो ओवरीतील प्रसंग आठवू लागला...

देवळाजवळील दुसऱ्या ओवरीत आपण एकदा एकान्तात ध्यानाला बसावे असे त्यांना वाटत होते. पण ते जमत नव्हते. शिवाय रत्नाकरांना काय वाटेल, हाही प्रश्न होता. तो त्यांना टाळायचा होता. पण संधीच मिळत नव्हती.

रामजी जोशींच्या पत्नी लीलाबाई पुण्याच्या होत्या. त्यांच्या माहेरी लग्न होते. त्यामुळे त्यांना तर जावयाचे होतेच. पण रामजीच्या बरोबरीने दुसऱ्या भटजीची गरज होती. म्हणून त्यांनी रत्नाकरांना विचारून त्यांना बरोबर नेले!

ह्या संधीचा फायदा घेऊन आऊदेवांना विचारून त्यांनी त्या ओवरीत तीन दिवस बसण्याचे ठरविले. त्यांना एक प्रकारचा सात्त्विक उत्साह प्राप्त झाला.

त्यांनी ओवरीत आसन ठोकले व ध्यानस्थ स्थितीत त्या तीन दिवस राहिल्या! तिसऱ्या दिवशी तुकाराम स्वत: त्यांच्या समोर बसले व ते म्हणाले,

"बहिणा, हा तुझा तेरावा जन्म आहे.
योगमार्गात तुझी गती झालेली आहे.
आता यापुढे तुला जन्म नाही.

पतिदेवाची सेवा करून सुखाने रहा.''

त्यांनी तिच्या मस्तकी हात ठेवला व काव्यशक्तीच्या प्रेरणा दिल्या!

हे स्वप्न म्हणावे की जागृतावस्था, हे त्यांना त्या वेळीही समजले नाही...

आत्ताही त्या तोच विचार करीत होत्या.

''बहेणी म्हणे हात घातला मस्तकी देह तो या लोकी आढळेना...''

तुकारामांचा हात त्यांच्या मस्तकी स्पष्टपणे त्यांना जाणविला होता. ते महान तेजस्वी कपडेही त्यांना स्पष्ट दिसले होते... त्यांची ती दैवी वाणी अजूनही त्यांच्या कानात दुमदुमत होती...!

हे कोडे त्यांना उलगडले नव्हते. उलगडत नव्हते.

त्या खूप विचार करीत होत्या. शेवटी त्यांना जाणवले... तुका आकाशाएवढा। तुका आकाशाएवढा ।।

मुलीचे नाव ठेविले गेले... ''काशी''

- ० - ० - ० -

महादजीपंतांच्या वाड्यात बारशाचा सोहळा पार पडला. ओळखीच्या सवाष्णींनी नाव ठेवले! गोडधोड केले गेले! कौसल्याबाईंनीच सारी तयारी केली. महादजीपंतांना मुलगी नव्हती! त्यामुळे 'काशी'चे कौतुक झाले!

''ही काशी म्हणजे लहानपणीची अगदी बहिणाच.'' आऊदेव म्हणाले, ''माझ्या डोळ्यांसमोर सारखी तीच येत आहे.''

''मलाही तसेच वाटत होते.'' जानकीबाई म्हणाल्या, ''पण मी बोलून दाखविले नाही.''

काशी रांगू लागल्यावर एक दिवस आऊदेवांनी देहूहून देवगावला जाण्याचा विचार व्यक्त केला. कोल्हापूरला त्यांनी तसे बोलून दाखविलेही होते. रत्नाकरनी व बहिणाने पुष्कळ आग्रह केला; पण आऊदेवांची आता राहण्याची तयारी नव्हती.

देवगाव सोडून पुष्कळ वर्षे झाली होती. पुष्कळ घडामोडी झाल्या असतील हा विचार त्यांनी केला.

''रत्नाकर,'' आऊदेव म्हणाले, ''आमच्या संकटापुढे तुम्हाला तुमचे गाव सोडावे लागले. तेव्हापासून आपण इतकी वर्षे एकत्र काढली. आता तुमच्या खऱ्या संसाराला सुरुवात झाली. तो तुम्ही सुखाने आनंदाने करा. तुकोबांच्या गावात तुम्हाला काहीही कमी पडणार नाही. आमचा विचार करू नका. देवगावात आता पुन्हा नव्याने आम्ही सुरुवात करतो, आमच्या पुढील उर्वरित जीवनाची.'' असे म्हणून एका भल्या पहाटे सारी मंडळी निघाली! रत्नाकर व काशीसह बहिणाबाई दारात उभ्या होत्या! डोळियांतील अश्रू थांबत नव्हते! आई-वडील आता पुन्हा कधी

दिसणार नाहीत, हीच भावना होती!

किती करू शोक । पुढे वाढे दुःख दुःख ।
आता जाणसी ते करी। माझे कोण मनी धरी ॥

- ० - ० - ० -

"अहो, अहो ऽ! बाहेर या ऽ कपिला गोठ्यात नाही ऽ"

बहिणाबाई जोरात ओरडल्या. रत्नाकर लगेचच बाहेर आले. कपिला गोठ्यात नव्हती! हे ऐकून महादजीपंत व कौसल्याबाईही आल्या.

"आश्चर्य आहे." महादजीपंत म्हणाले, "गाय एका रात्रीत नाहीशी व्हावी! हे पहिल्यांदाच घडत आहे! आमच्याकडेही गाय होती पण असे कधी झाले नाही!"

"दावे चांगले होते" रत्नाकर म्हणाले, "तसे तुटणारे नव्हते. शिवाय कपिला कधी दाव्याच्या वाटेला जात नसायची. शांत आहे ती."

"मला वाटतं," महादजीपंत म्हणाले, "ही त्या मंबाजीचीच करामत असावी. त्याचे साथीदार पुष्कळ आहेत. गावात घरोघर गाई आहेत. पण कधी कुणाची गाय अशी गेलेली नाही."

"मला परवाच त्याने दम दिला होता." रत्नाकर म्हणाले, "तुम्ही लवकरात लवकर देहू सोडून जा! नाही तर तुम्हाला पळवून लावण्यात येईल. मी पुण्यापर्यंत तुमच्या विरुद्ध तक्रारी केल्या आहेत. त्याची अंमलबजावणी होण्याच्या आत येथून काळे करा."

"मग नक्कीच त्यानं काहीतरी करून गाय पळविली आहे," महादजीपंत म्हणाले, "यात आता शंका नाही. पण एक लक्षात ठेवा, त्याच्या या धमकीला भीक घालू नका. घाबरू नका. तुम्ही माझ्या वाड्यात सुरक्षित आहात. गाईचा शोध आपण घेऊ. तुम्ही काळजी नका करू."

"मी त्याला घाबरत नाही." रत्नाकर म्हणाले, "आम्ही देहूत आल्यापासून तो सारखा आमच्यामागे लागला आहे."

"तुकारामांकडे जाणाऱ्या सर्वांनाच तो उपद्रवी आहे." पंत म्हणाले, "पण कुणीही त्याच्याकडे लक्ष देत नाही."

ते दोघेजण गेले. पण बहिणाबाई दारात जाऊन रडू लागल्या. राधा गेल्यापासून कपिला उदास होती.

त्यामुळे बहिणाबाई तिची काळजी घेत. जिवापलीकडे जपत. त्यांची समजूत काढण्यास रत्नाकरांना बराच वेळ लागला.

- ० - ० - ० -

"तुकोबांची पाठ एकाएकी सुजली."

"काठीचे वण उमटलेत."

"काठ्या मारल्याप्रमाणे पाठ दुखत आहे."

साऱ्या देहूत ही वार्ता पसरली! तुकोबांनाही आश्चर्य वाटू लागले! पाठ चांगलीच ठणकू लागली! काळीनिळी झाली!

बहिणाबाईंची गाय कुणीतरी नेली आहे, हे त्यांना समजले. त्या गाईला तो मारीत असावा व ते वळ मात्र तुकोबांच्या पाठीवर बसत होते!

हे कृत्य मंबाजीशिवाय दुसरे कोणी करणार नाही, याची तुकोबांना खात्री होती.

आपल्या पाठीवर वळ उमटत आहेत, ही किमया पांडुरंगाचीच असली पाहिजे, हे त्यांनी ओळखले. बहिणाबाईच्या गाईसाठी पांडुरंगाने त्यांना मार बसविण्यास सुरुवात केली!

तुकोबांनी पांडुरंगाची मनोभावे प्रार्थना केली. आळवणी केली. त्या गाईच्या सुटकेसाठी मागणी केली-

"अनाथांचा बंधु विठ्ठल कृपासिंधु
तोडी भवबंध यमपाश
तोचि शरणागता विठ्ठल मुक्तिदाता विठ्ठल या संहसमागमे
विठ्ठलाचे नाम घेता जाले सुख
गोडावले मुख तुका म्हणे"

सर्वांचा अंदाज बरोबर होता. गाय मंबाजीने पळविली होती. तिला आत घरात बांधून तो काठीने बडवून काढीत होता. वळ मात्र तुकोबांच्या पाठीवर! तिला चारापाणी काहीही देत नव्हता. तीन दिवस हा प्रकार चालू होता.

अखेर तुकोबांच्या पांडुरंगाने त्यांची प्रार्थना ऐकली. चमत्कार झाला! मंबाजीच्या घराला चारी बाजूंनी आग लागली एकाएकी! मंबाजीने आरडा ओरडा चालू करताच लोक पाणी घेऊन धावू लागले. आग विझत आल्यावर काही लोक आत शिरले!

लोकांना खरे वाटेना...!

बहिणाबाईंची गाय आत ढेपाळून पडली होती. तिच्या पाठीवर काठ्यांचे वण होते. तिला चारापाणी दिले नव्हते!

कपिलेला लोकांनी बाहेर आणले, तसा मंबाजी पळून गेला!

ओळखीच्या लोकांनी गाईला बहिणाबाईंना नेऊन देताच गाय एकदम हंबरून धावली! बहिणाबाईंनी तिला मिठी मारली! दोघींच्याही डोळ्यांत पाणी तरारले! रत्नाकरांनी लगेच तिला चारापाणी दिले!

साऱ्या देहूत मंबाजीची छीथू झाली! गाईची वार्ता समजताच तुकोबा धावत आले. त्यांनी गाईला वंदन करून तिला प्रदक्षिणा घातल्या. कितीतरी लोक गोळा झाले होते! तुकोबांनी उद्गार काढले-

तुझा माझा आत्मा एक सर्व गत । ते साक्षी निश्चित आली मज ।

तुकोबांचे मूळचे शत्रू रामेश्वरभट्टही आले. त्यांनी तुकोबांचे नंतर शिष्यत्व पत्करले होते. त्यांनी तुकोबांना लोटांगण घातले व गाईला नमस्कार केला. दोघांच्याही पाठीवरील वळ पाहून त्यांनाही रडू कोसळले!

त्या दोघांनाही घरात नेऊन रत्नाकरांनी व बहिणाबाईंनी साष्टांग नमस्कार घातला. दोघांनीही त्यांना आशीर्वाद दिले.

बहिणाबाईंचे घर पवित्र झाले!

गुरूमाऊलींचे परमपवित्र चरण घराला लागले!

जगाच्या कल्याणा । संतांच्या विभूती ।।
देह कष्टविती । पर उपकारे ।।

रत्नाकर आपल्या दमदाटीला दाद देत नाहीत व त्यांच्या विरुद्ध सर्वत्र तक्रारी करूनही काही उपयोग होत नाही, हे पाहून मंबाजीचे त्रास देण्याचे प्रमाण कमी कमी होत गेले.

त्यामुळे तुकोबांच्या कथा-कीर्तनांच्या कार्यक्रमांना बहिणाबाईंना नेहमी जाता येऊ लागले. तो आनंद वेगळाच होत होता.

रामजी जोशींना जसजसे काम जास्ती मिळू लागले, तसे रत्नाकरांचे आसपासच्या गावी जाणे-येणे वाढत गेले.

दिवसांमागून दिवस जात होते. बहिणाबाईंच्या जीवनाची ठरावीक चाकोरी चालू झाली होती.

आऊजी व जानकीबाईंची आठवण त्यांना अधूनमधून आली, की त्या एकांती विचार करीत बसायच्या. त्यांच्याकडील काहीच कळत नव्हते.

काशीच्या पाठीवर झालेला विठोबा त्यांना पाहण्यास मिळाला नव्हता. तो थोडासा आऊजीसारखा वाटायचा. तो भास झाला की बहिणाबाई अस्वस्थ होत.

रत्नाकर नेहमीप्रमाणे इंद्रायणी स्नानाला गेले. तेव्हा पलीकडे बरीच माणसे स्नान करीत होती. रोज एवढी नसायची.

"तू रत्नाकर का?" त्यांतील एकजण जवळ येऊन म्हणाला,

रत्नाकर पाहतच राहिले! त्यांना काही केल्या तो ओळखू येईना.

"अरे, मी पंडित गंधे." तो म्हणाला, "आता तरी ओळखलेस का?"

"तू पंडित!" रत्नाकर आश्चर्याने म्हणाले, "किती बदललास तू! मी नाही ओळखू शकलो. इकडे कसा काय?"

"अरे, पंढरीच्या वारीत तुकोबांचे कीर्तन ऐकले होते." पंडित म्हणाले, "या

वर्षी मला वारीला जाता आले नाही. म्हणून देहूला येऊन तुकोबांचे दर्शन घेण्यासाठी आम्ही बरेचजण आलो आहोत.''

बराच वेळ बोलणी चालू होती. फार वर्षांनी गाठ पडली होती. शिवपूरच्या बऱ्याच हकिकती समजल्या. त्यांचे घर मोडकळीस आले होते. ते दुरुस्त करणे भाग होते. गावातील बरेचजण त्यांची वाट पाहत होते. जेवणासाठी पंडित गंधे नंतर घरीही आले. तेथे त्यांनी शिवपूरला चलण्याचा बराच आग्रह केला.

रत्नाकर व बहिणाबाईंचे नंतर यावर दिवसभर बरेच बोलणे झाले. ''म्हणून आपल्याला शिवपूरला जाणे भाग आहे.'' रत्नाकर म्हणाले, ''निदान घराचे काम पूर्ण होईपर्यंत तरी तेथे थांबावे लागेल.''

''माझी काहीच हरकत नाही.'' बहिणाबाई म्हणाल्या, ''घराचे पहावेच लागेल. शिवाय गाठीही पडतील सर्वांच्या. नंतर पुन्हा येऊ इकडे. तुकोबांच्या समवेत दिवस पुन्हा चांगले जातील.''

काही दिवसांतच प्रवास सुरू झाला. मुले लहान असल्याने बरेच मुक्काम करावे लागत होते. अखेर शिवपुरात ते घरी आले. बराच काळ लोटला होता! बहिणाबाईंना फारसे काही आठवत नव्हते! नवे जीवन सुरू झाले!!

- ० - ० - ० -

''या, मालक'' बयाजी माळी म्हणाला, ''लई झाक जालंया. म्या मळ्यातच निगालो व्हतो.''

''तू भेटलास ते बरे झाले, बयाजी.'' रत्नाकर म्हणाले, ''मला पंडिताने सगळे सांगितले आहे.''

''म्या बी त्यास्नी तुमाला हकडं बलावण्यास सांगितलं व्हतं.'' बयाजी म्हणाला, ''मावशी गेल्यापास्न म्या रातचा हथं येतुया रोज.''

''मावशीचा तुझ्यावर फार विश्वास होता.'' रत्नाकर म्हणाले, ''तू पंढरीचा माळकरी. त्यामुळे तर हे घर आम्हाला पाहण्यास मिळत आहे.''

''आता घराकडं पहा.'' बयाजी म्हणाला, ''लाकूडफाटा व मातीबी हाये मळ्यात. काळजी नाय.''

''घराचा प्रश्न मिटला आता.'' रत्नाकर म्हणाले, ''बयाजी गेल्यावर सारे घरच्या घरी भागेल. मावशींच्या पुतण्याचा डोळा होता त्यांच्या मळ्यावर. पण मावशींनी जिद्दीने तो आपल्या नावावर केलाय.''

''मावशींना फार झगडावे लागले असेल.'' बहिणाबाई म्हणाल्या, ''त्याशिवाय हे काम होणार नाही.''

''आता आपल्याला काही काळजी नाही.'' रत्नाकर म्हणाले, ''तुकोबांच्या

आशीर्वादानं सारं चांगलं होणार आहे.''

''झालेच आहे.'' बहिणाबाई म्हणाल्या, ''आपण त्यांना भेटण्यास गेलो होतो, तेव्हाच निरोप देताना त्यांनी कृपा केली होती.''

बराच वेळ दोघे बोलत होते. मुहूर्त पाहून घराचे काम सुरू करावे लागणार होते. अंता अदवंत व पंडित गंधे यांनीही त्यात लक्ष घातले. त्यामुळे काही अडचण आली नाही. लाकूडफाटा व सुतारकाम याला वेळ लागत होता!

- ० - ० - ० -

घराचे पूर्ण होण्यास काही वर्षे लागली. जवळजवळ ते नवेच झाले. रत्नाकरांचे दैनंदिन जीवन पूर्वीप्रमाणे चालू झाले होते. जुने लोक येऊ लागले होते. मळ्यातही काही वेळ जायचा. बहिणाबाईंच्या ओळखीही झाल्या. घरातल्या घरी बहिणाबाई रोज भजन करीत. तुकोबांचे अभंग म्हणत. चार बायका येऊ लागल्या. त्याही सारे शिकल्या. बहिणाबाई तुकोबांचे अभंग स्पष्ट करून सांगू लागल्या. जवळजवळ प्रवचनेच होऊ लागली! गर्दी वाढू लागली! शिवपूरच्या देवळातही मग त्यांची प्रवचने चालू झाली!

पण काळाच्या मनात काही वेगळेच होते...! अगदी किरकोळ तापातच रत्नाकर एकाएकी गेले! बहिणाबाईंच्या पुढे ब्रह्मांड उभे राहिले. हा धक्का त्यांना सहन न होणारा होता. पती हेच त्यांचे दैवत होते. ते त्यांनी जीवनभर पाळले. दोन लहान जीव त्यांना सांभाळायचे होते. त्यासाठी त्यांना जगावे लागणार होते!

जन्म मरणाचा बाध
समूळूनि तुटो कंद
लागो हाचि छंद
हरी गोविंदवाचेशी!!

- ० - ० - ० -

इंद्रायणीकाठी तुकोबा भजनी रंगले होते. फार मोठ्या प्रमाणात भाविक जमले होते.

''आम्ही जातो तुम्ही कृपा असो द्यावी
सकला सांगावी विनंती माझी
वाड वेळ झाला उभा पांडुरंग
वैकुंठा श्रीरंग बोलवितो ऽ''

तुकोबा पंढरीनाथाला विनवीत होते.

''हेचि दान देगा देवा । तुझा विसर न व्हावा।
गुणगाईन आवडी । हेचि माझी सर्व जोडी ।।

देवा आता ऐसा करी उपकार
देहाचा विसर पाडी मज...
विनवितो शेवटी ।
आहे तैसे माझे पोटी----
तोचि सर्वदिखत चमत्कार जाहला....
...पैल आले हरि । शंख चक्रशोभे करी ।
गरुड येतो फडत्कारे । ना भी ना भी म्हणे खरे ।
मेघश्यामवर्ण हरि । मूर्ति डोळस साजिरी ।
चतुर्भुज वैजयंती । गळा माळ ते रुळती ।
पीतांबर झळके कैसा । उजळल्या दाही दिशा
------ अंतकाळी विठो-----
----- आम्हासी पावला------
तुका झालासे संतुष्ट----
आणि तुकोबा सदेह वैकुंठा गेले----!
पांडुरंगी मीनले----!
पांडुरंग!
पांडुरंग!!
पांडुरंग!!!
पावलो पंढरी वैकुंठभुवन ।
धन्य आजि दिन सोनियाचा!!
बहुत काळ गेला! हस्ते परहस्ते शिवपुरी वार्ता गेली!
तुकोबा सदेह वैकुंठा गेले...!
बहिणाबाईंचे परब्रह्म गेले...!
पुन्हा परत न येण्यासाठी!
---मला दर्शन न देता----!
सद्गुरुराया, मी आता खरोखरीच पोरकी झाले----!
आता माझे काय उरले---!
देहूतही काय राहिले?

बहिणाबाईंना चैन पडेना. त्यांचे सर्वस्व गेले होते. अंता अदवंत व पंडित गंधे यांच्याकडे दोन्ही मुलांची व्यवस्था करून एका सहचरीसह त्या देहूला निघाल्या. ती होती देशपांड्यांची विधवा गंगा. त्यांच्या भजनाला ती रोज यायची. तुकोबांचे अभंग तीही म्हणू लागली. तिलाही देहूची ओढ लागली होती.

मुक्काम करीत करीत त्या अखेर देहूला पोचल्या. सखुताई, सीताबाई वगैरेंना त्यांनी आपला मनोदय बोलून दाखविला. कौसल्याबाई या जगात नव्हत्या.

बहिणाबाई आता तुकोबांच्या भेटीसाठी इंद्रायणीकाठी उपोषणाला बसणार होत्या! तुकोबांनी 'दरूशन' दिल्याशिवाय त्या अन्नपाणी घेणार नव्हत्या!

साऱ्या देहूत हा चर्चेचा विषय बनला. त्या खरोखरच इंद्रायणीकाठी उपोषणाला बसल्या! भाविक लोकांची गर्दी वाढू लागली. त्या ध्यानस्थ होत्या! त्यांना कशाचेच भान राहिले नव्हते. एकच ध्यास... नयनी पाहीन तुकयासी! ----तेव्हांचि भक्षीन अन्न---!!

---पाहता पाहता अठरा दिवस झाले--- अजून उपोषण चालूच होते---! देहूकरांची अलोट गर्दी गोळा होत होती. 'उपोषण सोडा' म्हणून पुष्कळजण विनंती करीत होते---गंगाही शेजारी बसली होती---लोकांना शांत करीत होती----!

अठराव्या दिवशी रात्री बहिणाबाईंना तुकोबांचे साक्षात् दर्शन झाले!

बहिणाबाई तृप्त जाहल्या!

गुरूंनी पुन्हा आशीर्वाद दिला!

वैकुंठी सदेह गेलेले सद्गुरू पुन्हा दर्शनार्थ आले---!

बहिणाबाई धन्य होऊनी म्हणतात----बहेणी म्हणे.

"मना केलासे प्रकाश---"

- ० - ० - ० -

"आपण तुकोबांच्या शिष्या आहात. त्यांचा आपणासी अनुग्रहही झालेला आहे." समर्थ रामदास म्हणाले, "ही गौरवाची गोष्ट आहे. जयरामांनी मला तुम्हांसंबंधी नुकतेच सारे सांगितले आहे."

बहिणाबाईंनी समर्थांना वंदन केल्यानंतर ते त्यांच्याशी बोलत होते. पंढरीच्या आषाढी यात्रेला बहिणाबाई आल्या होत्या. जयरामस्वामी येतात हे त्यांना माहिती होते. म्हणूनच त्या आल्या होत्या. त्यांच्याशी बराच वेळ बोलणेही झाले. त्यांनी नंतर त्यांची समर्थांची गाठभेट करविली.

"बहिणाबाई," रामदासस्वामी म्हणाले, "आपण आता तुकोबांच्या अभंगांवर कीर्तने व प्रवचने करीत सर्वत्र जावे व सामान्य लोकांना धर्म समजावून सांगावा."

"जशी आपली इच्छा." बहिणाबाई समर्थांना पुन्हा वंदन करून म्हणाल्या, "माझीही हीच इच्छा होती."

"बहिणा," जयरामस्वामी म्हणाले, "वैकुंठी गेलेल्या तुकोबांना तू उपोषण करून दर्शन देण्यास लावलेस यातच तुझी ही भावभक्ती दिसून येत आहे. तुकोबांच्या अभंगांचा सर्वत्र प्रसार करण्याची समर्थांची इच्छा तू अवश्य पूर्ण

करावीस.''

"मी जास्तीत जास्त प्रयत्न करीन.'' बहिणाबाई म्हणाल्या, "माझे आता हेच जीवितकार्य राहील.''

काही वर्षांनी बहिणाबाई जयरामांच्या वडगावी गोकुळअष्टमीच्या उत्सवासाठी गेल्या. तेथेही त्यांना समर्थ रामदास व रंगनाथस्वामी भेटले. समर्थांनी त्यांच्याशी बऱ्याच विषयांवर चर्चा केली. त्यांच्या कार्याचे कौतुकही केले.

श्रीरामाची एक सुंदर मूर्ती समर्थांनी त्यांना दिली. बहिणाबाईंनी ती कपाळी लावून स्वीकारली व समर्थांना वंदन केले.

"बहिणाबाई,'' समर्थ म्हणाले, "ही मूर्ती रोज तुमच्या पूजेत अवश्य ठेवावी. श्रीराम तुमचे कल्याण करील जय जय रघुवीर समर्थ!''

समर्थांच्या व्यक्तिमत्त्वाने व त्यांच्या चालू असलेल्या कार्यामुळे बहिणाबाई भारावून गेल्या. त्यांचे पुरश्चरण व त्यांची तीर्थयात्रा केवळ अलौकिकच होती.

देशाची चालू असलेली वाताहत त्यांना सहन होत नव्हती. धर्मावर परधर्माचे संकट आले होते. त्यामुळे प्रजेवर नाना प्रकारचे अत्याचार चालू होते. त्याविरुद्ध बोलण्यास कोणीही तयार नव्हते. रामदासस्वामी कृष्णाकाठाने हिंडत फिरत लोकांना नवा महाराष्ट्रधर्म सांगत होते. त्यासाठी श्रीरामाची व बलदंड हनुमानाची उपासना आवश्यक होती.

रामदासस्वामी पराकोटीचे रामभक्त जरी असले तरी ते पंढरीचे वारकरी होते. पंढरीनाथावरही त्यांची तेवढीच निष्ठा होती.

बहिणाबाईही प्रवचनातून श्रीरामाचा व हनुमानाचा प्रसार करू लागल्या. त्यांची मंदिरे बांधण्यास सांगू लागल्या.

पंढरपूरच्या भेटीत रंगनाथस्वामींनीही त्यांना हेच सांगितले होते! समर्थांचे प्रवचन ऐकून त्यांना नवी प्रेरणा मिळाली.

कीर्तने व प्रवचने करीत त्या पैठणला आल्या. तेथे त्यांना रामनवमीस समर्थ जांबेला येणार असल्याचे कळताच त्या जांबेला गेल्या. फार मोठ्या प्रमाणात रामनवमी पार पडली. बहिणाबाई धन्य जाहल्या.

समर्थांची पुन्हा भेटी जाहली. त्यांनी त्यांना चाफळला बोलावले! कालांतराने त्यांनी चाफळला जाऊन तेथील श्रीरामांचे दर्शन घेतले! समर्थांचे जगावेगळे कार्य तेथे त्यांना पाहण्यास मिळाले.

छत्रपती शिवाजीमहाराजांच्या चालू असलेल्या महान राजकारणाची त्यांना नव्यानेच कल्पना आली. नवा 'महाराष्ट्रधर्म' समजला!

जमेल तेव्हा त्या रामदासांच्या भेटीला जाऊ लागल्या.

सज्जनगडावरही त्या राहिल्या! तेथे त्यांना समर्थशिष्या आक्काबाई भेटल्या!

योगायोगाने वेणाबाईही आल्या होत्या! बहिणाबाईंना पराकोटीचे समाधान झाले! जय जय रघुवीर समर्थ!!

- ० - ० - ० -

बहिणाबाई आपल्या प्रांपचिक जबाबदाऱ्या कमी करण्याच्या प्रयत्नात होत्या. चांगले स्थळ पाहून त्यांनी काशीबाईंचा विवाह करून टाकला! त्यांच्या इच्छेप्रमाणे जावई व सारे मिळाले होते. काशीबाई चांगल्या घरी गेली!

त्यापाठोपाठ विठोबाचेही लग्न त्यांनी रुक्मिणीबरोबर लावले! सूनही स्वभावाने प्रेमळ भेटली!

आता त्यांना घराची व शेतीची कसलीच काळजी राहिली नाही! योग्य वेळी सारे पार पडले होते. तुकोबांच्या सेवेला त्या आता पूर्ण वेळ देत होत्या!

बहेणी म्हणे गुरुकृपा जेथे ज्ञानासि काय उणे तेथे!!

- ० - ० - ० -

वाढत्या वयोमानानुसार बहिणाबाईंना आता प्रवास सोसेना. गुडघेदुखी सुरू झाली. उठण्याबसण्याचा त्रास होऊ लागला. शिवपूरच्या बाहेर पडणे अवघड बनले. गावातील मंदिरातच त्या कशाबशा जात. तेथेच कीर्तने-प्रवचने होत. स्त्रियांची अधिक गर्दी होऊ लागली.

संधिवातावर आऊजी काय इलाज करीत, हे त्यांना माहीत होते. त्यांचा वापर त्या करीत होत्या. त्यामुळे दुखणे आटोक्यात होते. जी औषधे अधिक माहितीची होती, ती त्या गरजूना सांगू लागल्या.

बयाजीचा मुलगा आता मळा पाहू लागला होता. त्यामुळे काळजी काहीच नव्हती. तोही पंढरीचा वारकरी होता. प्रामाणिक होता. विठोबाही मळ्यात जायचा. सून घर सांभाळी. रुक्मिणीच त्यांना धरून देवळात आणायची. त्यांचे गुडघे चोळायची. लेप लावायची.

विठोबाही आईप्रमाणे कीर्तने करू लागला. त्याचा आवाजही गोड होता. तुकोबाप्रमाणे इतर संतांचेही अभंग त्याचे पाठ होते. अध्यात्म्यात त्याची प्रगती चांगली होत होती. बहिणाबाईंचेच संस्कार त्याच्यावर झाले होते, होत होते!

आपला अंतकाळ जवळ आल्याची भावना बहिणाबाईंना होऊ लागली. तसे त्यांना स्पष्ट जाणवू लागले!

तुका म्हणे देवा!
देई चरणांची सेवा!!

- ० - ० - ० -

विठोबाची पत्नी रुक्मिणी माहेरी गेली असताना एकाएकी वारली. तिच्या क्रियाकर्मासाठी तो शुक्लेश्वरला गेला होता. त्याच वेळी बहिणाबाईंना त्यांचा अंतकाळ व तो दिवस स्पष्ट दिसू लागला. सर्व विधी पूर्ण झाल्यावर त्यांनी विठोबाला तातडीने बोलावून घेतले.

तो तसा आलाही. बहिणाबाईंना समाधान वाटले. शेवटी पुत्र जवळ असावा!

"विठ्ठला," बहिणाबाई म्हणाल्या, "अश्विनशुद्ध प्रतिपदेला मी ही कुडी सोडून जाणार आहे. त्याचे वाईट वाटून घेऊ नकोस. हे होणारच आहे."

"आई," विठोबा सद्‌गदित होऊन म्हणाला, "मलाही तेथे एक स्वप्न पडले!"

"कोणते?"

"तुझ्या भावी मृत्यूचा सर्व देखावा मला स्वप्नात संपूर्ण दिसला." विठोबा म्हणाला, "त्याच गोदातीरीच्या शुक्लेश्वरी तुझी समाधी व्हावी, अशी इच्छा आहे माझी."

"अरे विठ्ठला," बहिणाबाई म्हणाल्या, "तू निवडलेले गाव मला आवडले आहे. पण तेथे जाण्यास वेळ लागेल. आज भाद्रपद वद्य त्रयोदशी आहे. फक्त तीनच दिवस उरले आहेत. शिवपूरदेखील पवित्रच आहे. येथेच माझी समाधी व्हावी. हा माझा तेरावा जन्म आहे. या तेराही जन्मांत तू माझ्या बरोबरच होतास."

"आई," विठ्ठल म्हणाला, "तुला यापूर्वीचे बारा जन्म स्पष्टपणे आठवतात?"

बहिणाबाई सिद्धासनारूढ उत्तरोन्मुख होऊन समोर टक लावून पाहू लागल्या. त्यांची भावसमाधीच लागली. त्यांच्या सामान्य दृष्टीला मागील काळातील असामान्य दृष्ये दिसू लागली. ती दिव्यदृष्टीच त्यांना प्राप्त झाली.

त्या सारी माहिती अभंगरूपात सांगू लागल्या. विठोबा लिहून घेऊ लागला- बहिणाबाईंनी त्यांच्या पूर्वीच्या बारा जन्मांची सविस्तर हकीकत सांगण्यास आरंभ केला.

----त्यांना सर्व जन्म स्त्रीचेच लाभले---!

----आपण कोण होतो?

----कोणत्या जातीत जन्म झाला?

----गावाचे नाव काय होते?

----आई वडील कोण होते? त्यांची नांवे?

----विवाह झाला की नाही?

----पतीचे नाव? मुले?

----तेराव्या जन्मातील विठोबा पूर्वीच्या प्रत्येक जन्मात कोणत्या रूपात होता? कोण होता?

----प्रत्येक जन्मात आयुष्य किती लाभले?

----प्रत्येक जन्मात पारमार्थिक वृत्ती कशी वाढत गेली?

बहिणाबाईंनी हे सारे संगतवार सांगितले!

त्या त्या जन्मातील गावांची, त्यांची नावे त्या काळाप्रमाणे रूढ असणारीच होती.

सारे जन्म या देशातच. सहा महाराष्ट्रातील केदार, सात्त्विक, वर्धमान, धर्मदत्त, कौशिक, गोकर्ण ही पुरुषांची नावे होती.

सगुणा, रूपवती, भामिनी, वारुणी, हेमवती, सौजन्या, हेमकला ही नावे स्त्रियांची, मुलींची होती. त्या शेवटी म्हणाल्या-

"तेरा जन्मापूर्वी आठवे समस्त
परीतैसा हेत नाही मज ॥"

कारण, बहेणी म्हणे —

"देवकृपाकरी जेव्हां । सर्वही ते तेव्हां कळे मनी ॥"

"विठोबा," बहिणाबाई म्हणाल्या, "आता फक्त सोळा प्रहर माझे आयुष्य राहिले आहे. माझे पूर्वीचे बारा जन्म मी तुला सांगितले. माझा मृत्युकाल अठरा दिवसांपूर्वीच मला समजला. पण मी तेव्हा काही बोलले नाही. सूनबाईंच्या उत्तरक्रियेसाठी तुला तिकडे जावे लागणार होते. हे जे सारे मी सांगितले ते पूर्ण सत्यचि आहे!"

बहेणी म्हणे-देव बोलवी जे वाणी
असत्य जो मानी, नरक तया!!

"विठोबा," बहिणाबाई पुढे म्हणाल्या, "मी शुक्लपक्षात दिवसा जाणार आहे. आता उत्तरायण नाही. ही थोडीशी व्यथा आहे. परंतु तुकोबांसारख्या महासद्गुरूची कृपा असल्यावर उत्तरायणाची तशी गरजच काय? त्यांच्या योगाने मला पाची योगांची सिद्धी प्राप्त झालेली आहे. प्रपंच विमुक्त झालेल्यांना उत्तरायणाची गरजच नाही! विरक्ती आणि वैराग्य यांच्या रूपाने माझी मनोभूमिका शुद्ध झाली असून वृत्ती तदाकार आहेत. शिवाय मला विदेही अवस्था प्राप्त झाली आहे.

सदगुरुवचनी धरुनिया निष्ठा ।
वासना त्या भ्रष्टा शुद्ध केल्या
बहेणी म्हणे मना दिले प्रायश्चित्त ।
आता झाले मुक्त ज्ञानबोधे ॥

"आई" विठोबा म्हणाला, "आता तुझी इच्छा काय आहे?"

"आता निश्चयाने सांगेन निर्धार ।
झाले निर्विकार मन माझे ॥
बहेणी म्हणे पुढे नाही हेत ।

स्वरूपी निवांत चित्त माझे''।।

"आई," "एक विचारू का?"

"अवश्य विचार, बाळा."

"माझा भावी काळ तुला सांगता येईल काय?"

"मी आता तेच सांगणार होते- ऐक-"

"या जन्मात तुला पुष्कळ ज्ञानप्राप्ती होईल. नंतर तुला एकाहून एक श्रेष्ठ असे जन्म मिळतील. नंतर योगभ्रष्ट स्थितीत तू काही काळ घालविशील. तुझे तीन जन्म नंतर काशीक्षेत्रात होतील. पुढील एका जन्मात तू संन्यास घेशील... पुढच्या जन्मी वयाच्या अठराव्या वर्षी तुला विदेहावस्था प्राप्त होईल! हाच तुझा शेवटचा जन्म-"

"आऽई, मी धन्य झालो. पुढेही होईन." विठोबा म्हणाला, "तुझ्यासारखी आई मला वारंवार लाभली, हे भाग्य माझे."

"पुढेही तुझे जीवन असेच भाग्योदयाचे होईल." बहिणाबाई म्हणाल्या,

"माझा आशीर्वाद आहे! आशीर्वाद आहे!!

"बाळा, सुखी रहा!"

बहिणाबाई अजून भावसमाधीतच होत्या...त्या सांगत होत्या....

आपले आपण देखिले मरण ।

तो झाला शकुन स्वानंदेसी...।।

----मरणानंतरचे त्यांच्यावर होणारे सारे विधी त्यांना स्पष्ट दिसू लागले----ते सारे त्यांनी खुलासेवार कथन केले---

बहेणी म्हणे, "रक्षा झाली त्रिपुटेची ।

तुकारामे साची कृपा केली...।।

----बहिणाबाई एकदम शांत झाल्या....

तुकोबांच्या अमृतस्पर्शाने पावन झालेली बहिणाईची कुडी धन्य झाली...!

डोळे मिटले गेले...!

दोन्ही हात जोडले गेले.....!

श्वास संपला!!

बहिणाबाई समाधीस्थ जाहल्या!!!

"आ ऽ ई ऽ ग"

विठ्ठल एकदम ओरडला!

- ० - ० - ० -

विठोबाने दोन्ही हात जोडले...
उत्स्फूर्तपणे तो म्हणू लागला...
....आरती....!
जय देव जय देव
जय बहिणाबाई
अंति आरति उजळुनी
मानस तव पायी ॥
जयदेव जयदेव
जय बहिणाबाई!
जय बहिणाबाई!!

- ० - ० - ० -

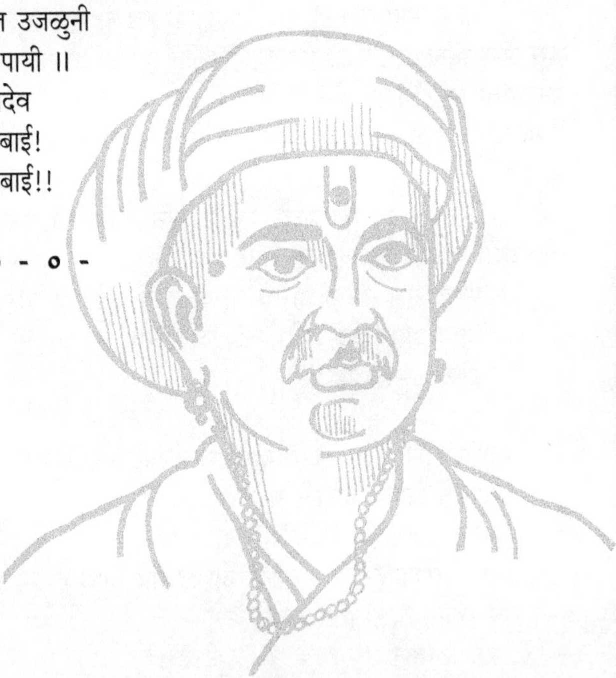

चालता पाउली पंढरीच्या वाटे
ब्रह्मसुख भेटे रोकडेचि
दिंडी ध्वजा भार चालती अपार
मृदंग गंभीर स्वर देती ॥
हमामा हुंबरी घालिती परवडी
होऊनी उघडी विष्णुदास
बहेणि म्हणे ऐसा आनंद वाटेचा
कोण तो दैवाचा देखे डोळां ॥

-संत बहिणाबाई.